" KILIG NG PUSO "

NOBELA NI MARLON G. CANO

B.I.KHOMEINI, IRAN
19 JANUARY. 2004

" TO GOD BE THE GLORY, IN HIM WE TRUST "

* * * PAUMANHIN * * *

Ang lahat ng nasusulat sa librong ito ay pawang mga kathang isip lamang, ano mang pangyayari na may kaugnayan o pagkakahawig sa tunay na buhay ay hindi dapat ikabahala ng mambabasa o ng kahit sino man.

Malinis ang hangarin ng may akda at hindi tangkang siraan ang dangal ng mga karakter kung ihahambing sa totoong nagaganap sa buhay.

At kung ikaw na mambabasa ay nabasa mo ang iyong pangalan sa istoryang ito ay hindi sinasadyang sinadya ng may akda, pasensiya na po kayo.

* * * PASASALAMAT * * *

Una sa lahat, sa POONG MAYKAPAL, kay YAHWEH. Ang maibiging DIYOS.

Sa aking butihing maybahay, MARIA ELEONORA, sa kanyang malawak na pang-unawa sa aking istilo ng pamumuhay, ang aking kilig ng pag-ibig.

Sa aking mga anak, sina SHAWN TROY, SEAN LEVON, SHANE NICOLE at SHEEN EZRIEL, na nagsisilbing inspirasyon at galak ng buhay, ang bunga ng aking kilig ng pag-ibig.

Sa aking mapagmahal na magulang, GENARO AT AMPARO, sa kanilang walang sawang suporta sa akin, bilang unang bunga ng kanilang kilig ng pag-ibig.

Sa aking mga kapatid, sina DINNIS, HAZEL at KIMVERLY, sa kanilang suporta at respeto bilang kanilang nakakatandang kapatid.

Sa lahat ng mga taong may pagkakaugnay sa akin, kung hindi man bilang mga matatalik na kaibigan, mga naging kasama sa hanap-buhay, sa mga taong kahit papaano ay nakilala at nakasalamuha ko.

Sa mga taong nakatulong sa kahit anong paraan para mailathala ang librong ito, napakarami ninyo para sambitin isa-isa ang mga pangalan ninyo, batid ko kung sino-sino kayo.

Salamat kay YAHWEH, ang POONG MAYKAPAL, . . . at sa inyong lahat . . .

"Nawa'y pagpalain kayo't kapulutan ninyo ng aral ang sinulat kong ito."

ANG MAY AKDA.
Marlon G. Cano

" TO GOD BE THE GLORY, IN HIM WE TRUST

?

MgCano
MARCH 20. 197X
PISCEAN . . . . . . A RAT.

HE BELIEVES IN MIRACLES. HE'S LIVING FOR THE
IMPOSSIBLE DREAM. HE WANTS TO KNOW YOUR SECRET
FEARS, HE WANTS TO REVEAL HIS. HE MAY BE CONVINCED
HE'S LED A PAST LIFE IN MEDIEVAL EUROPE, SHIVERING IN A
COLD   CASTLE OR STACKING MASONRY ON A GREAT
CATHEDRAL, TO SAY THAT HE IS MERELY ROMANTIC
BELITTLES HIS GREAT GIFT OF LOVE. AS THE FINAL SIGN OF
THE ZODIAC, THE SENSUAL PISCES IS TOO WISE TO LIVE AND
LOVE WITH   ANYTHING OTHER THAN THE DEEP,
EMOTIONAL, SENSUAL CORE OF HIS BEING. HIS POWERS OF
OBSERVATION ARE ASTOUNDING, MUCH OF THE TIME HE IS
OPERATING ON A PURELY PSYCHIC LEVEL, HIS FAVORITE
WOMAN IS A PRACTICAL YET SIMPLY BEAUTIFUL VIRGO,
WHO PROVIDES BALANCE IN HIS SOMETIMES CHAOTIC LIFE.
SCORPIO BRINGS HIM LUCK, SHE IS EQUALLY EMOTIONAL,
BUT PRAGMATIC WHEN IT COMES TO SOLVING PROBLEMS.
HE   MAY WRITE POETRY ABOUT LEO, WHO TRULY
MYSTIFIES HIM. A FELLOW PISCES WOMAN COULD BE HIS
DEAREST FRIEND. HIS PERFECT SEXUAL MATCH IS THE
MOONCHILD, CANCER. SHE TREASURES AND PROTECTS HIS
VULNERABLE FEELINGS BECAUSE SHE KNOWS WHAT IT'S
LIKE TO BE STUNG. HE TRUST HER WITH HIS DREAMS AND
TOGETHER THEY CAN HAVE SOME REALLY WILD NIGHTS. IF
YOU WANT HIM TO NOTICE YOU, WEAR HIS COLOR, BLUE. HE
ALSO LIKES A BIT OF LACE, OR ANYTHING DIAPHANOUS.
HE'S SHY, SO YOUR INITIAL APPROACH SHOULD BE ON THE
COY SIDE. SHOW SOME IMAGINATION, WRITE HIM A LOVE
POEM OR DRAW A LITTLE STICK FIGURE SKETCH, IT'S THE
THOUGHT THAT COUNTS. HE IS SENSITIVE, EMOTIONAL,

SUNNY, IMPRESSIONABLE, DREAMY, CREATIVE, PSYCHIC AND MYSTICAL. PISCEANS MAKE GOOD LISTENERS, CAN SEE DIFFERENT SIDES OF ISSUES, HAVE GREAT SYMPATHY FOR THE SUFFERING OF OTHERS. THEY ARE CAPABLE OF GREAT STRENGTH AND HAVE THE ABILITY TO TAKE LIFE AS IT COMES.

* * * THE FEAR OF THE LORD IS THE BEGINNING OF
WISDOM * * *

PROVERBS 1: 7

* * * FEAR NOT WHEN CONSCIENCE IS CLEAR * * *

- MARLON G. CANO -

CHAPTER 1

"TADHANA"

* * *

" . . . DO YOU FEEL THE SAME
OR EVER LONGED YOURSELF
WHEN YOU FALL ASLEEP
DO WE LIVE IN DREAMS . . . "

* * *

M'onaC/72

* * * TADHANA * * *

. . . SEX BOMB . . . SEX BOMB . . . YOU'RE MY SEXBOMB . . .

" OOOPS! SORRY, MISS "

Kaalinsabay sa indayog ng katawan sa tugtug na musika ay sabay na pinagtikom ang mgapalad sa dibdib at animo'y parang tupang humingi ng paumanhin sa magandang binibini na nasiko ni RICO sa kanyang pagsasayaw, sa lakas ng tugtug at ingay ng mga nag-didisco ay tinitigan at nginitian lamang siya ng babae sabay harap sa kaparehang kasayaw na parang walang nangyari. Palibhasa'y sanay si RICO sa gimikan ay normal na sa kanya ang ganoong mga sitwasyon, subalit sa ilang segundong tagpo na 'yun ay may bumalik sa kanyang balintataw, isang magandang ala-ala ng naka-lipas, sa kanyang isipan at pakiwari ay pamilyar ang mukha na 'yun, at sa kanyang pag-indayog at muling paglingon para titigan ulit ang babae ay likod na lamang nito ang natanaw dahil papalayo na ito para maupo.

"(Mag-aalas dose na, 'ala pa kong kapareha . . . Night is still young . . . Patience is a virtue . .RICO . . . Patience . . .)" kausap ang sarili   "(nandiyan lang sila sa tabi-tabi)"

Tanaw ni RICO na wala si DANNY sa kanilang table, at sa kanyang pag-upo ay luminga-linga siya sabay kuha ng kanyang baso at parang tubig lamang ang J 'n B JET na kanyang ininom, at inapuhap ng kanyang mga mata ang kaibigang si DANNY.

"(That was fun but where's DANNY . . . ?)"   tanong ni RICO sa sarili   "(Ahh, don't worry about him, sanay 'yun dito. Malay ko pagbalik niya ay may bitbit ng chicks ang mukong para maging kapareha namin. I know him well, maraming kilala dito 'yun . . .)" tugon ni RICO sa isipan na nakangisi at naa-aliw sa mga iniisip niyang tagpo na maaring mangyari.

Paanong hindi makikilala ng husto ni RICO si DANNY, batch at schoolmate sa academy noong kolehiyo, kababayan at naging kaibigang matalik, wala silang sikreto sa isa't isa na di napag-uusapan, parang mga babae, nagsusumbungan ng mga kalechehan sa kani-kanilang buhay.

" DITO KA NA PALA MATE " sabay tapik sa balikat ni RICO

" OO BROD, KANINA KO PA NGA PINAGMAMASDAN 'YUNG PAMBOBOLA MO 'DUN SA KAUSAP MONG CHICK " sambit ni RICO

" AHH, UMM, AHHHH . . . WELL . . . MAY KILALA KA BANG MARYLLE SAWSON? "

" MARYLLE SAWSON . . . ? PAKITANONG NGA KUNG MAY KILALA SIYANG RICO GONZALES NG SAINT JOHN "

* * * BINGO . . . . JACKPOT . . . . NANALO . . . . LOTTO * * *

Saglit pa't bumalik na si DANNY galing sa pagtatanong doon sa chick na kausap niya kanina pa. Pag-upo niya ay agad sabing " KILALA KA RAW . . . RICO "

"(TADHANA)" hindi na nag-dalawang isip si RICO, dinampot ang iniinom . . .

" SORRY 'DRE, I HAVE TO LEAVE YOU, EXCUSE MUNA HA " sabay tayo at tinungo ang kinaroroonan ng babae na kanina ay kausap ni DANNY.

" . . . MARYLLE . . . MARYLLE SAWSON . . . "

" NAGING BOYFRIEND BA KITA? " tanung agad sa kanya

" YEAH, I THINK ONE DAY LANG " sabay upo ni RICO sa bakanteng upuan

" WOW, TEN YEARS, RICO . . . WHEEW . . . TEN YEARS . . . AKALA KO NGA 'DI MO NA AKO MAKIKILALA, NASIKO MO AKO SA DANCE FLOOR, YOU DID SAY SORRY, PERO PARANG YOU DIDN'T NOTICE ME "

" WELL, I DID, PERO NANG TIGNAN KITA ULIT AY PAPALAYO NA KAYO 'NUNG KASAYAW MO PARA UMUPO, WHERE IS SHE NGA PALA? "

" UMUWI NA ANG MGA FRIENDS KO, AKO NA LANG MAG-ISA DITO . . . " matamlay na sabi ni MARYLLE

Hindi na isip-bata si RICO, 26 years old na siya, matured na ang pag-iisip, sa uri ng trabaho at personalidad niya ay kaagad niyang natanto ang isipan ni MARYLLE, "(Malungkot ang mga mata niya walang ningning, 'di katulad noon, punong-puno ng sigla)"

" AH GA'NUN BA, HMM, OKEY, GANITO NA LANG, JOIN KA NA LANG SA AMIN AT AKO NA LANG ANG MAGHAHATID SA IYO MAMAYA . . . WE HAVE A LOT OF THINGS TO CATCH UP " sabay kuha sa isang kamay ni MARYLLE at itinabing tungo sa kanilang table ni DANNY.

* * *

" . . . IT WAS A DREAM YOU CAME
BEWITCHING IN A GLOOMY NIGHT
FULL OF FRAGRANCE AND PULCHRITUDE
AN ALLURING NAIAD WITH CHARM . . . "
* * *
M'onaC/72

Malamig ang simoy ng hangin at masarap pakinggan ang hampas ng dalampasigan, alas tres na ng umaga, tanging ang buwan at bituin na lamang ang kasama nina RICO at MARYLLE sa batuhan na nasa dalampasigan na tila hindi pa pagod at inaantok sa kakakwentuhan pagkatapos magdisco at tumuloy sa lugar na ito, na paboritong tambayan nina RICO at DANNY, bago tuluyang umuwi pagkagaling sa mga gimikan.

" HINDI KA PA RIN NAGBABAGO, MARYLLE, NAPAKAGANDA MO PA RIN, AT LALO KA PANG SUMEKSI NGAYON, NAGKALAMAN " pabirong sabi ni RICO

" RICO, I HAVE TO TELL YOU SOMETHING " mahinahong tugon ni MARYLLE " I'M MARRIED NA . . . PERO 3 YEARS NA KAMING HIWALAY, NASA AMERIKA NA SIYA AT 'YUNG KAISA-ISA NAMING ANAK AY NASA MGA BIYENAN KO . . . I'M SORRY RICO . . . I DON'T WANT TO UPSET YOU, MAS MAIGI NA 'YUNG NGAYON PA LANG AY SA AKIN MO NA MALAMAN, I'M JUST TRYING TO BE HONEST WITH YOU "

Nagitla si RICO sa sinabi ni MARYLLE, "(10 Years na nga pala ang nakalipas, kay bilis ng panahon)" at sumagi sa isipan ni RICO paano una silang nagkakilala

" DO YOU STILL REMEMBER HOW WE MET THE FIRST TIME? " tanong ni RICO

" CELEBRATION NG SCHOOL FOUNDATION DAY 'NYO NOON, MAY PA-DISCO KAYO NG MGA FRIENDS MO, I WAS DANCING THEN SA DANCE FLOOR NANG LAPITAN MO AKO AT MAKIPAG-KILALA KA, AFTER THAT, I'M SURE SA HIGH SCHOOL GRADUATION MO NA ULIT TAYO NAGKITA "

At tuluyang bumalik sa ala-ala ni RICO ang nakalipas. Senior high siya noon sa SAINT JOHN'S

CATHOLIC SCHOOL, at si MARYLLE naman ay sophomore high school sa MOTHER GOOSE SPECIAL SCIENCE HIGH SCHOOL, mga pribadong pangsekondarya sa DAGUPAN CITY. Foundation day nila noon, at dahil isa sa mga barkada ni RICO ay miyembro ng student council ay natuka silang magpagimik para sa school fund raising, at 'yung pa-disco nga ang kanilang napili. Isang linggong selebrasyon, karamihan sa mga sumasayaw sa dance floor ay mga sophomore at junior high na sabik sa gimikan, maraming mga bagong mukha, mga imbitado at dayong estudyante na nabalitaang may afternoon pa-disco sa school nila. Sa pangatlong araw, matamang nakamasid si RICO sa isang sulok 'nung room nila na siyang ginawang venue sa kanilang pa-disco, sa mga dalagitang nagsasayaw sa dance floor, mag-aala-una pa lang ng hapon, pero marami-rami na ring nagsasayaw, at dahil si RICO ang taga-control ng lighting ay medyo pinaliwanag niya ng kaunti ang ilaw sa may dance floor, gusto niyang makita maigi ang dalagitang 'yun na nagsasayaw na kanina pa niya pinagmamasdan, taga-ibang eskwelahan, bisita, at sa kauna-unahang pagkakataon ay batid ni RICO sa kanyang puso't isipan na na-love at first sight siya . . . Totoo nga pala yun . . . kaysarap at kaygaan ng pakiramdam, 'yung feeling na may pumipintig-pintig sa puso mo . . .yung KILIG NG PUSO . . .ibinalik sa dating dilim ang room ". . . It's now or never . . . Nothing to lose . . ."

" HI . . . AKO SI RICO . . . RICO GONZALES "

" MARYLLE . . . MARYLLE SAWSON "

" CAN I DANCE WITH YOU "

" YAH . . . OKEY LANG " at sabay sa tugtug ay sabay ding nagdiriwang ang puso ni MARYLLE, kinikilig din katulad ni RICO

" NAKIKITA NA KITA SA DOWNTOWN KAPAG NAG-E-STROLL KAYO NG MGA BARKADA MO TUWING HAPON, NAG-JO-JOYRIDE NAMAN KAMI NG MGA FRIENDS KO SA DOWNTOWN NA JEEP, PABORITO NINYONG TAMBAYAN DOON SA HARAP NG VINA CINEMA, MALAPIT SA

TRAFFIC LIGHT " kwento ni MARYLLE habang umiinom sila ng softdrinks sa may school canteen, at kulang na lang idagdag at sabihin na 'unang kita ko pa lang sa 'yo ay crush na kita' . . . Nakangiti si RICO, batid niya sa isipan na pansin din pala siya ng dalagita, at may pagtangi rin kung di siya nagkakamali, maganda si MARYLLE, katorse anyos pa lang, maputi at makinis, may dimples sa magkabilaang pisngi na lalong nagpapaganda sa maamo niyang mukha kapag ito'y ngumingiti at tumatawa. Mula sa angkan na nag-mamay-ari ng isang malaking university sa Dagupan City, sophomore pa lang sa Mother Goose pero sa tantiya ni RICO ay may 5'4 " na ang height nito, bagay kami sa loob-loob niya.

" HOY, ANO KA BA, NAPATULALA KA NA LANG BIGLA DIYAN " bulalas ni MARYLLE na ikinumbalik ng katinuan ni RICO

" WALA LANG, NAISIP KO KASI PAANO NGA ULIT TAYO UNANG NAGKAKILALA, KAYSARAP GUNITAIN KASI "

" IYON BA 'YUNG TINATAWAG NA FIRST LOVE O PUPPY LOVE " dugtong ni MARYLLE

" LOVE AT FIRST SIGHT . . . MUTUAL UNDERSTANDING . . . 'YUN NA 'YUN, MISMO,
LAHAT NG LOVE INGREDIENTS, 'ANDOON NA " pahalakhak na sinabi ni RICO

Natahimik si MARYLLE, tumingin sa malayo at sabay sabing " . . . PERO , BAKIT MO AKO PINABAYAAN . . . RICO? . . . BIGLA KA NA LANG NAWALA " may hinagpis sa tanong niya " NOONG ARAW NG GRADUATION DAY MO SA HIGH SCHOOL, NAG-EXCUSE AKONG MAG-ABSENT WITH MY FRIEND PARA LAMANG MAKADALO AT MAKITA KA SA CATHEDRAL, ALAM KONG MAG-AARAL KA NA SA MANILA . . . DI BA NAKAPAG-USAP PA NGA TAYO, PAGKATAPOS NG GRADUATION SONG NINYO, KINAWAYAN KITA SA LIKURAN, AND I STILL

REMEMBER, NAPAKALIGAYA NATING DALAWA NOONG ORAS NA 'YUN, IBINIGAY KO PA NGA 'YUNG TELEPHONE NUMBER NAMIN PARA MATAWAGAN MO AKO, AND I'M SURE OF IT, ISINULAT MO PA NGA IYON SA WALLET MO, DI BA, PARA PALAGI MONG DALA-DALA AT DI MAKALIMUTAN " malamnay na esplika ni MARYLLE, naiiyak.

Tahimik ang paligid, tanging liwanag ng mga bituin at buwan ang kanilang tanglaw, ang hampas ng dagat sa dalampasigan ang kanilang musika sa romantikong tagpo sa batuhang 'yun . . . Kinuha ni RICO ang dalawang kamay ni MARYLLE, mariin na ginagap at hinalikan ang mga makinis na palad, damping halik na nagpaagos sa mga luha ni MARYLLE.

" NAGSUMPAAN TAYO NOON MARYLLE, DOON SA ORAS NA 'YUN NABUO ANG ATING PAG-IIBIGAN, AND BELIEVE ME, KAHIT BATA PA TAYO NOON AY BATID KONG IKAW ANG NILILIYAG NG AKING PUSO, ANG BABAENG GUSTO KONG IHATID SA ALTAR AT MAKASAMA HABAMBUHAY, ALAM KONG NARARAMDAMAN MO RIN 'YUN NOON, NAGLULUMINING-NING ANG IYONG MGA MATA SA GALAK, MAHIGPIT TAYONG MAGKAYAKAP AT NAGSUMPAAAN NG ATING PAGMAMAHALAN "

"' PERO BAKIT MO 'KO INIWAN AT PINABAYAAN? " humihikbi-hikbing tanong ni MARYLLE na tila may halong panunumbat

" HINDI NATIN HAWAK ANG TADHANA AT PANAHON, MARYLLE . . . PAGKATAPOS NG GRADUATION DAY KO SA HIGH SCHOOL AY HINDI NA KO MAKAALIS NG BAHAY, TAPOS NA ANG SCHOOL DAYS, WALA AKONG MAIDAHILAN PARA PUMUNTA NG SIYUDAD, HINDI RIN KITA MATAWAGAN, WALA PANG LINYA NG TELEPONO SA LUGAR NAMIN . . . AFTER 1 MONTH AY INILUWAS NA AKO NG MAYNILA NG AKING MAGULANG PARA MASANAY NA SA BAGO KONG KAPALIGIRAN, BAWAT

ARAW AT GABI AY IKAW ANG LAMAN NG PUSO'T ISIPAN KO, DANGAN LAMANG AT BATA PA AKO NOON, HINDI PA MARUNONG SA MGA DISKARTE SA PAG-IBIG . . . "

Sandaling tumahimik si RICO, at kapwa sila nagkatitigan, nangungusap ang mga mata ni MARYLLE, gusto pa niyang marinig kay RICO ang mga rason at kasagutan sa kanyang mga katanungan na kaytagal niyang itinago at parating tinatanong sa sarili "(BAKIT?)"

" . . . TULAD NG PANAHON NA NAGBABAGO, UNTI-UNTING NAIMPLUWENSIYAHAN AKO NG BAGO KONG KAPALIGIRAN, AT SA PAGLIPAS NG PANAHON AY UNTI-UNTI RIN AKONG NAKA-LIMOT SA ATING SUMPAAN . . . NGUNIT ANG PANAHON AY NANANATILING BILANG PANAHON, MAGBAGO MAN AY BABALIK DIN BILANG PANAHON, AT TULAD NG PANAHON NA NAGBABALIK AY BUMALIK DIN AKO . . . MARYLLE . . . SA ATING SUMPAAN . . . "

" KAILAN? ANG TAGAL KONG NAGHIHINTAY, RICO . . . BAWAT ARAW NA LUMIPAS MAG-MULA NOONG HULI TAYONG NAGKITA AY WALA AKONG IBANG INASAM KUNDI ANG MAKITA KANG MULI AT MARINIG ANG BOSES MO, MADAMA ANG PAGMAMAHAL MO . . . "

" MARYLLE, NAGBALIK AKO SA ATING SUMPAAN . . . UMUWI AKO AFTER 5 YEARS, PAG-KATAPOS KONG MAG-ARAL SA ACADEMY, UMUWI AKO PARA BALIKAN ANG PANAHON NG SUMPAAN NATIN . . . HANAPIN KA'T IPAGPATULOY ANG PAG-IIBIGAN NATING DALAWA . . . SINUBUKAN KONG TAWAGAN 'YUNG TELEPHONE NUMBER 'NYO NA PINAKA-INGAT-INGATAN KO SUBALIT WALA NA ANG LINYANG 'YUN, PATI ADDRESS NINYO, WALA SA MGA KAIBIGAN AT KAKILALA KO ANG NAKAKA-ALAM . . . " tiim-bagang eksplanasyon ni RICO

" PAGKATAPOS KO NG HIGH SCHOOL, SA BAGUIO AKO PINAG-ARAL NINA DADDY AT MOMMY NG KOLEHIYO, DOON KO SIYA NAKILALA, NAIBALING KO SA KANYA ANG AKING PAGHIHINTAY, ANG PAGMAMAHAL NA IPINANGAKO MO . . . SUBALIT . . . " bahagyang tumigil si MARYLLE sa pagsasalita na parang may pumigil

" . . . MAHABANG ISTORYA, MALING PAG-IBIG AT MARUPOK NA PAGMAMAHALAN . . . NAGKASIRA-SIRA ANG BUHAY KO , RICO . . . MAAGA AKONG NAG-ASAWA, MAAGANG NAMATAY SI DADDY AT MAAGA RIN PINALITAN NI MOMMY . . . AT HETO, MAAGA RIN NAKIPAGHIWALAY . . . "

Hindi na lumuha si MARYLLE, ang mga mata nakatanaw sa dagat, sa isip ni RICO ay marahil
pinatigas na rin siya ng panahon, sa mga pangyayaring naganap sa kanyang buhay. Sandaling katahi-mikan ang nangingibabaw na binasag ng isang malaking hampas ng alon sa batuhang kanilang inupuan.

Ang nakaraan ay nakaraan, ayaw na itong balikan ni RICO, ang importante ay katabi niya ngayon si MARYLLE, at iba ang kanyang nararamdaman, 'KILIG NG PUSO', pumipintig-pintig ulit ang kanyang puso, parang kahapon lamang ang lahat ng 'yun na nangyari sa kanilang sumpaan, iisa ang nasa isip ni RICO ngayon, di na niya muling pababayaan at iiwan pa si MARYLLE.

* * LOVE IS SWEETER THE SECOND TIME AROUND * *

" DON'T YOU THINK IT'S FUNNY COINCIDENCE NA AFTER 10 YEARS AY MAGTATAGPO ULIT ANG LANDAS NATIN . . . AT SA DISCOHAN PA RIN . . . " sabay hagikhik ni RICO pagkasabi "(Fate always work in mysterious ways)" sa isip niya.

" MAPAGLARO ANG TADHANA, HINDI NATIN HAWAK ANG MAAARING IBUNGA NITO SA BAWAT KILOS AT DESISYON NA ATING GAGAWIN . . . MARAMI NG NAGANAP SA BUHAY KO, RICO " malungkot na sabi ni MARYLLE

Sandaling tumahimik si RICO, nag-isip, tumingin sa dalampasigan, at ipinukol ulit ang titig sa mga mata ni MARYLLE . . . Batid niyang isang malaking kahangalan ang kanyang gagawin pero sa puso't isipan niya ay nananaig ang pag-ibig . . . Ang pag-ibig niya kay MARYLLE na naudlot ng panahon, bunga na rin ng sinasabing mapagbiro at mapaglarong tadhana, subalit sa oras na ito, ay hindi na niya hahayaang makawala pa si MARYLLE, nag-uumigkas ang kanyang damdamin.

" MARYLLE, BIGYAN ULIT NATIN NG CHANCE ANG ATING SARILI, ANG ISA'T ISA, ANG ATING PAG-IIBIGAN NOON, NASA TAMANG EDAD AT PAG-IISIP NA TAYO, AT IPINAPANGAKO KO HINDI KA NA MALULUNGKOT ULIT . . . NANDITO KA PA RIN SA PUSO KO, MAHAL PA RIN KITA . . "

" MADALING SABIHIN AT MASARAP ISIPIN, PERO RICO . . . HINDI MO BA INIISIP ANG MAGIGING EPEKTO AT KOMPLIKASYON NA MAAARING IDULOT NITO SA BUHAY NATIN NG MGA SINASABI MO "

" WALANG IMPOSIBLE SA PAG-IBIG MARYLLE . . . KAHIT PAPAANO, BATID AT ALAM NATIN SA ISA'T ISA NA WE LOVE AND CARE EACH OTHER, 'YUNG NARARAMDAMAN NATIN NA MASAYA AT MALIGAYA TAYO SA GINAGAWA NATIN, BIGYAN NATIN ULIT NG KULAY ANG ATING BUHAY, ANG ATING PAG-IIBIGAN, TRUST ME, MARYLLE, HINDI NA KITA PABABAYAAN . . . "

"(CHANCE . . . TRUST . . . HINDI KITA PABABAYAAN . . .)"

Mga salita at katagang tumimo sa isipan at tumunaw sa puso ni MARYLLE, mga salitang muling nagbigay ng lakas at bagong pag-asa para sa kanya, pumatak ulit ang mga luha ni MARYLLE na kanina pa nangingilid . . . Tumutulo ang luha niya pero lumulundag sa galak ang puso niya.

"(SALAMAT POONG MAYKAPAL . . . SALAMAT)" at siya'y humilig sa dibdib ni RICO

" SA . . . SALAMAT . . . SALAMAT MARYLLE SA PAGTITIWALA MO ULIT " at ginagap ni RICO ang palad ni MARYLLE, mahigpit, sabay hinalikan sa noo.

" HUWAG MO NA AKO ULIT IWANAN AT PABABAYAAN . . . BABY "

" I WON'T, I'LL BE HERE . . . AROUND . . . FOR YOU ALWAYS . . . "

(' ONE CHANCE . . . ONE OPPORTUNITY . . . DON'T SLIP IT AWAY ')

= x = x = x =

* * *

" . . . HOPE MAKES OUR FEELING STRONG
TO BELIEVE IN THINGS WE KNOW NOT FOR SURE
BUT LONGING IN OUR HEARTS AND DREAMS
TO COME TRUE AND BECOME REALITY . . . "

* * *

M'onaC/72

CHAPTER 2

"NINGAS"

* * *

" . . . READ THE VOIDS THAT FILLS THE ROOM
EACH CRAVING FOR THE TRUTH
FAR AHEAD IT FLIES TOGETHER
FILL EACH GAP AND DON'T SURRENDER . . . "

* * *

M'onaC/72

* * * NINGAS * * *

" RICO . . . RICO GISING NA . . . ABA'Y TANGHALI NA . . . "
sabay katok sa pintuan ng kwarto ni RICO ng kanyang MAMA

Pipikit-pikit pa si RICO na tila ayaw pa ring bumangon at gusto
pang matulog, alas singko na ng umaga kasi siya naka-uwi
pagkahatid kay MARYLLE sa kanilang bahay sa isang subdivision
na malapit lang pala sa siyudad ng Dagupan.

" MAG-A-ALAS DOSE NA . . . NANDIYAN SI DANNY SA
BABA AT KANINA KA PA INAANTAY, GUMISING KA NA
AT MAGHANDA NG SARILI PARA MAKAPANANGHALIAN
NA TAYO NINA DANNY, NAGLUTO AKO NG PABORITO
NINYONG ULAM . . . " dugtong pa ng kanyang MAMA

"(DANNY . . . Nag-aantay)" pagkarinig ni RICO ay
napabalikwas ito sabay hablot ng tuwalya at takbo sa banyo, bago
bumaba ay nagtext muna kay MARYLLE ng short message.

[HI.MISU.LUVU.& c u soon. Tker BB]

" MORNING BROD " bati ni RICO sa naabutang kaibigan sa sala
na nabuklat na 'ata lahat ang kanilang family pictures album

" MORNING DIN PERO WHAT'S GOOD IN THE MORNING "
anas ni DANNY na nakapako pa rin ang tingin sa picture na
tinitignan

" OF COURSE . . . WHAT ELSE . . ANO PA . . . EH DI 'YUNG
ANINO'T BUNTOT MO . . ."

" AGA MU LACH BAY 'ATA, MAY LAKAD BA TAYO? "
dugtong agad na tanong ni RICO

Iniligpit ni DANNY ang mga picture albums na nagkalat, at
pagkatapos nagpalinga-linga kung

may ibang nakakarinig sa kanilang usapan at nang matiyak na clear na clear ay . . . .

"SABADO NGAYON MATE . . ARAW NG GIMIKAN . . . IKA NGA SABADO NIGHTS"

" EH ANO KAGABI . . . DI BA GIMIK DIN 'YUN "

" OO, TUMPAK KA 'RUN, PERO . . . PANGHIMAGAS LANG 'YUN . . . FRIDAY SICKNESS . . .NGAYON ANG KATOTOHANAN . . . FOLLOW UP MODE . . . GABI NG SAYA . . . ABA, MALAKI 'ATA ANG NA-INVEST NATIN KAGABI SA UPS DISCO . . . KELANGAN MAY RESBAK, KUNG SA NEGOSYO IKA NGA AY PAYBACK . . . HABANG MAINIT-INIT AT NAGLULUMIYAB PA ANG DAMDAMIN 'NUNG NADENGGOY AT NABOLA NATIN KAGABI . . . "

Napangiti si RICO, di pa rin talaga nagbabago ang kaibigan, sa edad na beinte otso anyos ay bagitong-bagito pa rin kung umasal at kumilos.

" BROD, MAGBAGO KA NA SA KALOKOHAN MO . . . MAG-ASAWA KA NA KASI . . . TIGNAN MO AKO . . . WALANG HASSLE . . . SMOOTH NA SMOOTH . . . "

" KUSANG DUMARATING 'YANG PAG-AASAWA, MATE . . . AT HANGGA'T DI PA RIN DUMARATING ANG PUNTONG 'YAN SA BUHAY KO AY . . . DANNY GO LUCKY PA RIN AKO . . . " pahalakhak na kontra ni DANNY sa kaibigan

Biglang natigil si DANNY nang pumasok ang MAMA ni RICO galing kusina, naghahanda pala ito ng pananghalian sa may dining room na malapit sa kinaroroonan nila.

" MAMA AMPARING " tawag ni DANNY sa mama ni RICO " MUKHANG MAPAPARAMI AKO NG KAIN NGAYONG TANGHALI, AMOY NA AMOY KO DITO ANG

KABANGUHAN NG NILUTO 'NYO, NAGDA-DIET PA NAMAN AKO, MEDYO LUMALAKI NA KASI BILBIL "

" 'SOS BATANG ITO, PAMINSAN-MINSAN LANG NAMAN EH, AT SAKA HINDI PAGDA-DIET ANG MABISANG PAMPATANGGAL NG BILBIL . . . " sagot ng MAMA ni RICO

" EH ANO PO " tanong na nakatitig kay RICO, wari'y naghahagilap ng sagot

" MAG-ASAWA KA NA KASI IHO . . . TINGNAN MO, KAPAG NAG-ASAWA KA AY TIYAK SA UNANG TATLONG BUWAN AY TANGGAL 'YANG BILBIL MO . . . SIGURADO AKO TANGGAL 'YAN SA SARAP SA UNANG BUWAN, TAPOS . . . TAPOS SA . . . KO . . . KONSUMISYON . . . SA SUSUNOD NA DALAWANG BUWAN " tumatawang sabi ng MAMA ni RICO, sabay talikod at balik sa kusina

" 'KITAM, SABI KO NA SA IYO EH, MARAMING EPEKTO ANG PAG-AASAWA "

" HE.HE.HE. . . AYOS TALAGA SI ERMAT MO, O , MAY KATUWIRAN . . . " ulas ni DANNY

Panandaliang katahimikan, may tinamaan siguro sa topic na pag-a-asawa.

" SO, HOW DID IT WENT WITH . . . WITH MARYLLE? ANONG SCORE? " pabulong na tanong ni DANNY

Batid ni RICO ang tumbok at nilalaman ng scoring na 'yun, kabastusan sa usapang matino,
pero usapang barkada ito, at kaibigang matalik si DANNY . . . 'ala silang sikreto na di pinag-uusapan, para ngang mga babae kung magtsismisan, at ngayon tinatanong siya ni DANNY kung anong nangyari sa kanila ni MARYLLE kagabi . . . Gusto niyang sabihing 3-points para yabangan si DANNY pero hindi ugali ni RICO 'yun.

" NADA MI AMOR . . . ZERO . . . " ang tugon ni RICO

Namilog at nanlaki ang mga mata ni DANNY at nakangising nagsabing . . .

" OWWW, TSIKA . . . PARA KANG BAKLA . . . 'KAW PA . . . EHHH, KAUSAP KO KANINA MAMA MO, ALAS SINGKO KA NA RAW UMUWI . . . NGAYON, NAGHIWALAY TAYO MGA ALAS DOS, AT DAHIL MAGALING AKO SA MATH, HINDI AKO MAGKAKAMALI . . . ANG ALAS DOS HANGGANG ALAS SINGKO AY TATLONG ORAS . . . TATLONG ORAS 'YUN IHOOOOOOOO . . . ABA'Y . . . ANONG TAWAG MO DOON SA PANAHON NGAYON . . . IHO . . . SIGE NGA . . . PAKISAMBIT LANG . . . "iiling-iling at tatawa-tawang pangungutya ni DANNY " . . . ABA'YYYY SHOOOORT TIME 'YUOOOON IHOOOOOO . . . NORMAL NA ORAS SA PRIBADONG LUGAR NA BINABAYARAN NG MGA NAGMA- MAHALAN O NAG-E-ESKRIMAHAN NG KAMUNDUUUUHAAAANNN . . . "

" BELIEVE ME BROD . . . 'ALA TALAGA . . . PURO TALKIES LANG KAMI . . . 'DUN SA FAVOURITE HANG-OUT NATIN . . ." depensa ni RICO na seryoso

" AHA . . . KITAM . . . MAS MAINAM . . . LIBRE NA, ROMANTIC PA . . . MAS ADVENTURE . . . SEXCITING ANG EKSExNA . . . " dagdag ni DANNY na humahagalpak sa katatawa

" ANO BA 'YUNG PINAG-UUSAPAN NINYO DIYAN AT KANINA PA KAYO PARANG MGA BAKA NA NAGBABANGAYAN AT NGAWA NG NGAWA, HALINA KAYO RITO AT KAKAIN NA TAYO " tawag ng MAMA ni RICO na ikinatigil ng dalawa sa pag-uusap.

" NASAAN SI DADDY? SI HAZEL AT KIM? " hanap ni RICO ang ama at mga kapatid

" NASA BUKID ANG DADDY MO, MAMAYA NA 'YUN BABALIK, SI HAZEL NASA HOSPITAL KANINA PA, DOON NA RIN MATUTULOG SA QUARTERS NILA PAGKATAPOS MAGDUTY AT UUWI YUN BUKAS NA NG UMAGA, SI KIM NAMAN NASA ESKWELAHAN, MAY PRAKTIS PARA SA SCHOOL INTRAMURALS NILA "

" SIGURO LALONG GUMANDA SI HAZEL, MOMMY AMPARING " sabad ni DANNY

" OPPPPSS . . . PRRRRKKK . . . FOUL . . . " sigaw ni RICO kay DANNY

" MAHIGPIT KASING GUMWARDYA ITONG SI BUNKMATE KO, ALA JAWORSKI, ABA'Y KUNG HINDI NILIGAWAN KO NA SI HAZEL, PARA MALAHIAN DIN KAMI NG MAGANDANG LAHI, KUMBAGA SA ISDA, MAGANDANG KLASENG ISDA . . . YUMMIE . . . YUMMIE . . . MAGAGADING . . .PANG-DISPLAY " pabirong sabi ni DANNY sabay akbay sa balikat ng MAMA ni RICO patungo sa hapag kainan.

" 'KAW LANG EH, ANG HINA-HINA MO, SA IBANG BABAE PARA KANG TURONG AYAW PAAWAT KUNG MANLIGAW PERO KAY HAZEL NATOTORPE KA . . . HAYAAN MO 'YAN SI RICO, HINDI NAMAN SIYA ANG LILIGAWAN MO AT SASAGOT SA IYO NG OO . . . WALA NAMAN MAGAGAWA YAN KUNG SAGUTIN KA NI HAZEL . . . PAG-IBIG 'YAN . . . HINDI NATUTURUAN " paliwanag ng MAMA ni RICO na parang boto rin kay DANNY

" HAYAAN 'NYO PO, IIPUNIN KO ANG LAHAT NG AKING NATITIRANG LAKAS . . . " na binitin ni DANNY, nakatingin kay RICO "(RULE NO. 1 : DI TALO)"

At sila'y masayang nananghalian . . . Kung saan-saan nakarating si RICO . . . Nag - D - DAY - DREAMING . . .

* * *

" SAAN BA ANG LAKAD NINYO AT PARA KAYONG KANKAROT, AMOY BULAKLAK SA BANYO, KEBANGO-BANGO 'NYO, PARANG MGA BABAENG HALIPAROT " pang-aalaska ng MAMA ni RICO

" MAMA NAMAN, IMPORTED HUGO ANG PABANGO NAMIN TAPOS SASABIHIN MONG BULAKLAK SA BANYO, MAY MAKARINIG SA IYONG KAPITBAHAY, ITSISMIS PA KAMING TSIPIPOY "

" MAS GUSTO NAMING MGA BABAE ANG MANLY SCENT, 'YUNG AMOY TALAGA NG KATAWAN NINYONG MGA LALAKI, DAHIL 'YAN ANG HINAHANAP-HANAP NAMIN, HINDI IYANG MGA KUNG ANO-ANONG PABANGO . . . PERO . . . TEKA . . . WELL . . . MALIBAN LANG KUNG TALAGANG MABANTOT KA AT MAY KKK POWER . . . " hagakhak sa tawa at pagbibiro ng MAMA ni RICO

" ANONG KKK POWER? "

Rumaragasang tanong ni DANNY, na sa tantiya ni RICO ay lumaki ang butas ng tainga sa narinig na expression, palibhasa'y tunog kabastusan kaya mabilis pa sa alas-kwatro ang pagtatanong nito, akala siguro ay tip, additional pogi points.

" EPAL, EH DI ANO PA . . . DI KILI-KILI KO POWER " sabad ni RICO na hinihila na si DANNY palabas ng bahay

" INGAT KAYO MGA BATA " pahabol na payo ng MAMA ni RICO na di magkanda-ugaga sa Katatawa " OPO . . . BYE "

" SIGE PO . . . MOMMY AMPARING "

" MATE, DATING GAWI, 'TONG AKIN NA LANG GAMITIN NATIN, PERO AS USUAL, IKAW ANG MAGPAINOM SA KANYA, UHAW NA UHAW NA KASI 'YAN "

" COOL, 'ALA PROBLEMA . . . BASTA IKAW ANG CHAUFFEUR KO, TUTAL MUKHA NAMAN KITANG DRIVER EH "

" TALAGA 'TO . . . O . . . KALA MO KUNG . . . ABER, SIGE NGA, MAGKA-PUSOY-HAN NGA TAYO NGAYON " sambit ni DANNY habang pinapasibad ang kotse

" SAAN BA'NG ROMBO NATIN? "

" RELAKS KA LANG, AKO ANG NABIGADOR NGAYON . . . OKEY . . . FIRST POINT . . .
NAKA-ULO KA BA? " tanong ni DANNY

Hindi na makakaiwas sa usapan si RICO, kilala niya ang kaibigan, once na inumpisahan, tiyak tatapusin niya ito, ayaw niya sanang magkuwento, lalo na tungkol kay MARYLLE.

" BANAYAD NA HALIK, SA BUHOK LANG " sagot niya

" OPPPS . . . INVALID . . . DAPAT SA LABI, PISNGI O TAINGA; ONE POINT FOR ME " pagyayabang ni DANNY na alam niyang siguradong sa kanya lahat ang points, batid din niya ang kalidad ni DANNY sa mga babae, parang askal, walang pinipili at sa naobserbahan niya kagabi sa may discohan,

"(WHAT TO SAY)"

" SECOND POINTS . . LEEG HANGGANG PUSOD . . OPPPSSS, 'WAG MO NANG SAGUTIN, I BELIEVE YOU WHEN YOU SAID . . 'NADA MI AMOY . . . ZERO' . . . KILALA KITA, AND YOU'RE TELLING THE TRUTH, KITA KO SA MGA MATA MO ANG PANGHIHINAYANG . . . WELL, AS FOR ME, WHAT TO SAY . . .2 POINTS MINE . . . MAALAB MATE . . . MADUGONG ESKRIMAHAN, KASING-EL NG KUNEHO . . . PANG-HEAVY DUTY ANG DATING "

Biglang tumunog cellphone ni RICO, may nagtext, ini-scroll . . .si MARYLLE.

[hi.whats up, kta ba tau ngayon, mis u 2, txt ka lang kung kita tau.LUV U.BYE]

" ANO BANG PLANO, BROD . . . SA'N BA TAYO? tanong ni RICO

" OKEY, IT'S LIKE THIS, 'YUNG CHICK KO KAGABI AY NAG-IMBETA SA BAHAY NG FRIEND NIYA, DOON ANG ROMBO NATIN NGAYON, BIRTHDAY DAW, EWAN KO KUNG SINO BASTA ANG ALAM KO IMBITADO TAYO "

" TEKA, TEKA . . .KAGABI MO LANG NAKILALA 'YUN , AND WE DON'T KNOW HER
FRIENDS YET . . . " bulalas ni RICO

" 'YUN NGA ANG THRILL 'DUN EH, INIMBITAHAN TAYO SO WE WILL GO AND ATTEND THE PARTY, LIFE HAS A LOT TO OFFER . . THE OCEAN IS WIDE . . . LET'S GO FISHING MY FRIEND "

" AYAN KA NA NAMAN, UMANDAR NA NAMAN KALOKOHAN MO, WHAT IF, WALA 'YUNG CHICK MO ROON, DI PARA TAYONG TANGENGOT . . . NA . . . OUT OF PLACE . . . GATE CRUSHER, ANO PA . . . "

" RELAKS, AKONG BAHALA, I-CHECK LANG NATIN KUNG TOTOO NGA AT HINDI TSIKA YUNG CHICK KO KAGABI . . . KUNG TOTOO, DI MAS OKEY . . . TAPOS SA GABI DIRETSO TAYO GIMIK . . . RESBAK . . . OPPPS, PAYBACK PALA . . . "

Hindi na umimik si RICO, si MARYLLE ang kanyang iniisip . . . .
. pinagpipindot ang mga
letra sa cellphone . . . . .

[higud2hearUtxtUL8terMwidDANNYrytNOWcu2nytTKERluvuM
ISUmuahBYE]

" SO, NAKA-3 POINTS BA? " usisang tanong ni RICO na siya naman itong parang tsismoso
at atat malaman kung nag-all the way nga.

Hindi umimik si DANNY, nakatitig sa daan.

" MATE . . . SI MARYLLE . . . MA . . MAHAL MO BA? " balik tanong niya kay RICO

" BAKIT MO NAITANONG, IS SOMETHING WRONG ABOUT HER NA DAPAT KO BANG MALAMAN . . . ? " may paghihinalang tanong ni RICO

" WALA NAMAN . . . I'M JUST CURIOUS . . . KASI KAGABI . . . IBANG-IBA KA, 'YUNG MGA MATA MO, KAY MARYLLE LANG NAKATITIG, WALA KA SA KAMUNDUHAN . . . PARA BANG SIYA LANG ANG BABAE KAGABI PARA SA IYO . . . AT TINGIN KO MARAMING NAGLAWAY AT NAGLAWA SA KASWEET-HAN NINYONG DALAWA " sagot ni DANNY kay RICO

" BROD, 10 YEARS . . . BIGLANG NAGKABUHAY ANG NAPUKAW NA PAG-IBIG . . . PARANG SI SLEEPING BEAUTY NA BIGLANG NABUHAY NG MAHALIKAN NG KANYANG PRINCE CHARMING SA MAHABANG PANAHONG PAGKAKAIDLIP . . . I DON'T KNOW HOW TO EXPLAIN HOW I FEEL BROD, I'M LOST FOR WORDS . . . AT KAY MARYLLE LANG 'YUN, PAKIRAMDAM KO BUMALIK AKO SA PAGKA-TIN-EDYER, 'YUNG SARAP NA NARARAMDAMAN, 'YUNG KILIG NG PUSO NG NAGMAMAHAL, SAMPUNG TAON ANG NAKALIPAS . . . BAGO KO ULIT NARANASAN 'YUN BROD . . . AT KAY MARYLLE LANG 'YUN, SIYA LANG ANG BABAENG NAKAPAGBIBIGAY SA AKIN NG GANOONG KALIGAYAHAN NG DAMDAMIN SA PUSO . . . "

" WELL, I'M HAPPY FOR YOU THEN . . . IF THAT'S THE CASE . . . !?! . . . AT HINDI NINGAS LANG, O DI KAYA . . .

KILIG NG PUSOn . . . WISH YOU LUCK AND HAPPY HUMPING THEN . . ."

" IKAW TALAGA, 'YANG UTAK MO . . . KAHIT KELAN, MAHABA ANG DILA MO! "

" WHAT'S WRONG SA SINABI KO, NASA TAMANG EDAD NA KAYO, HINDI NA ISIP-BATA AND YOU DESERVE EACH OTHER . . .SA NAKITA KONG KASWEET-AN NINYO KAGABI . . . EH . . .KULANG NA LANG LAMUTAKIN KAYO NG MGA LANGGAM . . . O DI KAYA . . . MAGLAMUTAKAN KAYO . . . HE.HE.HE. . . GAMIT LANG KAYO RUBBER, OKEY . . . PARA SAFE . . . DI BA? " pahabol na pang-aasar ni DANNY

" MALAYO PA BA? OUTSIDE DAGUPAN CITY NA TAYO, AH . . . " asar na tanong ni RICO

" LAPIT NA . . . PATIENCE IS A VIRTUE MY FRIEND, KINSE MINUTOS NA LANG . . . PERO TEKA PAINUMIN MO MUNA ITONG MUSTANG KO, KANINA PA ITO NAUUHAW EH . . DAYING NA, BAKA MATULUYAN . . . MAHIRAP PA NAMAN MAG-OVER-HAUL . . . O . . .AKIN NA FIVE HUNDRED, FULL TANK NATIN PARA KAHIT SAAN TAYO BUMAROROT . . . SKY IS THE LIMIT . . . "

Usapang barkada, dinukot si SIR NINOY na nananahimik sa pitaka at iniabot kay DANNY, natanaw niyang papalapit na pala sila ng gasoline station.

" OUTSIDE DAGUPAN CITY NA NGA TAYO . . . SAN FABIAN NA ITO AH . . . PAPUNTANG BAGUIO " sambit ni RICO na medyo nabigla, hindi niya kasi namalayan ang biyahe, lumilipad isip niya.

" YAP, AT RELAKS KA LANG, AKO NGA ANG NABIGADOR EH, OH SIGE . . . DYUMINGGEL NA TAYO HABANG PINAPAINOM, PARA MAMAYA DOON SA BEDYE PARTY AY SITTING PRETTY NA TAYO, COOL 'N

RELAKS NA AT HINDI MAMBWIBWISIT KUNG SAAN ANG KUBETAAAAA "

Tumatakbo na ulit ang kotse at wala silang imikan, kanya-kanya siguro sila ng isip sa mga diskarte nilang gagawin sa b-day party, lumilipad isip ni RICO   "(ROSE MARYLLE)"

"(Komplikasyon sa buhay na maaring idulot ng ginawa kong desisyon . . . Ahhhhh, bahala na, basta ang alam ko may puwang pa rin siya sa puso ko at masaya akong kasama siya)"

" SO . . . NAKA-3 POINTS BA? "   tanong ulit ni RICO

" ANAK NG KAGANG "   ulas ni DANNY   " 'KALA KO NAILIGAW NA KITA . . . EH TSISMOSO KA RIN PALA EHHH "

" ANAK NG KWAGO . . . EH SINO BANG NAGPAUMPISA . . . IKAAAWWW . . . DI TAPUSIN MO ANG KWENTOTAN . . . " pukol na sagot ni RICO

" 2 POINTS LANG . . . MATE!?! . . . DOON LANG SCORE KO "

" ANAK NG KAPEPAY . . . KALA KO BA KASING-EL NG KUNEHO AT MADUGONG ESKRIMAHAN . . . "   nagtatakang tanong ng di makapaniwalang si RICO

" EHHH . . . MAHIGPIT PA SA PULIS SA MUNTI KUNG MAGBANTAY, MATE . . . TALO SI JAWORSKI KUNG SA HANDCHECK LANG . . . DI NA KO NAGPUMILIT BAKA SUMIGAW PA NG RAPE, MAITSIGERAY PA AKO . . . " asar na depensa ni DANNY

" KAHIT DALAWA'T KALAHATING PUNTOS . . . 'ALA " sambit pilit na tanong ni RICO

" 'ETO . . . AMUYIN MO KUNG AMOY BAGOONG . . . O . . . NANGANGAMOY BA? . . . ANAK NG TETENG KABAYO KA . . . TUMIGIL KA NA NGA . . . LAPIT NA TAYO . . . "

Tumawa lang si RICO at pasipol-sipol . . . 'gusto kong magswimming, sa balong malalim . . .'

" IBANG KLASE NA TALAGA ANG MGA BABAE SA PANAHON NGAYON, BROD . . . IBANG IBA NA SILA NGAYON, DYING BREED NA 'YUNG MGA GUMAGAMIT NG PUSO AT PUSON, MAUUTAK NA SILA NGAYON . . . SEGURIDAD ANG HANAP . . . MONEY DOWN MUNA . . . DAPAT MAKAPAL BULSA . . . LIBAN LANG SIGURO KUNG KAMUKHA MO SI TOM CRUISE O DI KAYA SI BRAD PITT . . .BAKA PUM'WEDE PA . . . MALAGLAG PANTY . . . HE.HE.HE . . . DI BA? . . . PERO IBA NA TALAGA NGAYON BROD . . . MAY KANYA-KANYANG GIMIK O DISKARTE NA ANG MGA KABABAIHAN NATIN "

At sa isip ni RICO pagkatapos sabihin 'yun ay si MARYLLE.

"(BAKIT NAGKAGAYUN ANG BUHAY NIYA?)"

At habang ipinaparada ni DANNY ang sasakyan nila ay inabala niya ang sarili sa pag-iisip.

"(Did she used her better judgment . . .brain or heart . . .which one . . .or both . . . ?)"

* * *

Bored si RICO sa birthday party, puro kaek-ekan, tin-edyer kasi 'yung may birthday na kaibigan ng new o latest girlfriend ni DANNY na si SHANE. Marami ngang isda pero di niya type mangisda, kausap niya ay isang pwede na, na sa tantiya niya ay nasa edad beinte singko pataas, lumapit ang sirenang ito, naghahanap siguro ng masisilang siyokoy, akala 'nung sirena ay dati niyang kakilala si RICO, may kamukha raw kasi siya, style lang 'yun sa isip ni RICO, puro tungkol sa buhay ang pinag-uusapan nila, sa pakiwari ni RICO ay nawawalang sirena ito, naghahanap din ng kalinga . . . madaling magpasaring . . . SexperT . . .si RICO diyan . . .pero buhat nang lumagay siya sa tahimik na pamumuhay ay nagbago na siya . . .hanggang noong biyernes . . .kagabi pala . . .at kaninang madaling araw ng muling pumintig ang kanyang puso . . (' SI MARYLLE').

" EXCUSE ME SANDALI CHRISTINA HA . . . MAY ITE-TEXT LANG AKO "

" SURE SWEETIE, GO AHEAD, NO PROBLEM AT ALL, I'LL SEE YOU AROUND "

" OKEY THANKS "

[hi BB pik U up 9PM wid DANI & his NEW gf SHANE nood BANDA u tker LUV U mis u MUAH cu bye]

Pumunta si RICO sa may gawing hardin para magpahangin, mag-aalas-otso na, nasa kasarapan ang birthday party pero di siya nasisiyahan, may kulang . . .di siya mapakali . . .may kilig siyang nararam-daman . . .ah 'yun nga . . . 'yung KILIG NG PUSO . . .o . . .puson . . . Nananabik siyang makita muli si MARYLLE. Kung dala lang niya ang kotse niya ay baka nagpa-alam na ito para puntahan at sunduin ang kanyang prinsesa.

" MATE . . . PARANG DI KA YATA NAG-E-ENJOY . . . " bulong ni DANNY

" WELL . . . I'M OKAY . . . IT'S JUST THAT I FEEL LIKE I'M TOO OLD FOR SUCH PARTY, AND BESIDES . . . TO BE HONEST . . . I'M THINKING OF MARYLLE JUST BEFORE YOU CAME HERE, DO YOU BELIEVE IN DREAMGIRL . . . OR PERHAPS . . . SOULMATE . . . DANNY? "

" WELL OF COURSE, I DO BELIEVE IN IT TOO . . . BUT . . . NOWADAYS . . . IT'S REALLY REAL HARD TO FIND SOMEONE THAT WILL REALLY SUIT YOUR TASTE . . . OR PERHAPS GOOD ENOUGH TO FILL YOUR

QUALIFICATION SHIeeT . . . IN THE END . . . THERE WILL ALWAYS BE MINUS, IF YOU KNOW OR PARTICULAR OF WHAT I'M TALKING ABOUT . . . TRYING TO EXPLAIN . . . OR SAY, AH . . . WHATEVER . . . BUT . . .AT THE END OF THE LINE . . .STORY . . . THERE'S THIS SOMEONE, JUST WAITING OUT THERE . . . OUT THERE THAT'S FOR YOU . . .RIGHT GIRL . . .SOULMATE . . . IF YOU SAY SO . . . YOU KNOW . . . BLAH.BLAH.BLAH . . . "

"(PERFECT YET IMPERFECT)"   ani ni RICO sa sarili

" MATE MAY MESSAGE KA YATA "   sambit ni DANNY ng marinig niyang may tumunog na cellphone, alam at sigurado siyang hindi sa kanya dahil nasa bagong girlfriend niya ang kanyang cellphone at kasalukuyang inuubos ang load sa katsikahan kahit may sariling cellphone ito.DISKARTE.

[HI. M READY. F U CAN ARRV EARLY, MUCH BTER. C U LUV U. BYE MIS U]

" BROD PUWEDE NA SIGURO TAYONG BUMATSE, TAWAGIN MO NA SI SHANE AT MAG-PAALAM NA TAYO . . ."

" BAKIT KA BA NAGMAMADALI . . . EH NIGHT STILL YOUNG . . . " tugon ni DANNY

" NAGTEXT NA AKO KAY MARYLLE, WE'LL PICK HER UP AROUND 9PM, THE EARLIER THE BETTER, NOOD TAYO NG BANDANG TUTUGTUG SA MUSIC WAREHOUSE SA DAGUPAN CITY, I HEARD FROM HEARSAY NA OKEY DAW 'YUNG GUEST BAND NILA NGAYON . . . SHJIAKUL DAW ANG PANGALAN NG BANDA AT GALING PA NG MANILA "

Tumango si DANNY sabay tumalikod upang hagilapin ang kanyang bagong GF na si SHANE.

* * *

Si RICO na ang nagdrive pabalik ng siyudad, nasa likod na upuan sina DANNY at SHANE, nag-e-eskrimahan . . .madugong eskrimahan . . . Alam ni DANNY na nagmamadali si RICO, kabisado niya itong magdrive, tamang speed at SAFETY FIRST ang bokabularyo niya palagi . . . NEVER EVER TAKE CHANCES . . . Isa sa mga motto niya.

" MATE 'WAG MASYADONG MABIGAT PAA OKEY . . . PARA TAYONG HINAHABOL NG DEMONYO, RELAKS KA LANG . . WE'LL ARRIVE THERE IN TIME . . MAAGA PA NAMAN . . "

Hindi na tinugon ni RICO si DANNY, bagkus nagmenor siya ng kaunti, tama si DANNY, SAFETY FIRST at TAMANG SPEED, magkikita rin sila ng kanyang iniirog at nililiyag, at habang naka-titig sa daan ay hindi maiwasang sumagi sa isipan niya ang mga posibleng mangyari sa relasyong kanyang inumpisahan ulit, mga tagpong nakakakilig, nakapag-aalala, o nakaka-arouse na mga eksena, mga tagpong alam niyang may komplikasyon sa kanyang normal na pamumuhay "(MORALIDAD)", subalit sa kanyang isipan ay kaya niyang lusutan lahat ng mga ito, masunod lamang ang isinisigaw ng kanyang damdamin, ang NINGAS na ngayon ay unti-unti ng nagiging APOY!

= x = x = x =

* * *
" . . . WONDER IF THERE'S ANOTHER CHANCE
WILL IT HAPPEN ONCE AGAIN
THE MAGIC WE BOTH SHARED
WOULD IT BE THE SAME TO COME . . . "
* * *

M'onaC

CHAPTER 3

" APOY "

* * *

**" . . . GUILTY OF THIS TREACHEROUS FEELING
GUILTY OF BELIEVING THIS SOMETHING
THAT I MIGHT LOVE YOU AS WELL
YET IN THIS FORBIDDEN DREAMS
I MIGHT WILL AS NOT, AS SUCH
FOR A TIME WILL UTTERLY COME
THERE WILL BE NO ONE TO COME . . . "**

* * *

M'onaC/72

* * * APOY * * *

Medyo tipsy na si RICO ng pumunta sa CR para dyuminggel, dulot na rin siguro noong iniinom nilang alak na J.CUERVO, nasa aktong maghuhugas siya ng kamay at pinagmamasdan ang sarili sa salamin ng pumasok si DANNY.

"(Hindi ka na tin-edyer uyy . . . Matikas na ang mukha mo . . Pero pogi pa rin . . . Simpatiko still, di pa rin nawawala ang RAW sex APPEAL . . .hayop. . .Hayup ka sa magnet. . . He.he.he)" pangisi-ngising pag-istema niya sa sarili sa salamin. Tumabi sa kanya si DANNY.

" ANONG PLAN B . . . TAPOS NA TAYO SA PLAN A, MATE . . .MALAPIT NG MATAPOS SA PAGTUGTUG ANG BANDANG JAKUL?!!!!!! " tanong ni DANNY na halatang banas at mainit ang ulo

" O . . . BAKIT PARANG BAD TRIP KA 'ATA . . ."

" SINONG HINDI MABABAD-TRIP, EHH MARAMING KA-EK-EKAN AT KAARTEHAN SA KATAWAN IYONG KA-DATE KO " buntung hiningang bulalas ni DANNY

" MUKHANG HINDI KA LANG MAKAKA-SCORE, MAINIT NA ANG ULO MO, BROD . . .MAGBAGO KA NA KASI, HINDI LAHAT NG BABAE AY PAREHO SA INIISIP MO, SIGE KA . . . BAKA BUMALIK SA IYO 'YAN . . . KARMAHIN KA PAGDATING NG PANAHON . . . MAS GRABE ANG PAYBACK . . . AT MAS MASAKIT KUNG MANINGIL ANG PANAHON . . . BROD "

" EWAN KO BA MATE, PARA AKONG NAGREREBELDE, HINDI KO RIN MAIPALIWANAG SA SARILI KO BAKIT GINAGAWA KO ANG MGA BAGAY NA ITO "

" NOOOORMAL . . . PAYONG BESTFRIEND, BROD, WHY DON'T YOU CHANGE YOUR WAYS. LUMAGAY KA SA

TAMANG LUGAR, HINDI 'YUNG MAKAKITA KA LANG NG BUTAS, EH PAPASAKAN MO AGAD . . . PASOK NG PASOK . . . SASAMANTALAHIN MO NA . . . LOOK AT SHANE BROD . . . SHE'S TOO YOUNG AND NAÏVE TO BE CORRUPT . . . SHE'S JUST ENJOYING LIFE . . .DON'T RUIN HER . . . GIVE HER A BREAK . . . A CHANCE . . . "

" YOU REALLY ARE A GOOD MAN, RICO, I GUESS YOU ARE RIGHT AFTER ALL, I CAN NOT PLAY GAMES WITH MORALITY . . . TELL YOU THE TRUTH . . . THE GUILT IS KILLING ME . . .HAMO AT MAGPAPAKATINO NA AKO . . ."

" NORMAL WAYS OF A NORMAL MAN . . . I'M COUNTING ON YOUR WORDS, PANYERO, WAG LANG SA SALITA KUNG HINDI GAWIN MO RIN SA GAWA . . . OKEY . . . 'TARA NA AT BAKA NAIINIP NA SINA MARYLLE AT SHANE SA TABLE NATIN "

" TEKA . . . TEKA . . . SANDALI . . . ANO NGANG PLAN B . . .ANO BA ANG PLANO NINYO NI MARYLLE? "

" HMMMMM . . . OUT KA NA SA TSIKOT . . . SO . . . GANITO NA LANG . . .AHH, ANYWAY I HAVEN'T DISCUSS IT WITH MARYLLE YET, PERO BALAK KO'NG AYAIN SIYANG KUMAIN SA MAY DALAMPASIGAN PAGKATAPOS NG SHOW, DOON SA PABORITO NATING HOTEL-RESTO SA BUNOAN . . . YOU CAN COME WITH SHANE IF YOU TWO LIKE . . ."

" HINDI NA SIGURO MATE, I NEED A BREAK, I GUESS I NEED TO TALK TO MYSELF . . . SORT OF . . . YOU KNOW . . . REFLECT AND FIND MY SENSE AGAIN . . . ANYWAY, PAGKATAPOS NG SHOW, IKAW NA ANG MAGDRIVE, PUMAYAG NA RIN AKO KAY SHANE KANINA NA IHATID SIYA SA BAHAY NILA AFTER THE SHOW, SO, IHATID MO NA LANG KAMI PAREHAS AT MAGTEXT KA NA LANG KUNG ANONG ORAS MO ISASAULI 'YUNG KOTSE "

" OK! PERFECT . . . FINE ARRANGEMENT WITH ME, COOL AKO DIYAN, BABALIK AKO NG MANILA ALAS-TRES NG HAPON, MAY COMMITMENT DIN KASI AKO 'RUN, E-TEXT NA LANG KITA KUNG ANONG MAGIGING SET-UP TOMORROW "

At habang pabalik sila sa upuan ay bumulong si DANNY kay RICO . . .

" THANK YOU, MATE . . . SA PAYO . . ."

"GIRRRLS . . . SORREEIIII . . . MEDYO NAG-FRIEND TALKIES LANG KAMI SANDALI NITONG BESTFRIEND KO " lambing na salita ni RICO

" OKEY LANG . . . PRETTY AND COOL PA RIN AKO " sagot ni SHANE na medyo tipsy na rin

" HOW'S MY BABY? " paglalambing ni RICO kay MARYLLE

" MASAYA AT NAG-E-ENJOY " may ningning ang kanyang mga matang sumagot sa kanya
" AT SIYEMPRE, VERY HAPPY . . . BABY . . . KASAMA KITA EH . . . " dugtong pa ni MARYLLE na lalong ikinatuwa ng puso ni RICO

" SO . . .OKEY . . .HERE'S THE PLAN . . . AFTER THE SHOW, UNA NATING IHATID SI SHANE AND THEN . . . IKAW DAN . . .TAPOS DIRETSO KAMI NI MARYLLE SA BUNOAN PARA KUMAIN "

" FINE WITH ME, NO HASSLE " sagot ni SHANE na nakatitig kay DANNY "(GIRLPOWER)"

"AHHH WHATEVER . GOOD LUCK SA HONEYMOON AT KAINAN NINYO . .PLAN C "

Nakangisi at nakangiting pangangantyaw ang binitawang sagot ni DANNY.

* * *
" . . . A LOVESPENT INSIDE MY HEART
PLACE OF REASONS DON'T ASK WHY
MOVE ON DON'T BE AFRAID
FIRE WON'T BURN US APART . . . "
* * *

M'onaC/72

PLAN C.

" MALAMBING AT NAPAKA-ROMANTIKO MO PALA, BABY " bulong ni MARYLLE habang nagpapahinga sila pagkatapos kumain ng mga seafoods na inorder ni RICO

" KAHIT NAMAN SINO KAPAG KASAMA MO ANG MAHAL MO " tugon ni RICO

"BABY . . .ALAM MO, NGAYON KO LANG ULIT NARAMDAMAN ANG GANITONG KASIYAHAN AT KAGALAKAN NG PUSO . . .NG DAMDAMIN . . .ANG SARAP NG FEELING, HINDI KO MABIGKAS ANG TAMANG WORD PARA I-DESCRIBE ITONG NARARAMDAMAN KO, IT'S BEYOND MY COMPREHENSION " malambing na sinabi ni MARYLLE kay RICO habang nakayakap

" AKO RIN . . . MARYLLE . . .SAMPUNG TAON ANG NAKALIPAS BAGO KO ULIT NARAM-DAMAN ANG GANITONG KAGALAKAN, AT TULAD MO, IT'S AN ABYSS OF JOY . . ."

Halik ang isinagot ni MARYLLE . . . Banayad na halik na lumulunod sa katauhan at katinuan ni RICO. Sa beach cottage na 'yun na inupahan ni RICO para pagpahingaan nila ay hanging dagat at tunog ng dalampasigan ang tanging umaawit at naghaharana sa kanilang dalawa na animo'y sumasang-ayon sa ngayo'y nag-iinit at naglalagablab nilang damdamin.

" ARE YOU READY FOR ANOTHER RELATIONSHIP? "

* * *

" . . . CAN'T STOP THE TIDE
TASTE THE UNFORBIDDEN LOVE
HURRY BEFORE IT'S TOO LATE
A CHANCE OF WHAT'S LIKE . . . "
* * *

M'onaC/72

Nakatitig sila sa isa't isa . . .nangungusap ang kanilang mga mata . . .naglalagablab . . .nag-aantay.

" I LOVE YOU . . .RICO . . ."

"At tuluyang iniangat ni MARYLLE ang labi para salubungin ang mainit na halik ni RICO.
Pareho silang nalulunod ng kanilang pag-ibig, ang mainit na halikan na ngayon ay nagpa-apoy na sa kanilang damdamin at katauhan, tumutupok sa kanilang kalamnan, kapwa abot ang hininga ng sila'y tumigil, ngunit papaano pa pipigilin ang APOY na ngayo'y naglalagablab na.

" OHHH . . .DON'T STOP RICO . . .PLEASE . . . I NEED YOU . . ."

Ini-off ang ilaw at binuksan ang bintana . . . Ang buwan at mga bituin ang kanilang tanglaw.

Pinangko ni RICO si MARYLLE para dalhin sa kama, at habang buhat-buhat si MARYLLE ay ipinagpatuloy ang kanilang paghahalikan, mariin at mapupusok, lengua-espadahan, naghahabulan ang kanilang mga dila na animo'y labas pasok sa kuweba, hanggang sa makarating sila sa kama ay walang paknit ang kanilang halikan. Kaytagal na panahon ang nasayang, pakiwari nilang dalawa ay ngayon ang tamang oras para isakatuparan ang kanilang naudlot na pagmamahalan.

= = = censored = = =

Unti-unting ibinaba ni RICO ang labi sa leeg ni MARYLLE, at doon ay pinagliwaliw . . . pinaghahalikan patungo sa tainga at batok, na lalong nagpaungol sa sarap kay MARYLLE. Ang kaliwang kamay ni RICO ay panay haplos sa ibabaw ng dibdib na pang-itaas na kasuotan ni MARYLLE, bumaba ito at ipinasok, sinapo ang mayayamang dibdib ni MARYLLE na nakatago pa sa bra nito.

" RICO . . .OHHH . . .RIICOOOO . . . MAKE LOVE TO ME . . .PLEEASSSEE . . . "

Umuungol sa sarap at ligaya na bigkas ni MARYLLE . . .hinubad ni RICO ang pang-itaas na kasuotan ni MARYLLE kaalinsabay ng pagtanggal sa suot nitong bra . . .sa kaunting liwanag na 'yun ay napagmasdan ni RICO ang matarik at namumukadkad na dibdib ni MARYLLE, at tuluyan na niya itong pinaghahalikan na lalong nagdulot ng ibayong ligaya sa kaibuturan ni MARYLLE, lumiliyad ang katawan ni MARYLLE sa bawat halik at pagsipsip na ginagawa ni RICO sa korona ng dibdib niya, inapuhap ng mga kamay ni MARYLLE ang mga butones sa polo shirt ni RICO, at isa-isa itong pinagbubuksan . . .nagmamadali siya sa pagbukas . . .kailangan niyang madama ang init ng katawan ni RICO . . .ang init ng kanilang pagmamahalan.

" I LOVE YOU . . .BABY . . . I'LL MAKE LOVE TO YOU . . ."

Mga katagang binibitawan ni RICO habang hinahalikan niya si MARYLLE sa kung saan-saang bahagi ng katawan nito, at ang kaliwang kamay ay animo'y may sariling pag-iisip na kung saan-saan sumusuot. Umuungol sa sarap si MARYLLE, ramdam niya ang mainit na palad ni RICO na sumasapo sa kanyang kalangitan, parang may lambing na humahaplos . . .humahaplos sa ibabaw ng kanyang panloob na sapin-alindog . . .paminsan-minsan ay mapangahas na pumapasok para hagurin ang perlas ng kagubatan.

" OHHHH . . .PLEASSSE DON'T STOP BABY . . .MAKE LOVE TO ME . . . OHHHHHHHH MAKE LOVE TO ME . . . PLEEEEAASSSSEEEEE . . . OHHHHH "

Ibinaba ni RICO ang zipper ng palda ni MARYLLE para ito'y luwagan, at tuluyang tanggalin ang saplot na bumabalot sa alindog ni MARYLLE, sadyang tumigil si RICO, bago dahan-dahang ibinaba ang pinakahuling sapin . . . Ang sapin ng kalangitan ni MARYLLE . . .at dahan-dahan din itong lumantad . . . ang kalangitan . . .ang mabangong alindog at langit ni MARYLLE.

" OHHH . . .COME ON. . .DON'T STOP NOW . . . I NEED YOU BABY . . . OHHHH . . .I LOVE YOU . . .MAKE LOVE. . .OHHH . . MAKE LOVE TO ME NOWWWWW PLEEEEAASSEEEE . . . "

Panay ang hinaing ni MARYLLE sa nararamdamang sensasyon at kakaibang sarap . . .sandaling tumayo si RICO para tanggalin ang kanyang mga kasuotan, at sa pagkakatayo niyang 'yun na hubo't hubad ay napagmasdan siya ni MARYLLE . . .ang kanyang buong pagkalalaki . . .itinaas ni MARYLLE ang kanyang isang kamay na tila aabutin ang sandatang iyun ni RICO . . .marahang lumapit si RICO hanggang mahawakan ni MARYLLE ang kanyang nag-ngangalit na sandata . . . At kaalinsabay sa paghawak ni MARYLLE ay bumangon siya at naupo sa tabing kama habang nakatindig at nakatitig lamang si RICO . . .panay himas ni MARYLLE sa sandatang iyun . . .pinag-aaralang maigi . . .para siyang batang humahanga sa isang bagong laruan . . .umuungol na rin si RICO sa sensasyong ginagawa ni MARYLLE sa kanyang pagkalalaki . . .at nang ito'y tuluyang tumayo na parang hari ay dahan-dahang isinubo ni MARYLLE.

" OHHHH . . . MARYLLE . . . IT'S SO GOOD . . . OHHH . . . SOOOO GOOOOD . . . "

Parang lollipop na isinubo at pinaghahalikan, sinisipsip at ninanamnam ni MARYLLE ang tamis ng pagkalalaki ni RICO . . .magkahawak na ang kanilang mga kamay . . .halos mabulunan si MARYLLE sa paghalik at pagsubo nito . . .parang gutom na gutom . . .at pagnaka'y biglang tumayo't humiga sa kama si MARYLLE . . .parang bulaklak sa paraiso na nag-a-anyayang sipsipin ang kanyang kabanguhang nektar, tumabi si RICO sa kanya, di inaalis ang pagkakatitig nila sa isa't isa.

" ARE YOU READY . . . "

Mariing halik ang ginawad ni RICO sa noo ni MARYLLE at bago tuluyang umibabaw ay pinadaan muna ni RICO ang kanyang palad muli sa lugar na iyon upang tiyaking handa na talaga ang kanyang nililiyag para tanggapin siya na lalong ikinaungol ni MARYLLE, pumaibabaw si RICO kay MARYLLE, nararamdamam nila sa isa't isa ang APOY sa kanilang katawan . . .naglalagablab . . .nakayakap ang dalawang kamay ni MARYLLE sa balakang ni RICO, handang-handa na niyang tanggapin ang sandata ng pagmamahal . . .at habang sila'y nakatitig sa isa't isa . . .maiinit na titigan . . .ay inilapit at ikiniskis muna ni RICO ang kanyang pagkalalaki na lalong nagpahalinghing kay MARYLLE . . .bumabaon ang mga kuko nito sa likuran . . .hinahapit si RICO upang pasukin na siya . . .

" I LOVE YOU . . . BABY . . ."

" I LOVE YOU . . . BABY . . . OHHHHHH . . . I LOVE YOU, TOO . . . "

At habang sinasabi nila sa isa't isa ang mga salitang 'yun ay unti-unti at banayad na ipinasok ni RICO ang kanyang nag-ngangalit na sandata sa kuweba ng kaligayahan na mag-uugnay sa kanilang ganap na pagmamahalan . . .tuluyan ng napapikit sa sarap at kaligayahan si MARYLLE . . .hindi na inalintana ang komplikasyon sa relasyon na kanyang pinasok.

Nang ganap na maipasok lahat ni RICO ay hindi muna ito kumilos, pinagtagal muna sa loob, pilit sinusukat ang kailaliman at kaloob-looban ng kanilang pagmamahalan.

" OHHHHH . . RICO . . . ANG SARAAAPP . . . I LOVE YOU . . . OHHH . .OH . .OHHHH . . "

At sa muling pag-angat ni RICO ay tuluyang napasigaw sa sarap at sensasyong kaligayahan si MARYLLE.

" OHH . . BABY . . .GIVE IT TO ME . . .PLEASE . . .OHHHH . . .I WANT IT ALL . . OHHHHHH "

Ramdam na ramdam ni MARYLLE ang init ng sandatang 'yun na naglalabas-pasok at pumupuno sa kanyang kaloob-looban . . .at sa bawat pag-indayog ni RICO kaalinsabay sa langitngit ng kama, tunog ng dalampasigan at hanging dagat ay parang isang awitin sa malaparaisong kaligayahan ang mga katagang binibitawan nila para sa isa't isa.

" OHHH . . . BABY . . . I LOVE YOU . . . I LOVE YOU . . . I LOVE YOUUUUUU . . . "

At sumambulat sa kaibuturan ni MARYLLE ang katas ng pagmamahal na galing kay RICO.

" . . .ooohhhh . . .ahhhhh . . .ohhh . . .ahhhh . . .ohhh . . .ahhhhhh . . .oooohhh . . .aaaahhhh . ."

Mahigpit silang magkayakap, damang-dama ni MARYLLE ang dagtang mainit sa sinapupunan niya, ang init ng katawan at pagmamahal ni RICO na nakapatong sa kanya.

Pagnaka'y tinitigan siya ni RICO, nakangiti, at hinalikan sa noo . . ."(I LOVE YOU)"

" HINDI KA BA NAHIHIRAPAN SA PAGKAKADAGAN KO SA IYO "

" DON'T MOVE . . . I WANT US TO STAY LIKE THIS . . . "

At inihilig ni RICO ang ulo sa dibdib-balikat ni MARYLLE habang panay ang haplos ng mga kamay ni MARYLLE sa likuran niya.

Bahagyang nakaidlip si RICO sa ganoong posisyon . . .pero si MARYLLE . . .naglalaro ang diwa . . .buhay na buhay ang kanyang isipan . . .umaagos ang luha . . .luha dahil sa tagal ng panahon ay ngayon ulit siya nakaranas ng ibayong sarap . . .napakatamis na pagniniig . . .at kaligayahang hindi lamang sa pisikal kundi pati na rin sa emosyonal na aspeto ng kanyang pagkatao . . .nagdiriwang ang kanyang damdamin at kalooban . . .sa piling ni RICO ay sumigla at nagkakakulay ulit ang kanyang kapaligiran . . . humihikbi siya sa kaligayahan.

" WHY ARE YOU CRYING BABY? "   tanong ni RICO na naalimpungatan at di pa rin inaalis ang pagkakasugpong nila . . .bagama't ang sandata ay malambot na ay ramdam pa nila sa isa't isa na magkasugpong pa rin sila't iisang nilalang at kaluluwa.

" I'M VERY HAPPY . . .BABY . . .I'M CRYING BECAUSE OF YOU . . ."

At iniangat ni RICO ang ulo para pagmasdan at titigan muli si MARYLLE, at sa kaunting galaw na kanilang nililikha ay may sensasyong idinudulot ito sa kanilang kalamnan,   nanatiling nakatitig lamang si RICO sa maamong mukha ni MARYLLE na lalong pinaganda ng kanyang mga ngiting nagpatingkad sa kanyang mga dimples, nagluluminingning ang kanyang mga mata, nagsasabing mahalin mo ulit ako, na nagbigay ng excitement at dumidilig sa kalamnan ni RICO, at unti-unti dahil sa sensasyong kanilang ginagawa sa isa't isa ay dahan-dahang lumalaki ang sandata ng pagmamahal,   na ikinahigpit ulit ng yakap ni MARYLLE,   subalit kinuha ni RICO ang dalawang kamay ni MARYLLE at inilagay sa ulunan, sabay ang dahan-dahang pag-galaw at pagbaba't pagtaas ni RICO ay ang ungol at halinghing ng kaligayahan at kakaibang sensasyong sarap na nararamdaman ni MARYLLE, at bago ganap na tumigas ang sandata ay biglang hinugot ito ni RICO.

" OHHHH . . .BABY . . .PLEASE DON'T . . ."   ungol ni MARYLLE

Subalit ilang sandali lang ay biglang napahiyaw si MARYLLE, hindi dahil sa sakit o ano pa man, kundi dahil sa bago at kakaibang sarap at sensasyon na iyun na kanyang dinaranas na dulot ng ginagawa sa kanya ni RICO, napaigtad ang ulo ni MARYLLE, at natanaw ang ulo ni RICO na nakasubsob at parang nanginginain sa damuhan,   ang kanyang dila ay hinahagod ang perlas ng kagubatan,   napapaliyad siya sa sarap,   tumaas bumaba ang kanyang dila, minsan ramdam niyang nasa looban niya ito na kung parang may hinahanap at kinakalikal,   hindi niya mawari at maipaliwanag ang kakaibang sarap na 'yun na kanyang nalalasap sa piling ni RICO,   napapaigtad siya kapag nasi-sipsip ang kanyang perlas at parang sasabog sa sarap ang buo niyang pagkatao kapag lalo siyang dinidilaan at hinahalikan sa bahaging iyon ng kanyang katawan habang ang dalawang kamay ni RICO ay nakalambitin at pinipisil-pisil ang kanyang matayog at mayabong na mala-bulubunduking dibdib.

" OHHHH . . .IT'S SO GOOD . .BABY . . .OHHHHH . . .DON'T STOP . . OOOHHH . . . ANG . . . AANGGG SAAAARRAAAAPPP . . .OHH . . DON'T STOP BABY . . .AHHHHHHHHHHH "

Lalo pang pinag-ibayo ni RICO ang kanyang ginagawa, lalo nang makitang uma-angat-angat na ang katawan ni MARYLLE, tandang malapit na ito sa rurok ng kaligayahan at ekstasya.

" OHHH . .RICO . .TAMA NA . . .HALIKA NAAA . . .EH .E. . EI . .IPASOK MO NA . . PLEASE . . "

At sa mga katagang 'yun ay hudyat ng kanilang muling pagniniig, umangat si RICO, at dahan-dahang pinagapang ang dila't bibig galing sa kuweba ng kaligayahan paitaas sa pusod, sa tiyan, sa dibdib, sa leeg, sa tainga, sa noo at . . .sa bibig . . .at habang sila'y naghahalikan ay sabay din ang pagpasok ng sandata sa kaibuturan, napaungol ng malakas . . .kapwa humahalinghing sa sarap . . .tumaas ang dalawang paa't hita ni MARYLLE at ibinalot sa balakang ni RICO habang ang dalawang kamay ay mahigpit na naka- yakap, at si RICO . . .parang kabayong henihenite, pabilis ng pabilis . . .pabilis ng pabilis . . .at . . .

" I'M COMING RICO . . .DON'T STOP . . .DON'T STOP . . .OOOHHHHHH . . .AM COMING . . .
I'M COMINGGGG . . . .OHHHHHHH . . AHHH . .NOWWWWWW . . .AHHHHHHHHHHHHHHHHHH . . ."

At naabot ni MARYLLE ang rurok ng kanyang kaligayahan, ang ekstasya, habang hinahalik-
halikan siya ni RICO sa noo at bibig . . .dinahan-dahan ang pag-indayog at pag-ulos . . .naroong ilagi lamang ni RICO sa bukana na para bang kumakatok . . . O di kaya ilagi sa kaloob-looban ni MARYLLE sabay igegewang na parang may hinahalukay at hinahanap na kayamanan.

" BABY . . .PLEASE DON'T TEASE ME . . .MAKE LOVE TO ME . . .PLEASE MAKE LOVE TO ME . . .AGAIN . . ."

= = = end censored = = =

Pigil ang hininga ni RICO, gusto niyang maibsan ang lungkot ng matagal na panahon na hindi
nila pagkikita ni MARYLLE, kung puwedeng walang katapusan ang pagpapaligayang 'yun na kanilang ginagawa ay gagawin niya para lamang maidulot kay MARYLLE ang napakasarap na kaligayahan na dulot ng kanilang pag-ibig sa isa't isa, pagmamahalang naudlot ng panahon at pinagtagpo ulit ng mapagbirong TADHANA, at muli ang NINGAS ay umusbong at naging isang ganap na APOY na tumupok sa kanilang MORALIDAD.

* * *

* * *
" . . . YEAH IT'S WORTH A WHILE
THIS SEED IN OUR HEARTS
HOPE WOULD BLOSSOM WITH REALITY
THERE AFTER TO PLAY WITH FATE . . ."
* * *

M'onaC/72

CHAPTER 4

" MORALIDAD "

AT

" IMMORALIDAD "

* * *

" . . . LOVE FULL OF PROMISES AND HOPES
SO SWEET AND ENCHANTING DREAMS
AS IF TOMORROW HAS GONE AHEAD OF TIME
ONLY TO BE SHATTERED BY DREADFUL LIES . . . "

* * *

M'onaC/72

* * * MORALIDAD / IMMORALIDAD * * *

" HMM . . .UMMM . . .UH . . .HUH . . .HUH . . ."

Nagising si RICO sa mga ungol ni MARYLLE na akala niya ay gising at umiiyak, subalit ng pagmasdan niya ito ay nakapikit ang mata.

(" Nananaginip siguro ")

Ani niya sa sarili, matamang pinagmasdan niya si MARYLLE, pinag-aaralan ang bawat detalye at tanim sa mukha . . .ang mga mata . . .ilong . . .labi . . .ang hubog . . .napakaganda at napakaamong mukha, subalit sa isipan ni RICO ay mga katanungang naghahanap ng kasagutan .

(" Bakit nangyari sa iyo ang mga pighati at unos ng buhay? ")

(" Anong klaseng panahon ang nagdala't nagdulot ng mga pangyayaring ito sa buhay mo? ")

Nag-iisang anak, unica hija, at mula sa isang buena pamilya, respetado at mayamang angkan sa DAGUPAN CITY. Nag-aral ng high school sa isang pribadong pang-sekondaryang eskwelahan na may mataas na antas, nagtapos ng kolehiyo sa BAGUIO CITY . . .dangan lamang at nag-asawa agad pagka-graduate . . .ang kanyang ina ay kasalukuyang bank executive sa isang malaki at sikat na bangko sa Dagupan City, at ang kanyang yumaong ama ay kilala bilang relihiyoso, mabait na padre de pamilya at mahusay na mangangalakal noong nabubuhay pa.

Matalinhaga ang buhay . . .maraming sorpresa ang tadhana . . maraming unos ang dulot ngpanahon . . .pilit niyang inaarok at hinahanapan ng kasagutan ang kanyang mga katanungang bumabagabag sa kanyang diwa.

(" Anong impluwensiya ng TADHANA at PANAHON ang nagdulot at naghatid sa iyo sa ganitong pighati at kabiguan sa buhay? ")

(" OHH . . . BABY . . . YOU DON'T DESERVE ALL THIS . . . ")

Depensa ni RICO sa sarili.

" UMM . . .HMMMM . . .'WAG PO . . .HUWAG . . . .HMMMM "

Nananaginip si MARYLLE at aktong gigisingin na sana siya ni RICO ng biglang . . .

" HAYOP . . .HAYUP KAYO . . .HAAAYUUUUPP . . AHH . AH . AH .AH HA . HA. .HA. HAAA "

Pinagpapawisang nagising si MARYLLE.

" I WAS ABOUT TO WAKE YOU UP BABY . . . YOU'RE HAVING A BAD DREAMS . . .ARE YOU ALRIGHT? " nag-aalalang tanong ni RICO sabay himas sa batok at likuran ni MARYLLE

Hindi sumagot si MARYLLE . . .yakap ang mga tuhod na naka-upo sa kama . . . Napahagulhol siya sa iyak . . . .iyak ng panibugho.

" STAY CALM . . .I'LL GET YOU A GLASS OF WATER . . .BE BACK IN A MINUTE . . . "

" BABY . . . STAY CALM . . .TAHAN NA . . . INUMIN MO ITO . . . PLEASE . . . OK . . . I'M HERE . . . HINDI KITA IIWAN AT PABABAYAAN . . . TAHAN NA . . . "

Umiiyak na inabot ni MARYLLE ang baso ng tubig at ininom . . .nakatitig lamang si RICO, magkahalong awa at poot ang nararamdaman niya . . .awa para sa kanyang sinisinta at iniirog . . . At poot sa tadhana at panahong nagdulot nito kay MARYLLE.

" MALUPIT ANG DIYOS . . . RICO . . ." pahikbing salita ni MARYLLE

" NO . . . MARYLLE . . . DON'T SAY THAT . . . MABAIT SIYA . . .PINAGTAGPO PA RIN TAYO "

" KUNG HINDI SIYA MALUPIT . . . BAKIT NIYA HINAYAANG MANGYARI SA BUHAY KO ANG MGA KAPAITAN AT KABIGUAN . . . HINDI AKO NAGKULANG SA KANYA . . . HINDI KO PINA-NALANGIN AT PINANGARAP ANG MAGKAGANITO . . . "

At tuluyang napahagulhol sa iyak na naman si MARYLLE . . .sa wari ni RICO ay napakabigat ng nararanasang emosyonal na problema ng kanyang minamahal . . .lumapit si RICO . . .hinapit niya si MARYLLE sa kanyang dibdib . . . Niyakap at hinaplos-haplos ang ulo at likod nito.

***

" . . . PEOPLE WITH NO VIRTUES
ARE EASILY CORRUPTED
BY THE PLEASURES OF LIFE
THEY BECOME BLIND
AND ADDICTED TO THEIR DESIRES . . . "
***
M'onaC/72

" LET IT ALL OUT . . . BABY . . .I'M HERE AT YOUR SIDE . . . "

Bulong ni RICO kay MARYLLE na umiiyak pa rin . . .

" . . . I AM HERE FOR YOU . . . READY TO LISTEN . . . SABIHIN MO SA AKIN ANG LAHAT NG HINANAKIT AT KALUNGKUTAN MO . . . MARYLLE . . . "

Humihikbi sa iyak si MARYLLE na umabot ng scented tissue sa side table, pinahid ang luha at nang makabawi at huminto sa paghikbi ay tumitig kay RICO.

" TELL ME . . . BABY . . . I'M HERE FOR YOU . . ." anas ulit ni RICO

" MARAMING PAGMAMAHAL ANG HINDI KO NARANASAN . . . RICO . . . HINDI KO NARANASAN ANG PAGMAMAHAL NG AKING MGA MAGULANG . . . ANG PAGMAMAHAL NG ISANG ASAWA . . . NG MGA ITINUTURING KONG TUNAY NA KAIBIGAN . . . "

" NOONG UNA KITANG MAKITA HABANG NAG-JO-JOYRIDE KAMI NG MGA FRIENDS KO, MAY KAKAIBANG LIGAYA AKONG NARAMDAMAN, 'YUNG KILIG NG PUSO KAPAG NAKIKITA KO ANG MUKHA MO . . . AT NANG MAGKAKILALA TAYO SA SCHOOL FOUNDATION DAY NINYO AT NAGSUMPAAN NG PAGMAMAHALAN SA GRADUATION DAY MO AY ANONG LIGAYA KO . . . KALIGAYAHANG KAILANMAN HINDI KO NARANASAN SA LOOB NG PAMAMAHAY NAMIN "

" MABAIT SI DAD . . . SPOILED AKO 'RUN . . . LAHAT NG MATERYAL NA BAGAY NA GUSTO KO AY IBINIBIGAY NIYA, PERO SA MURANG ISIPAN KO, PAKIWARI KO'Y MAY KULANG, PARATI SIYANG WALA SA BAHAY . . . BUSINESS CONFERENCE . . . SOCIAL COMMITMENTS . . .MGA GATHERINGS NA UMAAGAW SA ORAS AT ATENSIYON NIYA PARA SA AMIN NI MOMMY . .

.MADALAS SA LINGGO LANG KAMI NAGKAKASAMA KAPAG NAGSISIMBA ANG PAMILYA,TRADISYON NG PAMILYA . . . PANATA RAW . . . TRABAHO LUNES HANGGANG BIYERNES . . . AT KAPAG NAUWI MINSAN AY GABING-GABI NA . . . TULOG NA AKO . . . SA ISANG BUWAN . .SIGURO ISANG BESES LANG KAMING MAGKAKASAMANG BUONG PAMILYA SA PAMAMASYAL . . . "

Nakahilig na sa dibdib ni RICO si MARYLLE habang nagkuwe-kwento, at kahit hindi nakikita ni RICO ang mga mata ni MARYLLE ay alam niyang nangingilid na naman ang luha nito, nangangatal ang boses ni MARYLLE, hinahaplos-haplos lamang niya ito sa ulo at likuran, inaarok at pinag-tutugma- tugma ang mga inilalahad ni MARYLLE sa kanyang isipan.

" SI MOMMY, NAG-UUMPISA PA LAMANG SIYA NOON SA KANYANG PINAPASUKANG BANGKO, BUONG ARAW WALA RIN SA BAHAY . . . AT SA GABI AY ABALANG-ABALA SA MGA PAPELES NA HINDI NATAPOS SA OPISINA . . . HINDI KO SIYA PWEDEDNG ISTORBOHIN . . . "

" MADALAS MARINIG KO LANG SABIHIN NILA SA AKIN AY MAG-ARAL AKONG MABUTI, HETO'NG ALLOWANCE MO THIS WEEK O DI KAYA'Y PINABABAYAAN KA BA NG YAYA MO "

Sandaling tumigil si MARYLLE sa pagsasalaysay, nakikiramdam at nakikinig lamang si RICO.

" AKALA KO NOON AY NORMAL LANG 'YUNG GANOONG SITWASYON, 'YUNG GANONG KLASENG BUHAY SA ISANG PAMILYA . . . HANGGANG SA MINSAN . . . SA PAGMULAT NG AKING KAISIPAN AY NAGHAHANAP NA AKO NG PAGMAMAHAL . . . NG KANILANG PAGMAMAHAL . . .PAGMAMAHAL NG MAGULANG SA ANAK, HINDI LANG SA MATERYAL NA BAGAY KUNDI PATI SA PISIKAL AT EMOSYONAL . . . '

" PATAY NA SINA LOLO'T LOLA . . . KAY YAYA AKO NAGHIHINAING AT UMIIYAK . . . PERO WALA SIYANG MAGAWA KUNG HINDI ANG MAKINIG AT MAGPAYO . . . TAKOT SILA KAY MOMMY . .HINDI SILA BASTA-BASTA PUWEDENG MAGSALITA . . .SUWELDUHAN LAMANG SILA . . . "

" MINSAN HINDI NA AKO NAKATIIS, INISIP KONG KAUSAPIN ANG DADDY. . . AT NANG MATIYAK KO KAY MOMMY NA UUWI SIYA SA ARAW NA IYUN . . . AY NAGHINTAY AKO . . . HINDI AKO NATULOG . . .NASA KWARTO . . . NAKIKIRAMDAM, NAG-IISIP AT NAG-REREHEARSAL NG MGA SASABIHIN KO KAY DADDY . . . PERO MAG-A-ALAS DOSE NA NG HATING GABI AY WALA PA SIYA, NAGHINTAY PA RIN AKO . . . RICO . . . PURSIGIDO AKO NA MAIPAABOT SA KANYA ANG AKING HINAING . . . PINAGLARUAN KO 'YUNG MGA IBA'T IBANG GIFT NILA SA AKIN JUST TO BE AWAKE "

" . . . MAG-A-ALAS DOS NA NG MADALING ARAW NOON . . . MATUTULOG NA SANA AKO AT SUSUKO NA SA PAGHIHINTAY NG MAY MARINIG AKONG DUMATING NA KOTSE . . . LUMAKAS ANG KABA SA DIBDIB KO . . . ALAM KONG SI DAD 'YUN . . . NAGDADALAWANG ISIP AKO NA LUMABAS AT SALUBUNGIN SIYA, MAGTATAKA 'YUN BAKIT HINDI PA AKO NATUTULOG, HINDI KO ALAM ANG MAGIGING REAKSYON NIYA . . ."

" . . . ALAM KO NA GISING PA SI MOMMY, NAAANINAG KO SA BINTANA NG KWARTO KO'NG BUKAS PA ANG ILAW NA NAGMUMULA SA KANILANG KWARTO NI DADDY . . . SUMILIP AKO SA PINTUAN NG KWARTO KO AT NAKITA KO SI MOMMY PABABA NA NG HAGDANAN, NATUWA AKO DAHIL MAKAKAUSAP KO SILANG PAREHAS, BAHALA NA KUNG MAGALIT SILA, ANG NASA ISIP KO NOON AY BASTA MASABI AT MAIPARATING KO 'YUNG NARARAMDAMAN KO . . . "

Biglang umalis sa pagkakahilig sa dibdib ni RICO si MARYLLE, bumangon at kinuha ang isang unan . . .niyakap sa dibdib . . .hinayaan lamang siya ni RICO na nanatiling nakahiga, taimtim na nakikinig, ayaw niyang mag-komento . . .sa isip niya ay maraming nagpapangbuno . . .mga katanungan at kasagutan . . .nakatingin si MARYLLE sa bintana na tamang-tama nakasilip ang buwang nagbibibigay ng kaunting liwanag sa kwarto . . .nagkukuyum ang mga mata ni MARYLLE . . .may luhang umaagos . . . bumangon si RICO at pinahid niya ang mga luha nito, hihiga na sana ulit siya ng bigla siyang yakapin ni MARYLLE, ang ulo nasa balikat niya.

" BIGLANG BUMAGSAK ANG MUNDO KO NG MADALING-ARAW NA 'YUN ... RICO"

Nangangatal ang boses ni MARYLLE.

" . . . NARINIG KO LAHAT ANG SIGAWAN AT AWAY NINA DADDY AT MOMMY . . . ANG . . . ANG KABULUKAN NG AMING PAMILYA NA HINDI NAKIKITA NG MGA IBANG TAO . . .HINDI KO AKALAING MAKAKAPAGBITAW SILA NG MGA GANOONG SALITA SA ISA'T ISA . . . NA . . . NA . . .NAPAKASAKIT . . . RICO . . . NAPAKALAKI NG RESPETO KO SA KANILA KAHIT GANOONG BUSY SILA PALAGI AT WALANG PANAHON PARA SA AKIN . . . NAKATANIM SA ISIPAN KO HANGGANG NGAYON ANG MGA SALITANG 'YUN NA BINITAWAN NINA DADDY AT MOMMY SA ISA'T ISA NG MAGPANG-ABOT SILA SA MAY PINTUAN . . . "

"(PUNYETA . . . SAANG LUPALOP KA NA NAMAN NANGGALING . . . SAWANG-SAWA NA AKO SA PANGBABAE MO . . . DEMONYO KA . . . MAY PASIMBA-SIMBA PA TAYO . . . SANTONG PAMILYA . . .DEMONYO DE PAMILYA KA NAMAN . . .BABOY . . . SANTONG DEMONYO!)"

"(HOY . . . BABAE . . . LECHE! . . .'WAG NA 'WAG MO AKONG PAPAKIALAMAN HAA . . .

BUHAY KO ITO . . . 'DI KO KAYO GINUGUTOM . . . KAYA
TUMIGIL KA NG KAKADAKDAK DIYAN . . .BAKA
SAMAIN KA SA AKIN . . . LECHE KA . . .!)"

" . . . PARANG SINAKLUBAN ANG MUNDO KO RICO . .
BUENA PAMILYA . . .MGA . .E. . EDU .EDUKADONG TAO . .
. RESPETADO . . . PARA AKONG KANDILANG NAUPOS . . .
LITONG-LITO ANG ISIP KONG NAPAUPO SA ISANG
SULOK NG KWARTO . . . LUHAAN AT UMIIYAK . . . GUSTO
KONG SUMIGAW . . . PERO WALANG BOSES NA
LUMABAS . . . NAPAKADILIM NG AKING PALIGID SA
MGA SANDALING 'YUN .. MARAMING KATANUNGAN NA
HINDI KO MATANTO...HINDI KO MAIPALIWANAG SA
MURANG ISIPAN KO NA NOON AY NAGHAHANAP NG
PAGMAMAHAL . . . AT SA NASAKSIHAN KO AY . . . WALA
NA AKONG MAPAGBABALINGAN . . . "

Humahagulhol na pagsasalaysay ni MARYLLE kay RICO . . .
.nanatili na lamang silang nakaupo sa kama, magkayakap, sa
tantiya ni RICO ay siguro mag-a-alas kwatro na ng umaga, pero
tiyak niya hindi nila ramdam ni MARYLLE ang pagod o antok . . .
.maraming katanungan ang naghihintay ng kasagutan.

(" Ang tadhanang nagpapaumpisa ng mga pangyayari sa buhay ng
isang tao at hinuhubog ng panahon ay maraming dapat ipaliwanag
sa umagang ito . . . ")

Hinayaan lamang niya si MARYLLE na mag-iiyak.

" BABY . . . SANDALI LANG . . . IKUKUHA KITA ULIT NG
TUBIG-INUMIN " bulong niya kay MARYLLE at tuluyang
tumayo para kumuha . . . .at tuloy silipin at kumpirmahin ang oras
. . .alas tres singkuwenta.

" BABY . . .HERE . . . UMINOM KA ULIT . . . "

Inabot ni MARYLLE ang baso ng tubig, uminom lamang ng
kaunti at pagkatapos ay inilapag

sa side table malapit sa kama, tumigil na siya sa pag-iyak . . .banaag ni RICO ang namumugtong mga mata.

Speechless si RICO . . .hindi alam kung saan mag-uumpisa . . .kung anong sasabihin . . .dahan-dahan siyang umupo at tumabi sa harapan ni MARYLLE, itinapat ang mukha at inaarok ang ini-isip ni MARYLLE na nanatiling nakatitig lamang paibaba, kinuha ni RICO ang dalawang kamay ni MARYLLE, kinuyom at hinalikan, pagkatapos ibinaba ito at iniangat ng kanyang dalawang kamay ang mukha nito . . . tinitigan ng masidhing titig at pagkatapos ay hinalikan ng napakatamis sa noo . . . .napayakap ulit si MARYLLE sa kanya, mahigpit na yakap, humalik sa pisngi ni RICO . . . .sabay umatras at tumayo . . . hinagilap at pinulot ang mga panloob na kasuotan.

" SANDALI LANG . . RICO . . . . MAGHUHUGAS LANG AKO . . . "

" SIGE " tanging naisagot lamang ni RICO

Sa pag-iisa ni RICO, maraming gumugulo sa kanyang isipan . . . (" IMMORALIDAD ") . . . may nangyari na sa kanila ni MARYLLE, patunay ng kanilang pagmamahalan, subalit sa narinig at natuklasan niya kanina sa mga salaysay ni MARYLLE ay para siyang natuklaw ng ahas, naapektuhan siyang maigi . . .paano kapag nalaman ni MARYLLE ang sitwasyon niya . . .ano ang magiging reaksyon niya kapag inamin niya ang katotohanan . . .dadagdag lang ba siya at magiging isang kabiguan na naman sa buhay ni MARYLLE . . . (" BAHALA NA ") . . .mga katagang parating isinasagot at binibigkas sa mga katanungan o sitwasyong hindi mahagilapan o matugunan ng kasagutan at kasiguruhan . . . .nanatili siyang nakatitig sa bintana . . . .sa mga bituin . . . .at sa buwan na papalubog . . . .naghahanap ng kaliwanagan.

Narinig niyang bumukas ang pintuan ng banyo, at sa isang iglap bago patayin ni MARYLLE ang ilaw ay naaninag niya ang kabuo-ang hugis at hubog ng katawan nito na ngayon ay nakasuot na ng panloob na mga sapin-alindog . . . .napakakinis at malasutlang kutis . . . .hindi mo masasabing siya'y may isang anak at dumaan na sa buhay may asawa . . . .napakaganda ng hubog ng katawan . . . .bagay sa taas at pangangatawan . . . .para siyang diyosa ng kaalindugang kagandahan na naglalakad papalapit sa kanya habang nasisilayan ng liwanag ng buwan . . .nawala bigla sa isipan ni RICO ang mga bagay na gumugulo sa kanyang isipan kanina . . . .at ito'y napalitan ng pagnanasa ng makamundong ligaya.

* * *

" . . . SLEEP ON THE BED OF LIES
WHERE SHATTERED DREAMS CRIES
ALONG THE EMPTY ROADS
YOU'RE THE REASON WHY . . . "

* * *

M'onaC/72

Tumabi si MARYLLE sa kanya . . . .pagnaka'y kinuha ang isang unan at inilagay sa likod sabay sumandal sa ulunang dingding ng kuwarto.

" BABY, COULD YOU LIGHT ME A CIGARRETE PLEASE " pakiusap ni MARYLLE

" YEAH SURE " sabay tayo ni RICO at kinuha ang kaha ng sigarilyong DUNHILL sa bulsa ng slacks niya pati na ang lighter, sa ganong ayos ng kahubaran niya ay pinagmamasdan lamang siya ni MARYLLE, kahit naninibugho ang kanyang damdamin ay di niya mapigilan ang sariling humanga sa pangangatawan ni RICO, sa kaunting liwanag ay aninag niya ang mga kurbada, hindi kalakihan at hindi rin kaliitan, pero matipuno at siksik, ang kanyang sandata na medyo half-erect ay nakabuyangyang, walang malisya kay RICO, normal lang siyang kumikilos, nakatayo si

RICO habang sinisindihan ang isang stick na dunhill, pagkasindi ay nagpuff ng isang beses at pagkatapos ay iniabot kay MARYLLE.

" STAY HERE HA . . . .SANDALI LANG . . . .MAGHUHUGAS DIN AKO " paalam ni RICO

Hindi sumagot si MARYLLE, nasa bibig ang sigarilyo, at habang patungo si RICO sa banyo ay naglalaro ang kanyang isipan, nakatitig lamang ito.

Ang puso't isipan ni MARYLLE ay nagdiriwang, kasama niya sa isang kwarto ang lalaking unang nagpatibok ng kanyang puso, ang lalaking unang nagpadama sa kanya ng kaligayahan at pagmamahal, at sa kanilang pagniniig kanina, sa pag-iisa ng kanilang katawan at kaluluwa ay mas ibayong sarap at kaligayahan ng pagmamahal ang kanyang naramdaman at naranasan . . . .nangiti siya sa sarili . . . .mahal na mahal pa rin niya si RICO at ngayong magkasama na sila ulit ay hindi na niya hahayaang magkahiwalay pa sila, kahit anong mangyari ay ipaglalaban niya ang kanyang pag-ibig para kay RICO.

Nakatatlong puff siya bago pinatay sa ashtray ang sigarilyo, sa isip niya ay marami pa siyang dapat ikuwento at ilahad kay RICO . . . . (" PERO PAPAANO ")

Nag-iisip si RICO habang naghuhugas ng katawan.

(" Ano kaya'yung panaginip niya kanina na nagpahagulhol sa kanya? . . .'wag po . . . .huwag po . . . .hayup . . .hayup kayo . . . ")

Balisa si RICO. May mga katanungang lumiligalig sa kanyang diwa at ayaw niyang bigyan ng pansin at kasagutan dahil ayaw niya itong isiping baka totoong nangyari nga.

(" May trauma ba siya? . .na-rape ba siya? . .Sino iyong mga tinutukoy niyang . . 'hayop kayo' ")

Ayaw isipin ni RICO ang mga katanungang ito pero pabalik-balik na lumilitaw sa kanyang diwa.

(" Hindi ko siya pangungunahan, I'll let her talk for herself . . . ")

Ang ibinulong niya sa sarili . . . .sa isang sulok ng kanyang pag-iisip ay nakaramdam siya ng ibang sensasyon . . . .hawak pala niya ang kanyang pagkalalaki at hinuhugasan, may sabon-sabon pa, kaya pala may sensasyon siyang nadarama at doon siya nag-concentrate mag-isip . . . .sa isang banda ay gusto niya ulit makipagtalik kay MARYLLE paglabas niya ng banyo . . . .at sa isang banda rin ay marami pa siyang gustong malaman kay MARYLLE, yamang naumpisahan na rin niya ang paglalahad sa kung anong nangyari sa buhay niya.

Inabot niya ang tuwalya at nagpunas, nakatingin sa nakasabit na orasan, mag-a-alas singko na ng umaga . . . .isinuot ang bathrobe na hinayaang nakabukas at bago lumabas ay nag-usal sa sarili . .

(" I'll leave to MARYLLE the cue ")

Nag-iinit ang katawan ni MARYLLE pagkakita sa kaanyuan ni RICO paglabas ng banyo, sa diwa niya ay gusto niya ulit maranasan at matikman 'yung walang kasing-sarap na dulot ng kanilang pagtatalik, maramdaman muli ang maiinit na hininga at halik, mga banayad na haplos, mga yakap ng pagmamahal, gusto niya ulit na punuin ni RICO ang kanyang kaloob-looban, ang kanyang pagkababae, pero may pag-aalinlangan siya . . . .at sa pagtabi ni RICO na walang saplot sa puwesto niyang nakasandal pa rin sa dingding ay lito siya sa kung ano ang isusunod na gagawin.

Lumingon siya kay RICO na nakasandal na rin at bahagyang nagtakip ng kumot hanggang pusod.

" ARE YOU READY . . . . BABY . . . TO . . . "

Bahagyang binitin.

" . . . . TO . . . HEAR EVERYTHING . . . "   bulong niya kay RICO

" HINDI KA PA BA INAANTOK? "   balik ni RICO

" NO . . . I THINK . . THIS IS THE RIGHT TIME TO TELL YOU EVERYTHING . . .RICO . . ALL MY FRUSTRATIONS AND FEARS . . . MY DREAMS . . . MY WISHES . . . "

* * *

" . . . SOMETIMES I SPEAK TO DYING WINDS
WITHOUT EVEN KNOWING THE REASONS WHY
I SEEK ANSWERS IN THE PERISHING NIGHTS
AND HOPE THAT THINGS WOULD GO ON ALRIGHT . . . "
* * *
M'onaC/72

" . . KATORSE ANYOS PA LANG AKO NOON PERO ALAM KO SA PUSO'T ISIPAN NA UMIIBIG NA AKO SA IYO, RICO . . 'YUNG ARAW NG GRADUATION MO NA NAGSUMPAAN TAYO NG PAGMAMAHALAN AY WALANG MAKAKAPANTAY SA KALIGAYAHAN NA AKING NADARAMA SA MGA SANDALING ORAS NA 'YUN . . . "

" . . NANG SABIHIN MO AT MARINIG KO SA IYONG BIBIG ANG 'I LOVE YOU MARYLLE' AY NAGPUPUGAY ANG AKING PUSO SA TUWA AT GALAK,   ALAM KO'T NATIYAK SA AKING SARILI NA MAY NAGMAMAHAL SA AKIN, SAPAT PARA MAGBIGAY SA AKIN NG BAGONG PAG-ASA UPANG MABUHAY AT IPAGPATULOY ANG PAKIKIBAKA SA HAMON NG BUHAY, NG TADHANA AT PANAHON "

Nakabawi na si MARYLLE, sa kanyang pananalita ngayon ay wala ng ngatal at panibugho . . .

nagsindi si RICO ng sigarilyo, iniabot kay MARYLLE na kinuha naman niya at pagkatapos ay nagsindi rin para sa sarili.

" . . NAPAKASAYA NATING DALAWA NOONG MGA ORAS NA 'YUN " buntung-hiningang sinabi ni RICO

" . . PAGKATAPOS NG UMAGANG 'YUN NA NASAKSIHAN KO SINA DADDY AT MOMMY NA NAG-AAWAY AT NALAMAN KO ANG KABULUKAN NG AMING PAMILYA AY NAGBAGO ANG IHIP NG HANGIN PARA SA AKIN . . . . RICO . . . "

" . . IMBES NA MAGBAGO SI DADDY AY LALO PA ITONG NAGPABAYA,   GABI-GABI LASING KUNG UMUWI, WALANG MAGAWA SI MOMMY, HINDI NILA ALAM NA GABI-GABI KO RIN NA NASASAKSIHAN ANG KANILANG PAG-AAWAY . . . "

Kinuha ng kanang kamay ni RICO ang kaliwang kamay ni MARYLLE, mahigpit na ginagap,
na naghatid ng lakas kay MARYLLE para ipagpatuloy at tapusin ang paglalahad.

" . . . MINSAN MAY MGA PAGKAKATAON DIN NA NAGSASAMA-SAMA KAMING PAMILYA, LALO NA SA LINGGO KUNG SAAN MAGSISIMBA KAMI, HINDI AKO MAKAPAGSALITA, NAPAKA-TAHIMIK, HINDI KO SILA MAGAWANG TINGNAN NG DIRETSOHAN, CIVIL SILA SA ISA'T ISA KAPAG KAHARAP AKO, PARANG WALANG NANGYAYARI, PUNONG-PUNO NG KAPLASTIKAN AT KASINUNGALINGAN ANG IPINAPAKITA NILA SA AKIN, HINDI NILA ALAM NAGHIHIMAGSIK ANG KALOOBAN KO . . . "

" . . . 'YUN 'YUNG TIME NA HINAHANAP KO SA MGA KAIBIGAN ANG ORAS AT ATENSIYON, YUN 'YUNG PANAHON NA NAG-JO-JOYRIDE KAMI TUWING HAPON NG MGA FRIENDS KO, PARA SA AKIN AY PAMPALIPAS ORAS 'YUN . . . NAGBAGO NA SI MOMMY . . . PARATING

MAINIT ANG ULO, PROBLEMA SA TRABAHO . . . PROBLEMA KAY DAD . . . NAIINTINDIHAN KO 'YUN . . . "

Saglit na tumigil sa pagsasalita si MARYLLE . . .ipinagpag ang upos sa ashtray sabay inilapit ang katawan kay RICO at humilig.

" . . PERO ANG HINDI KO MAWARI AY BAKIT KAILANGAN NIYA PA AKONG IDAMAY, SA AKIN NIYA IBINUBUNTON ANG LAHAT NG GALIT NIYA KAY DAD . . . AT MINSAN MAY MGA PAGKAKATAON NA PARANG NAIIRITA SIYA KAPAG NAKIKITA AKO . . . NAPAKASAKIT . . . RICO . . .LAMAN AT DUGO NILA AKO . . . BUNGA NG KANILANG MATRIMONYO AT PAGSASAMA . .

Tumigil ulit si MARYLLE sa pagsasalita, nagpuff ng dalawang beses at iniwang umuusok ang sigarilyo sa ashtray . . . .matamang nakikinig lang si RICO, hawak pa rin niya ang isang kamay ni MARYLLE, ang sigarilyo niya'y pinabayaan na lamang din sa ashtray na nauubos sa sunog-baga.

" . . GO ON . . . BABY . . . I'M HERE LISTENING . . . " paghimok niya

" . . NAPAKALUPIT NG PANAHON SA AKIN NOONG MGA TIME NA 'YUN SA BUHAY KO, UNTI-UNTI NASANAY AKO SA GANOONG SITWASYON, NAG-IISA NA LANG AKO PARA HARAPIN ANG BUKAS AT BUHAY, MINSAN PARANG GUSTO KO NG MAWALAY SA MUNDO, TAPUSIN NA ANG LAHAT, ANG PAGHIHIRAP AT KALUNGKUTANG DINARANAS KO . . . "

" . . HANGGANG SA DUMATING ANG ARAW NA 'YUN . . . RICO . . . ANG ARAW NG PAG-DATING MO SA BUHAY KO . . . ANG ARAW NA PINAGKALOOBAN AKO NG TADHANA NG PAG-ASA "

Magkahalong poot at tuwa ang naghahari sa puso't isipan ni RICO, nagti-tiim ang kanyang mga baga, tila gustong pumatak ang kanyang luha, poot sa panahong pinabayaan niya at tuwa sa tadhanang naghatid para magkita ulit sila ni MARYLLE.

" . . PAGKATAPOS NATING MAGKITA SA GRADUATION DAY MO AY WALA AKONG IBANG INASAM KUNDI ANG MAKITA KANG MULI, ARAW-ARAW NAKA-ABANG AKO SA TELEPONO, NANANABIK NA MARINIG ANG BOSES MO . . . GUSTO KITANG HANAPIN PERO HINDI KO ALAM KUNG SAAN KA NAKATIRA, WALA AKONG KAKILALA SA MGA KAIBIGAN MO . . . AT TULAD MO NOONG TIME NA 'YUN, BATA PA ANG PAG-IISIP, HINDI KO RIN ALAM KUNG ANONG GAGAWIN . . . "

" SA BAWAT ORAS AT ARAW . . . BUWANG LUMILIPAS AT TAONG NAGDARAAN . . IKAW ANG NAGING SANDIGAN KO . . . UMAASANG MULING MAGKIKITA AT MAGKAKASAMA, ANG IYONG IPINANGAKONG PAGMAMAHAL ANG NAGBIGAY SA AKIN NG PAG-ASA AT INSPIRASYON SA BUHAY . . . ANG NAGING KALAKASAN KO SA ARAW-ARAW KONG PAMUMUHAY . .GABI-GABI ANG PANALANGIN KO SA POONG MAYKAPAL, NASAAN KA MAN AY INGATAN KA NIYA . . . "

Sa puntong iyon ay tuluyang umagos ang mga luha ni RICO, hindi niya alintana ang kapaligiran, nagsusumikip ang kanyang damdamin.

" OHHH . . .BABY . . .I'M SORRY . . .BATID NG DIYOS ANG KALAGAYAN NATIN SA MGA PANAHONG 'YUN . . . "

At doon lamang natanto ni MARYLLE na lumuluha pala si RICO, sa kanyang damdamin,
naninibugho ang kanyang pinakamamahal, bagay na ikinaagos na rin ng kanyang luha.

* * *

" . . . LOVE IS SOMETHING BEYOND
WE CAN'T LIVE AND DIE
WITHOUT THE JOY AND PAIN
IT BROUGHT TO OUR LIFE . . . "

* * *

M'onaC/72

Sandaling katahimikan ang naghari, tinatantiya ang bawat isa, humilig at yumakap si MARYLLE kay RICO, magkahawak na ang kanilang dalawang kamay.

" I'M SO SORRY . . . BABY . . . " anas ni RICO na hinahalik-halikan ang ulo't buhok ni MARYLLE

" . . NOONG SABIHIN NILA SA AKIN NA SA BAGUIO AKO MAGKOKOLEHIYO AY LITO ANG ISIPAN KO, NANGANGAMBA AKO . . . OO NGA'T MAKAKA-ALIS NA RIN AKO SA ANINO NG AKING MGA MAGULANG AT PASAKIT SA BUHAY NG AMING TAHANAN . . . SUBALIT.. . IKAW ANG NASA-ISIP KO . . . RICO . . .PAANO KUNG BIGLA KANG TUMAWAG AT WALA AKO NA NAKABANTAY SA TELEPONO . . . NAGTATALO ANG ISIPAN KO . . . "

" . . PUWEDE AKONG MAGKOLEHIYO SA UNIBERSIDAD NA PAG-AARI NG PAMILYA, PERO HINDI KO NA MATIIS ANG MGA NARARANASAN KO SA BAHAY NAMIN, NAWALA NA ANG AMOR NILA SA ISA'T ISA, AT PATI NA RIN PARA SA AKIN, PAKIWARI KO AY ISA NA LAMANG AKONG OBLIGASYON, KASAMA SA PANG-ARAW-ARAW NA TRABAHO NILA, WALANG KOMUNIKASYON, WALANG AFFECTION . . . "

" . . UMALIS AKO SA BAHAY NAMIN NA MAY HALONG TUWA AT PANGAMBA, PERO SA PAG-ALIS KONG 'YUN

AY KASAMA KA . . . RICO . . . DALA KO SA PUSO'T ISIPAN ANG PAG-ASA NG IPINANGAKO MONG PAGMAMAHAL, ANG NAGSILBING KALAKASAN AT INSPIRASYON KO SA BUHAY . . . "

" . . MAHIGPIT KITANG IPINAGBILIN KAY YAYA, TULAD NG GINAGAWA KO ARAW-ARAW, ANTABAYANAN ANG TELEPONO AT BALITAAN AKO KAAGAD SAKALING TUMAWAG KA, IPINAGBILIN KO KUNG SAAN MO AKO MAKIKITA SA BAGUIO, LAHAT NG IMPORMASYON . . . "

Nakarecover na si RICO, at sa isipan niya ay unti-unting nagkakaroon na ng liwanag, gusto
niya sanang mag-sigarilyo pero nakahilig sa kanya si MARYLLE, yakap-yakap niya at magkahawak ang kanilang mga kamay . . . .alam niyang sandali na lang at magkakaroon na ng kasagutan ang mga natitirang katanungan na lumiligalig sa kanyang isipan, magbubukang-liwayway na pero hindi nila alintana ang pagod at antok, batid niyang itutuloy at tatapusin ni MARYLLE ang paglalahad.

* * *
" . . . LIKE A SUN THAT WEATHERS
LOVE WILL ALWAYS FIND ITS WAY
AMIDST AGONY AND HAPPINESS
THERE WILL ALWAYS BE SACRIFICES . . . "
* * *
M'onaC/72

" MABILIS LUMIPAS ANG PANAHON, WALA NA SI YAYA . . . WA . . . WALANG RICO NA TUMAWAG . . . LUMIPAT NG BAHAY ANG MGA MAGULANG KO, 'YUNG TINITIRHAN NAMIN NGAYON NI MOMMY, PARA RAW MA-SAVE ANG RELATIONSHIP NILA AT PANIBAGONG BUHAY, BAGAY NA IKINATUWA KO RIN . . . "

Huminto si MARYLLE at bumuntung-hininga . . .huminga ng malalim . . .nakikinig lang si RICO.

" . . GRADUATING NA AKO NOON SA KOMERSIYONG KURSO NG MAKILALA KO SIYA . . . SA BAGUIO RIN . . .KASING-EDAD MO . . .NAKAKATUWA NGA ANG PAGKAKAKILALA NAMIN . . . . .NANG DAHIL DIN SA IYO . . . "

" . . . NAGLALAKAD KAMI NOON NG ISANG KAIBIGAN KO SA MAY SESSION ROAD NANG BIGLANG LUMAKAS ANG TIBOK NG AKING PUSO, SA WARI AT UNANG TANAW KO'Y PARANG NAMATAAN AT NAKITA KITANG NAKATAYO SA HARAP NG ISANG RESTAURANT, BUMILIS ANG LAKAD KO AT NANG MAKALAPIT AY TINAWAG KO ANG PANGALAN MO . . . "

" . . . LUMINGON SIYA AT NAPATINGIN SA AKIN . . . AKALA KO AY IKAW NA NGA . . . .HAWIG MO LANG PALA . . . NGUMITI SIYA SA AKIN . . . TUMALIKOD AKO AT HATAK ANG KAIBIGAN KONG NAGMAMADALING NAGLAKAD PAPALAYO . . . SUBALIT HINABOL NIYA KAMI AT NAKIPAGKILALA . . . "

" . . . PURSIGIDO . . .HINDI NA AKO NAKAIWAS SA BINUKSAN KONG TADHANA, AT DAHIL KAHAWIG MO . . . MADALING NAHULOG ANG TIWALA KO, MATAGAL DIN SIYANG NANLIGAW . .ALAM NIYA LAHAT TUNGKOL SA IYO, HINDI KO IPINAGKAILA ANG SUMPAAN NATING PAGMAMAHALAN, AT SIYA LAMANG SA DAMI NG NANLIGAW SA AKIN ANG UMUNAWA SA DAMDAMIN KO, NAKUMBINSE NIYA AKONG SIYA NA LAMANG ANG PUPUNO SA PAGMAMAHAL MONG MATAGAL KO NG HINIHINTAY AT INAASAM-ASAM . ('DALANGIN KO PO O DIYOS, SAAN MAN SIYA NAROROON AY HUWAG MO PO SIYANG PABABAYAAN') "

" . . . BAGO MATAPOS ANG PASUKAN AY SINAGOT KO SIYA, UNTI-UNTING NABUBURA KA NA SA ISIPAN KO,

PERO MINSAN MAY MGA PAGKAKATAON NA NANGUNGUSAP ANG PUSO KO, SA AKIN LANG 'YUN . . . UMAASA PA RING MAGKIKITA TAYO . . . "

Kumunot ang noo ni RICO, nagpang-abot ang mga kilay . . . .nanlilisik ang mga mata . . .
nagrerebelde ang kanyang damdamin . . .galit siya . . . .gusto niyang sumigaw, naghahanap siya ng masisisi . . .pero masisisi ba niya ang TADHANA . . .ang PANAHON . . .walang ibang dapat sisihin kung hindi ang sarili niya.

" . . . MAALIWALAS NA SINA DADDY AT MOMMY SA PAGSASAMA NILA, NAKADALO SILA SA COLLEGE GRADUATION KO . . . AT . . .AT DOON SIYA NILA NAKILALA . . . MADALI SILANG NAGKASUNDO-SUNDO . . . "

" . . . KAYBILIS NG MGA PANGYAYARI, MAGDADALAWANG BUWAN PA LAMANG
AKONG NAKAKATAPOS SA KOLEHIYO AY NAKITA KO NA LAMANG ANG SARILI KONG NAKA-TRAJE DE BODA AT NAGLALAKAD PATUNGO SA ALTAR . . . "

Bumangon si MARYLLE . . . Tumitig kay RICO . . .titig na nagtatanong . . . .naghahanap . . . nanunumbat . . . Titig na may halong lungkot.

" RICO . . . PARA AKONG KANDILANG NAUUPOS NOONG MGA ORAS NA 'YUN NA AKO'Y NAGLALAKAD PATUNGO SA ALTAR . . . NAG-UUTOS ANG ISIPAN KO NA KALIMUTAN NA KITA GAYA NG PAGLIMOT MO SA SUMPAAN NATIN . . . "

" . . . NANG TANUNGIN NG OBISPO KUNG MAY TUMUTUTOL SA KASALANG IYUN,
BATID NG DIYOS ANG PAGHIHIRAP AT PAGTUTUTOL NG AKING PUSO . . .NANDOON PA RIN ANG PAG-ASA SA PAGMAMAHAL MO . . . HINIHINTAY KITANG SUMULPOT RICO . . .HININTAY KO ANG BOSES MO NA

MAGSALITANG TUMUTUTOL KA SA KASALANG NAGAGANAP . . . "

" . . . AT SABIHING AKO AY PARA LAMANG SA IYO AT IKAW AY PARA SA AKIN . . HANGGANG SA HULING SANDALI . . . RICO . . . INAASAM KO PA RIN NA IKAW DAPAT ANG NAROON AT HINDI LAMANG KAHAWIG MO . . . HANGGANG SA HULING SANDALI . . . IKAW ANG MINAMAHAL NG PUSO KO . . . "

Nangilid na ang luha ni MARYLLE, hindi na maiwasang hindi pumatak ito, naalala ang panahong 'yun . . .ang kanyang dinanas na pighati para malampasan ang kompromisong kanyang pinasok.

Hindi makaimik si RICO, nawawala siya sa kanyang pag-iisip at katinuan, umiikot ang mundo para sa kanya . . (" NASAAN SIYA NOONG MGA PANAHONG 'YUN . . . ANO ANG KANYANG GINAGAWA, BAKIT HINDI GUMAWA ANG TADHANA NG PARAAN . . . . . SADYA BANG GANOON MAGLARO ANG TADHANA . . . ") suklam si RICO sa kanyang sarili . . . Hindi siya makatitig kay MARYLLE, umaagos ang luha niya.

" . . . NANG ITULOY NG OBISPO ANG SEREMONYA AY TULUYANG NATUNAW ANG PAG-ASA KO, UMAAGOS ANG AKING LUHA . . . NAGDURUGO ANG AKING PUSO . . . ANG ISIP KO AY NAGHIHIMAGSIK . . . NALILITO SA MGA NAGAGANAP . . . "

" PARA SA MGA TAONG NAROON AY LUHA NG KAGALAKAN ANG KANILANG NAKIKITA, ALAM NG POONG MAYKAPAL ANG NILALAMAN NG AKING PUSO'T ISIPAN, ITO'Y LUHA NG . . .KABIGUAN . . NG PANIBUGHO . . .NAGSUSUMIGAW ANG AKING PUSO SA KIROT AT DALAMHATI "

" . . . LITONG-LITO ANG ISIPAN KO . . .SUNUD-SUNURAN SA MGA PANGYAYARING NAGAGANAP . . . AT NANG I-PROKLAMANG KAMI'Y GANAP NA MAG-ASAWA . . . AY SAKA PA LAMANG AKO SUMUKO . . . .TULUYANG

GUMUHO ANG PAG-ASA PARA SA SINUMPAANG PAG-IIBIGAN NATIN . . . "

Nanatiling nakatitig si MARYLLE kay RICO na nakayuko . . . .parehas na umaagos ang luha sa kanilang pisngi . . .niyakap ni MARYLLE si RICO at sabay ng paghiga niya sa kama ang pagbuwal din ng katawan ni RICO . . .magkaharap silang nakahiga at magkayakap . . .parehas na nakapikit, lumuluha.

Para kay MARYLLE ay parang sumambulat ang bulkang Mayon, lumabas at naibsan ang paghihirap ng kalooban niya . . . .kaytagal niyang itinago . . . .pero alam niyang hindi pa siya nakakawala sa tanikala at sikretong bumabalot sa katauhan niya.

(" . . . MAY MGA BAGAY NA DAPAT PANG MALAMAN SI RICO . . . ")

Ang isip ni RICO ay naglalakbay sa madilim na kalawakan, wala siyang makitang liwanag, pilit niyang nilalakbay ang mga panahong 'yun . . .hinahanap ang kanyang sarili . . .at sa kanyang walang katapusang paglalakbay ay nakatanaw siya ng isang lumang simbahan . . .may liwanag siyang na-a-aninag na lumalabas sa nakauwang na pintuan nito . . .tinungo ito at lumapit . . .habang papalapit siya ng papalapit ay naririnig niyang may nagsasalitang tao . . .tila ba nagbibigay ng mahaba at banal na sermon.

Itinulak niya ang pintuan, at sa pagbukas ay nawala ang liwanag, subalit nakikita niya sa altar na mayroong ikinakasal, nakapagtataka aniya sa sarili, itim ang mga rosas na nakakalat sa daan patungo sa altar, pumasok siya, at sa pagpasok niya ay umalingawngaw ang katanungang iyun . . .

" MAYROON BANG TUMUTUTOL SA KASALANG ITO . . . "

Sa wari ni RICO ay bakit pa kailangang tanungin ang mga ganoong klaseng tanong, ito ay araw ng kasalan . . . .hudyat ng pag-iisang dibdib ng dalawang nagmamahalang tunay, ang pag-iisang kaluluwa ng isang lalaki at babaeng nag-iibigan . . . MAYROON PA BANG DAPAT SUMALUNGAT, EH, NAPAG-KASUNDUAN NA 'YAN . . . .at muli umalingawngaw ang katanungang iyun.

" MAYROON BANG TUMUTUTOL SA KASALANG ITO . . . "

Biglang lumakas ang tibok ng kanyang puso, sa kuwadrang sulatan na iyon ay nakita at nabasa niya!

. . . . SA PAG-IISANG DIBDIB NINA . . . .

MR._____ at MISS MARYLLE SAWSON

Walang nakalagay na pangalan ang lalaki pero ang babae . . . Kilala niya ito, muli binasa at inusal ang pangalan . . .

' . . . ME . . ME . . . MARYLLE . . . SI . . .SI . . . MARYLLE . . . ANG MAHAL KO . . . . '

At muli sa huling pagkakataon ay narinig niya ulit ang tanong na iyon.

" MAYROON BANG TUMUTUTOL SA KASALANG ITO . . . "

. . . ANG MAHAL KO . . . ' bigla niyang itinaas ang kanyang mga kamay at naglakad papalapit
sa altar, sumisigaw siya pero walang boses na lumalabas, walang nakakapansin sa kanya, tumakbo siyang papalapit sa altar na nakataas ang dalawang kamay . . . .kumakaway . . . .at pagdating sa gitna ng simbahan ay biglang tumigil sa pagsasalita ang paring nagkakakasal, na kanya ring ikinatigil sa pagtakbo . . .natanaw siya nito, ang sabi niya sa sarili . . . .patuloy siyang kumakaway . . . .at bago tuluyang tumalikod ang pari ay itinuro siya na ikinagulat at ikinabigla ng lahat . . .

At sa pakiwari niya ay nakatuon lahat ang paningin at mga mata ng mga taong naroroon sa kanya . . . .tumayo ang dalawang ikinakasal . . . ' ANG MAHAL KO ' . . . .sambit sa sarili

At sa pagharap ni MARYLLE na umaagos ang luha ay nasaksihan niya ang pagbabago at
paano napalitan ng tuwa at saya ang nagdadalamhati at malungkot na mukha ni MARYLLE . . . .nakita niya ang lubos na kagalakan at kasiyahan ng makita siya nitong nakatayo at kumakaway sa kanya . .sumisigaw siya!

. . . MAHAL KO . . . MAHAL KO . . . MAHAL KO . . . '

At nakita niya si MARYLLE na kumakaway na rin at iniaabot ang kamay para kunin at sunduin
siya, at muli naramdaman niya iyon . . . . .ang KILIG NG PUSO!

At sa muling paghakbang niya para abutin at kunin ang mga kamay ni MARYLLE ay tumingin siya sa lalaking ikinakasal . . . .gusto niyang makita ang mukha ng taong iyon . . . .at sa muling pagsulyap niya sa mukha nito ay anong liwanag ang nakita niya . . . .nasilaw siya . . . .sa naglulumiwanag na mukha ng lalaking ikinakasal.

Napaso ang kanyang mga mata . . . . .nagdilim ang kanyang mga paningin . . . . .at sa muling pagmulat niya ay mangha at lungkot ang kanyang nadama.

* * *
" . . . SHOULD HAVE BEEN A GOOD ONE
IF IT'S BEEN ANOTHER WAY AROUND
TRAPPED IN MY OWN FOLLY
I'M DROWNING TO MISERY . . . "
* * *

M'onaC/72

Mataas na ang sikat ng araw na nakakapasok sa bintana na sadyang iniwan nilang nakabukas para sa simoy hanging-dagat.

Nakakapaso na ang init nito, na siyang ikinamulat ni RICO . . . .sa anggulo ng sinag-araw na tumatama sa kanila at sa init nito ay tantiya ni RICO na mga alas diyes pasado na ng umaga . . . .ipinikit niya ulit ang mga mata . . . .iniisip kung anong makikita kapag ipinikit niya ulit . . . . WALA . . . . Magkahalong dilim at liwanag . . . .ganap ng bumalik ang kanyang diwa . . . .nananaginip siya . . . . (" SHIT ME ") . . . . usal niya sa sarili . . . .iminulat ulit ang mga mata, nakatitig sa kisame, at muli naramdaman niya ang nakakapasong init ng araw na siyang ganap na nagpagising sa kanyang diwa.

Bigla sana siyang babangon ng maramdaman niyang nakahilig sa dibdib nito si MARYLLE at nakayakap, tulog na tulog pa rin kahit tinatamaan na ng sikat ng araw ang kanyang mukha na ngayon ay mamula-mula na . . . . Nag-ro-rosy cheeks.

Dahan-dahan siyang bumangon, nag-inat ng katawan, at bahagyang isinara ang kurtina tamang makapasok ang kaunting liwanag para sa kuwarto.

Tulog pa rin si MARYLLE, pinagmasdan niya ito . . .nakangiting natutulog . . . . (" napakaganda niya . . .") itinaas niya ang kumot hanggang balikat ni MARYLLE . .(" hahayaan ko muna siyang matulog ")

May halong galak at lungkot sa puso ni RICO, galak dahil magkasama na ulit sila at lungkot dahil sa mga ikinuwento ni MARYLLE sa kanya.

Hinagilap ang cellphone at tinignan ang oras . . . 1030AM . . .4 MESSAGES . . . Naalala niya si DANNY at ang mga commitments niya sa MANILA, linggo na ngayon, kailangan na niyang lumuwas.

Umupo malapit sa bintana pagkatapos buksan ang radyo, tama lang ang ingay para hindi magising si MARYLLE. Nagsindi ng sigarilyo, nag-isip, pinaplano ang gagawin sa buong maghapon.

Bigla siyang nakaramdam ng gutom at alam niya kapag nagising si MARYLLE ay tiyak, gutom na gutom din ito.

(" BETTER TO ORDER NOW! ")

Inabot niya ang telepono at menu book sa table, nagdial ng '0'.

" OPERATOR "

" ROOM NUMBER 88 "

" GOOD MORNING SIR . . . MAY I HELP YOU "

" HMM . . .MORNIN' TOO . . .I WOULD LIKE TO ORDER SOME FOOD AND DRINKS PLEASE "

" HOLD ON A MINUTE SIR, I'LL TRANSFER YOU TO OTHER LINE "

" OK . . . . THANKS "

" GOOD MORNING . . . . COTTAGE NUMBER PLEASE . . . "

" AHHHH . . . YEAH . . . IT'S NUMBER 88 "

" YES SIR . . . . WHAT'S YOUR ORDER PLEASE? "

" YEAH . . .ARE YOU READY . . . OK . . .HMMM. . .. I LIKE TO HAVE . . . . . ."

1 order of crab soup for 2 person
2 order of your specialty . . . Buttered lobster
1 order of shanghai rice for 2 person

2 order of special grilled beef barbecue
1 order of inihaw bonuan bangus
1 order mix prawn kalabos for 2 person
1 orange juice
1 pineapple juice
2 mineral water medium size
1 fruit salad
1 buko salad

AT . . . . .HMMMM. . . . WAIT A MINUTE . . . HMMM. . . .
AHH . . . .OKEYYYY 2 REDBULL, hehe…

" IS THAT ALL SIR "

" YEAH . . . THAT'S ALL . . . KUHA MO BA LAHAT NG
ORDER KO. . . "

" YES SIR . . . WHAT TIME YOU WANT IT TO BE DELIVER?
"

" AH YEAH RIGHT . . . . OK . . .HMMM . . SAY 1145AM . . . IS
THAT FINE? "

" OK SIR . . . 1145AM . . . COTTAGE NUMBER 88 . . . .THANK
YOU SIR "

" THANK YOU TOO . . . " nakangiti si RICO (" REDBULL . .
KEEPS YOU HUMPING! ")

Pagkababa ng telepono ay dali-daling hinagilap ang cellphone.

(" 4 Messages. Sino kaya ang mga ito……? ") Pinatay ang
sigarilyo sa ashtray at isa-isang binasa ang mga mensahe.

[mate wer r u…..nakakalakad ka pa ba…..txt bak.]   ' DAN '

[KUYA ASAN KA.WAT TYM LUWAS MANILA.TUMAWAG KUYA DINNIS, HANAP KA..UWI NA SIYA NXT MONTH. HIRAP DAW TRABAHO SAUDI. PASALUBONG KO , HANAP KA NA DITO. C U.BYE.INGAT] ' KIM '

[MR. GONZALES MAGREPORT KA OPIS ASAP, MAY DEPLOYMENT KA NA. ALIS KA WITHIN 1 MONTH. CALL CAPT. FLORES]   ' MAM TESS '

[HI GUD AM. WAT TYM ARV MLA, ANTAY KA NAMIN KIDS DINNER, TAWAG KA   OPIS NYO. INGAT SA DRIVING. GODSPEED. LUV U.BYE]   ' LUVSKI '

Pagkabasa ay nag-isip.

(" Mamaya na lang ko reply. ")

Ibinaba ang cellphone at ipinikit ang mga mata.

(TAWAG OPIS…DEPLOYMENT….LUVSK… KIDS ……….')
Iminulat ang mata at tumitig kay MARYLLE.

("…TAMA…….O……..MALI………KOMPLIKASYON……… DESISYON………MORAL……………….....IMMORAL……… ……AHHH……….BAHALA NA…… ')

Tinignan ang oras sa relo niya. Alas-onse singko.

(" ……AHAAAA………PWEDE PANG HUMIRIT……. ")
LOVIN' YOU SUNDAY MORNIN'…………………………

Tugtug sa radio, kanta ng grupong Scorpion, isa sa paboritong banda, ngumisi at tumayo…….. nakangiting naglakad tungo sa paanan ng kama, direksyon ng banyo.

* * *

" . . . CHOCOLATES…….OHH CHOCOLATES
YOU'RE THE SWEETEST ONE
AMONG THEM THAT OCURRED
NIPPING THY SWEETNESS IN MY LIPS . . . "
* * *

M'onaC/72

" HMMM…..UMMMM…….HMMMMM " umuungol si MARYLLE

Bahagyang naalimpungatan at umungol ulit.

" HMM….UMM…OHMM….OH….OHHHH…….OHHHHH "

Sa diwa ni MARYLLE ay mayroon kung anong sensasyon siyang nararamdaman, para siyang lumilipad, nakalutang sa alapaap, pataas ng pataas ang kanyang lipad.

" OOOOOHH…….OOOOOOOH…..OHHHHH "

Hingal nito at tuluyang naalimpungatan, namimilipit ang kanyang puson hindi dahil sa gutom bagkus ay sa ligayang kanyang nalalasap sa oras na iyun, kumilos ang mga kamay niya, naghahagilap ng makakapitan, bumibilis ang kanyang paghinga, hinahabol niya kasabay ang pag-ungol, nasa alapaap siya.

"OHHHH….OHHHH….OHHHHH….OAHHHH…..OAHHHHH …..AH….AHHHHH…"

Kumapit siya sa kama, lumiliyad ang kanyang katawan sa sarap.

"
AH..OHHHHHHHH….OHH…OHH…OAHHHHHHHHHHHHHH HHHHHHHHHHH "

At sa huling pagliyad at pag-ungol niya, alam at batid niyang gising na gising na siya………….

("   NAPAKASARAP………NAPAKALIGAYANG GUMISING………….")

(" RICO ")

" GOOD MORNING BABY "

Nakaangat ang ulo sa may pagkababae niya at tapos inihilig sa pusod.

" OHHH…WHAT A WONDERFUL WAY TO WAKE ME UP…..BABY " tugon ni MARYLLE

" YOU LIKE IT "

" OH BABY….IT'S HEAVEN…..I WON'T MIND SLEEPING AGAIN AND WAKE-UP IN

THAT STATE OF BLISS… ECSTASY…RAPTURE….."

" WANT ME TO DO IT AGAIN "

"OH BABY…DON'T ASK…..JUST DO IT AND PLEASE ME…….IT'S HEAVEN………"

"………….. OHHHHH I LOVE IT BABY…"

…LOVIN' YOU SUNDAY MORNIN'…………HEAVEN IN-BETWEEN……………

Umangat ulit ang ulo ni RICO, ngunit iba ang nasa isip nito…….ipapasyal niya sa cloud 9 si MARYLLE……..at muli siyang umarangkada at nagtrabaho.

$$= = = \text{censored} = = =$$

" OHH BABY, PLEEEAASSSSEEx……..DON'T TEASE ME…..OH…OHHH….OHH "

Maiinit na halik ang iginagawad ni RICO sa puson ni MARYLLE habang ang dalawang kamay ay hinihimas ang kanyang mayabong dibdib, pinaglalaro ang kanyang dila sa pusod na ikinauungol ni MARYLLE. Dahan-dahan niyang pinagapang ang halik paitaas, gumawi sa may bandang balakang, ibayong kiliti at sarap, halos mapugto ang hininga sa sarap, kinuha ni RICO ang dalawang kamay ni MARYLLE, magkahawak bawat isa, at sa pag-angat ng katawan ni RICO kaalinsabay ang paggapang ng labi at dila sa may bandang kili-kili ay hindi alam ni MARYLLE ang gagawin, ibayong sarap, milyong kiliti, hindi siya makabaling sa pagkakadagan ni RICO na ang kanang hita ay naka-angkla sa pagitan ng dalawang hita niya at kinikiskis ang kanyang maselang pagkababae, ang dalawang kamay niya ay hawak na   ng kaliwang kamay ni RICO sa ulunan, habang ang kanang kamay ay panay ang himas at hagod sa kanyang utog na utog ng dibdib……hindi maipaliwanag ang nararamdaman niyang kaligayahan, patuloy sa paggapang ang mga labi ni RICO na nagtagal sa paghalik sa kanyang mga kili-kili, manaka-nakay sinisipsip ang kanyang mayamang dibdib……parang ang lahat ng klase ng sarap ay nag-ipon-ipon at sabay-sabay na ipinalalasap ni RICO sa kanya……hindi niya maiwasang tumirik ang kanyang mga mata. Pumaibabaw si RICO, hinahalikan siya nito sa leeg, sa tainga, sa pisngi, sa noo, sa ilong at ngayon ay sa labi…..(ohhhhh napakasarap mong humalik……ohhhhh) nilalaro ang labi ni MARYLLE ng dila nito at minsan ay biglang ipapasok, at sila'y mag-fre-french kissing, tapos ilalabas ulit at muli paiikutin sa labi ni MARYLLE, banayad na halik na dumidilig sa kalamnan…..at habang nakaibabaw si RICO ay ramdam niya ang nag-uumigting na sandata sa pagitan ng k anyang hita………nagmamaka-awa siyang ipasok na ni RICO, ngunit ibinundol-bundol lamang niya ito, minsan ulo lamang ang nakapasok sa bukana, gusto   niyang humiyaw sa sarap pero hinahalikan siya ni RICO sa bibig,   gusto niyang hapitin ang balakang ni   RICO para papasukin siya subalit tangan pa rin ng kaliwang kamay niya ang kanyang dalawang kamay sa ulunan……..nalulunod siya sa sarap, ano ba itong ginagawa sa kanya ni RICO…bakit…napakagaling niya…nakawala ang kanyang labi…..humihiyaw siya sa halinghing at ligaya……

"OHHHH….BEYYYYYYYYBEEEEEEEEEE…..PLEEASSE… …..NOW…PLEEEEEAASSEEEE "

* x * x * x *

* * *

" ... ENCHANTING SWEET PLEASURE OF LOVE
FORBIDDEN TICKLING PLEASURE OF LUST
WHAT DOES PLEASURE ACCOMPLISH
ABYSS OF MINUTE PLEASURE BLISS ... "

* * *

M'onaC/72

SINO BA SIYA.......?

Ahhhhh, ang ating bida..... Kontrolado ang bawat kilos at galaw, hindi siya tipong pang-matinee-idol pero iba ang kanyang dating, may aura siya na kakaibang hindi mo makikita sa pankaraniwang lalaki, 'yung tinatawag na karisma at sex appeal, kung sa mga modelo ay 'yung tinatawag na x-factor. Tama lamang ang pangangatawan para sa kanyang taas na 5' 9". Simpatiko, 'yung tipong kapag nakasalubong mo ay bibigyan mo pa ng second look. Para sa kanya ay ordinaryo at simpleng lalaki lamang siya, parang 'yung kanta......." maginoo pero medyo bastos ", ala-GIMO, parang si ROBIN, idol nga 'nya 'yan eh. Hindi katakatakang marami ring mahuhumaling sa kanyang babae, pero iba siya, stick to one at ayaw ng may pinagsasabay......pampered ang babae sa kanya, kung tratuhin niya ang mga ito ay parang prinsesa. Malambing at napaka-romantiko, para sa kanya ay dapat igalang ang mga babae, dahil sa kanilang sinapupunan daw tayo nabuo bilang isang tao at siyam na buwang nagpakahirap para mailuwal tayo at mamuhay sa mundo. Malawak ang pang-unawa at pag-iisip, mahusay makipag-kapwa, adjustable o flexible personality, puwedeng pang-A-class o A-la class. May pagkatahimik at mahiyain din minsan pero mahilig sa party o social gathering, at sa nightlife, yung maraming crowd, naaaliw siyang maraming nakikitang tao lalo't ito'y mga nagsasayang katulad niya, para sa kanya ay " life is too short to live " kaya dapat magsaya at mag-enjoy kaagad sa buhay, hindi 'yung kapag amoy-lupa ka na ay saka pa lang magsasaya at mamumulat ka sa katotohanang napaglipasan ka na ng panahon, sasabihin mo sa sarili na "matanda na ako ", ... at magkwekwento na....." ganyan din ako noong kabataan ko.......pero..", parating may "pero", dahil hindi mo raw naranasan ang mga ito.....may regrets...paano, matanda ka na at hindi mo na maibabalik ang panahon..........sabi niya, paano ka ngayon magpapayo sa mga kabataan, eh ikaw mismo ay hindi mo napagdaanan, niloloko mo lang daw ang sarili mo.....ang sabi niya ay okey lang daw lahat basta alam mo ang limitasyon mo......ang kakayahan mo........(parang si SHANE NICOLE na bagong GF ni DANNY, she knows her capabilities and just enjoying life), dapat kaya mong kontrolin ang sarili mo.......disiplina lang daw sa sarili sabi niya...... " we are not free until we are master of ourself " ang parati niyang ipinapayo sa ibang tao, para sa kanya......"life is a choice, every seconds that ticks counts". Marami siyang magagandang katangian........mababa ang kalooban at hindi mayabang, matulungin sa kapwa, mahaba ang pasensiya at hindi nagtatanim ng galit......marunong makinig......makiramdam sa damdamin ng ibang tao........mga katangiang taglay niya na lalong nagpatingkad sa panglabas niyang kaanyuan at pagkatao. Kaya minsan hindi maiwasang mga babae na ang lumalapit at nanliligaw sa kanya, pero 'wag ka, diyan ako bilib sa kanya, hindi niya ito sinasamantala kahit batid at arok niya ang bawat himaymay at galaw na ipinapahiwatig sa ikinikilos ng isang babaeng kaharap niya.........parati niyang tinatanong ito..." I-add mo na lahat, I-minus ang kaunti, I-times sa natira at I-divide sa equals ng tatlo.........anong sagot mo?..... ", katuwiran niya ay iisa lamang siyang nilalang sa mundo at walang kapares o katulad.....isa siyang normal na tao na nabubuhay at napapaligiran ng kamunduhan...ang suma-total ay ano.....anong sagot mo iho-iha?...isa lang siya at wala ng iba pa, at katulad niya, ikaw rin ay iisa sa mundong ibabaw........subukan mong kwentahin sa calculator, kahit milyon pa ang gamitin mong numero ay walang ibang sagot kundi one o 1.....sinubukan mo ba?...kwento niya walang pinagkaiba raw 'yan sa pagkakabuo ng isang tao.....bakit?......siyempre......ilang milyong sperm cell 'yan na nag-uunahan pero isa lamang ang mapalad......pero teka......papaano ang mga kambal......oo nga ano.......pero katuwiran niya kahit nga raw kambal , eh may sari-sariling identity o personalidad pa rin ang mga ito kahit na magkahawig, sa kanya ang bawat tao ay may kanya-kanyang karakter, disposisyon at prinsipyo, o pananaw sa buhay......magkakaiba ang istilo.....kaya sabi niya mga iho-iha....iisa lamang tayong may sariling pagkatao sa mundo......hanep di ba.......na-gets mo ....o nahilo ka.......anyway.......tuloy tayo....

Napaka-sensible sa feelings ng mga taong nakapaligid sa kanya, straightforward kung magsalita pero iniiwasang makakasakit ng damdamin, may sense at hindi iyung nambobola lang, mayroong paninindigan sa buhay......para sa kanya ay napakahalaga ng salitang responsibilidad na nagpapatakbo sa buhay ng tao, kung walang responsibilidad, wala rin daw kuwenta ang buhay ng isang tao. Ayaw lang niya sa isang tao ang hindi marunong magpasalamat, sa kanya ang pasasalamat ay tanda ng respeto at paggalang sa kapwa mo tao, maliit man malaki ang nagawang tulong o pabor para sa iyo ay kailangan e-acknowledge ito, magaan daw sa dibdib at masarap pakinggan sa isang tao ang mga katagang "thank you" o "salamat" kesa material o perang tinanggap mo na para bang inilimos lang sa iyo, mas maigi raw na e-acknowledge ang importansiya ng isang tao, mayaman man o mahirap....."money can't buy everything" ....ang paborito niyang panguntra sa mga taong ganid at gahaman sa pera......."normal".....ang paborito niyang expression, normal lang sa kanya ang lahat ng nangyayari sa kapaligiran niya, na-a-apreciate 'nya lahat, ibang klase, kung sa iba o sa iyo, ang problema ay problema at dinidibdib, sa kanya ay hindi, normal lang daw ito, ito'y hamon ng buhay...." life is a problem, it's the salt of life ", kung wala raw asin ang buhay ay walang lasa o timpla ang pagkatao mo, gulay ang buhay mo, walang hamon, walang excitement, wala raw thrill......walang challenge....na magpapa-ikot sa takbo ng mundo mo......gulay man o hindi kung ayaw mong pumayag ay hetong problemahin mo .....problem is a problem.....and problem can not be solve by yet another problem... ". Ang mundo ay bilog, ang buhay daw paikot-ikot lamang...... minsan nasa ibabaw, minsan nasa ilalim.........mahiwaga...........pero ang sabi niya mahiwaga man o hindi........kailangan lang daw e-sustain ito, normal level, hindi umaapaw, hindi nagkukulang......kung umaapaw ay kailangang e-share sa mga nasa ilalim at kung nagkukulng ay magsumikap para maabot iyong normal level, at kapag naabot ay e-sustain, at kapag umapaw ay e-share.....Minsan iba ang itinatakbo ng utak niya, sabi niya.........ang tao ay tao, at mananatiling tao hanggang bumalik bilang alikabok........pare-parehas na naglalabas ng mabahong dumi sa katawan.....biro nga niya.....kung may mga tao raw na amoy-pabango ang inilalabas na dumi sa katawan ay aba'y dapat iyon daw ang paramihin ang lahi, nang sa gayon ay bumango raw ang mundo ......napakabantot na raw nito sa kasamaan.......mayaman o mahirap ay sa kanya'y pare-

parehas lamang, gaano man daw kasarap ang iyong pagkain ay parehas lamang ito sa pulubing naghanap at nanginain sa may basurahan, parehas lang daw na tatae ng mabaho....ano ba yan! " shit me ", isa pang expression niya o di kaya'y " kcuf me " kung mayroon siyang hindi nagustuhan o biglang uminit ang ulo, ayaw nga niyang makasakit ng ibang tao, ng ibang damdamin.....kaya dinudugtungan niya ng "me", ibig sa bijon-pancit, sa kanya ang mura at hindi mamimis-interpret ng mga taong nakapaligid sa kanya na para sa kanila 'yun.......walang masasaktan.........ehhh ano.......pakialam namin.......! Relihiyoso din siyang tao pero wala siyang relihiyon, naniniwala sa Bibliya pero iba ang kanyang paniniwala, may sarili siyang pananampalataya na sinusunod, " ABRAHAMIS BELIEF " kung tawagin niya.

Pinabautismohan siyang kristiyanong KATOLIKO, nang mag-second year high school ay naging born-again, sa J.I.L. at miyembro ng Kristiyanong Kabataan para sa Bayan (KKB), malakas ang impluwensiya ng lolo niya sa kanya na SAKSI noong bata pa siya, may naging girlfriend na BAPTIST kaya nakadalo rin sa kanilang pagtitipon, minsan naaya rin siya ng ninong niyang IGLESIA sa kanilang magara at mala-palasyong simbahan sa may Baclaran, sa klase ng trabaho ay nakasalamuha na niya ang mga iba't ibang lahi, iba't ibang kultura at pag-uugali, iba't ibang paniniwala o relihiyon, mga MUSLIM, BUDDHIST, HINDU, TAOIST, MORMONS, mga taong walang kinikilalang Diyos at mga taong naniniwala sa SUFISM, kinikilala ang lahat ng klase ng Diyos. Para sa kanya, ang kristiyano raw ang pinaka-ipokritong relihiyon, ang muslim ang pinaka-panatiko, ang mga iba ay nasa kalagitnaan, may pagka-ipokrita at may pagkapanatiko.........pero nirerespeto niya lahat ang mga ito, katuwiran niya, dapat irespeto raw ang bawat pananampalataya ng isang tao kasi 'yan daw ang may malaking impluwensiya at nakakaapekto na mag-re-regulate sa takbo at ikikilos ng isang tao. Malawak ang kaalaman sa Bibliya at pang-unawa niya sa mga iba't ibang klase ng pananampalataya. Kung makipagkwe-kwentuhan at makikipagpalitan ka ng kuro-kuro tungkol sa pananampalataya sa kanya ay tiyak, mawawala at maliligaw ka sa pananampalataya mo, iba ang istilo niya, hindi ka niya kokontrahin bagkus tatanggapin niya ng maluwag ang lahat ng mga eksplanasyon mo, irerespeto niya ang bawat opinyon o pananaw mo, iisipin mo tuloy na parehas na kayo ng pananampalataya o di kaya ay niloloko ka lang niya………pero….unti-unti……namamalayan mo na sumasang-ayon ka na sa kanyang mga paliwanag at eksplanasyon tungkol sa kanyang sariling pananampalataya, mamamangha ka na lang at sasabihin mo sa iyong sarili na tama siya, pero hindi ka niya hinihikayat……iiwanan ka niya ng puwang para tanungin ang sarili tungkol sa pananampalataya mo." GINAGAWA MO BA SA BUHAY MO, ANG ITINUTURONG TAMANG PAMUMUHAY NG PANANAM-PALATAYA MO? " at sasabihin niya sa iyo sa bandang huli na lahat ng pananampalataya ay okey as long as itinuturo ang tama o kawastuang pamumuhay ng tao sa mundo…..'yung relasyon sa DIYOS mong kinikilala at relasyon mo sa kapwa-tao. Kwento niya, ang Koran ay hango sa BIBLIYA, pero ang lahat ng Muslim na pananampalataya sa buong mundo ay iisa ang turo at nag-kakaisa, iisang lugar ang pinupuntahan para mag- pilgrimage tuwing katapusang buwan ng Enero sa lugar ng Mecca sa bansang Saudi Arabia……..……ang katuparan ng kanilang pananampalataya……. sabi niya bakit ang kristiyano……..oo nga't kristiyano pero bakit iba-ibang katuruan at paniniwala, sa Bibliya lahat kumukuha at nagbabase ng pananampalataya, lahat sila'y nagsasabi at nag-kle-claim na sila ang tama, at sila lang ang maliligtas pagdating ng panahon o sa pagbabalik ni JESUS CHRIST ……..'yung second coming ayun sa mga born-again……..tapos tatanungin ka niya………" TAMA BA IYUN? "….…..at sasagutin ang tanong niya……….." UNFAIR YATA "……..kung ang isang grupo ng kristiyanong mananampalataya ay magsasabing sila lang ang maliligtas o makakapasok sa langit, papaano na ang ibang grupong kristiyano, o di kaya'y 'yung mga ibang pananampalataya tulad ng HINDU, BUDDHIST, TAOIST, etc……..……paano naman ang milyon-milyong MUSLIM na umaasang maliligtas at makakapasok sa langit kapag namatay din sila, kaya nga pumupunta sila sa Mecca dahil isa sa gatepass nila ang Hajj pilgrimagae na yan patungong langit, o di kaya 'yung mga panatiko nila na ang turo ay "mamatay ka para kay ALLAH" at kapag nagawa nila iyun ay pasok o shoreball na ang kaluluwa sa langit, heavy di ba…… tapos magsasabi tayong mga kristiyano na tayo ang tama………napakalaking panloloko raw at panlilinlang, isang kahangalan………...ang importante raw ay kung namumuhay ka ba ng tama sa mundong ibabaw....... Ayon sa kawastuan at tamang pamumuhay..........minsan hindi ko rin maintindihan ang mga sinasabi niya pero alam kong may punto at logic ang pananaw at opinyon niya. Sabi niya, sa ating kristiyano, kaya ba nating gawin 'yun, ang mamatay para sa Diyos, sabi ko sa palagay ko hindi........tama at bulls eye daw......... masarap mabuhay sa mundo, sa makamundong kaligayahan, kaya nga parating sinasabi niya na napaka-ipokrita ng kristiyanong relihiyon ....minsan sinasabi 'nya na type niyang buhay ang mga monks, katulad 'nung sa monks sa Tibet, alam mo ba 'yun, 'yung kay DALAI LAMA, iyong mga bata pa lamang at hindi pa nababahiran ng kamunduhan ang pag-iisip ay ipinapasok na sila sa templo at doon na titira hanggang lumaki at walang ginawa sa araw-araw kung hindi ang ....''matulog, kumain, magdasal, magsilbi............matulog, kumain, magdasal, magsilbi'', walang hassle, walang pressure kahit monotonous, naka-focus lang attention mo sa "KANYA", 'yung pinapaniwalaan nila, sarap di ba, bilib nga siya sa kanila, sabi niya may chance talagang makapasok sa langit ang mga ganoong uri ng buhay............pero noon 'yun............noong hindi pa sila napapasukan at nai-impluwensiyahan ng mga taong nagmamalinis at nagmamaskara sa kanilang putik-katawan, katulad 'nung artista sa Hollywood na si RICHARD GERE, 'yung bida sa " AN OFFICER AND A GENTLEMAN" at ex-hubby ng dating supermodel na si CINDY CRAWFORD........nabanas daw siya nang mabasa sa isang artikulo na sinusuportahan at ipinaglalaban ng amerikanong gigolong aktor ang Divine cause at rights ni DALAI LAMA BAAHKEEET???.......anong pakialam niya roon.........hindi niya trip ang mga ganoon...kaipokritahan din lamang daw ito.......At ng sumikat ang mountain climbing sa MT. EVEREST sa may lugar ng TIBET at nagsidatingan ang mga puti ay nalungkot siya, kaya nga raw itinumba ng DIYOS ang Tower of Babylon ay dahil gustong abutin ng tao ang langit sa maling pamamaraan, wala rin daw pinagkaiba 'yan sa mga taong nagnanais maabot ang rurok ng MT. EVEREST, katuwiran niya na ang mga mountaineers na pinalad na makababa at makabalik ng buhay ay halos pare-parehas ang isinasagot kapag ini-interview sa kamera habang ang buong mundo ay nakamasid.........''WOW.........FEELS LIKE HEAVEN

………AMAZING…" he.he.he……o di ba walang pinagkaiba….."……...FEELS LIKE HEAVEN……..", heaven pala eh…di lumaklak ka na lang!….sabi niya…... ANG TEMPLO NG DIYOS AY ANG KATAWAN NATIN, KAPAG MALINIS ANG PUSO MO AY LANGIT NA IYUN…….!

Kaya nga nalungkot siya dahil sabay sa pagdating ng mga puti na 'yan ay ang mga kamera at telebisyon, coke, snickers, kit-kat, pringles, chips-ahoy, budweiser, heineken, playboy, penthouse, condom, at kung ano-ano pa, ay unti-unting namulat ang mga nananahimik na mga monks na may iba pa palang ligaya, ang makamundong kaligayahan at pita ng laman, hanep di ba, ang dating malinis nilang pag-iisip ay unti-unting nabahiran ng makamundong impluwensiya. Kita mo nga ngayon, pumapayag na silang makalabas sa telebisyon o pelikula, ehemplo, napanood mo ba 'yung "Tomb Raider 1 " na ang bida ay si ANGELINA JOLIE, trip 'nya kasi beauty 'nyan, ma-appeal at punong-puno ng kasenswalan, kaya binili 'nya raw sa isang shop sa Dalian, China minsan namamasyal siya ang pelikulang ito……….pero ang tema, nadismaya siya…….okey na raw sana sabi niya dahil trip din 'nya istorya, good vs. evil…….save the world……pero ng makita niya si ANGELINA JOLIE sa isang eksena na ang kagandahan at alindog nito ay natatalupan lamang ng suot pang-monks at nasa harapan noong matandang monk na nagbigay ng blessing or whatever ay hindi raw ito isang magandang impluwensiya para sa kanya ……….bakit na naman?………….nabanaag at nabasa niya raw ang kaisipan noong matanda na humahanga sa alindog at kagandahan ni ANGELINA, nag-aapoy sa pagnanasa ang biro niya, aba'y siyempre sinong hindi hahanga sa kaalindugan ni JOLIE, dugtong pa niya, hindi raw siya magtataka na pagdating ng panahon ay marami na ring babaeng monghe…….parang sa kristiyano………yung mga madre na parang balot-penoy ang kasuotan, alam mo ba, iniintriga rin niya ang mga yan……...ang kwento niya ay ganito……...noong unang panahon daw ay talagang katoliko ang sinusunod na relihiyon sa maraming bansa sa EUROPE dahil sa tinatawag na HOLY ROMAN EMPIRE, napalaganap ang kristiyanong katoliko na pananampalataya subalit sa kinalaunan ay maraming intelektuwal ang nagprotesta laban sa mga katolikong pari dahil sa kanilang mga katiwalian, nagpapakabanal pero kung ano-anong kalaswaan ang gina-gawa kapag wala sa pulpito, isang issue raw ang pagiging dapat "CELIBACY" ng isang naninilbihan sa DIYOS, ang mga pari nga, pero may kasabihan din daw na " a single strand of a woman's pubic hair can pull a thousand ships " at dahil malakas ang hatak ng makamundong kaligayahan, ang pita ng laman, marami sa mga nagproprotesta laban sa katolikong katuruan ang tumiwalag at nagtayo ng bagong pananampalataya, ito na nga 'yung sinasabi niyang iba't ibang klaseng kristiyanong paniniwala na ginamit ang salita sa bibliya na "humayo kayo at magpakarami ", aba'y kumpletos recados, kikita ng pera na walang tax tapos pwede ka pang tsumuktsak ng babae, sa'n ka pa. Kaya nga tinawag na "protestants" dahil nagprotesta ang mga iyan, hindi nila matanggap na hindi sila pwedeng mag-asawa at makatikim ng kamunduhan kapag nagpari o nagturo ng banal nakasulatan……iho-iha, ang pananampalatayang Mormons, ang founder niyan ay mahigit sa isang daan na babae ang asawa, totoo 'yan, 'yung isang hari sa Britanya noong unang panahon ay tumiwalag sa katoliko dahil umibig sa ibang babae at hindi niya mahiwalayan ang asawa, siyempre mahigpit pa 'nun, kaya ang ginawa lumipat sa pananampalatayang protestante para mahiwalayan ang asawa at mapakisamahan ang bagong iniirog, nagsimula ang tinatawag na diborsiyo, lumaganap ito sa mga mayayamang bansa na ang halos karamihan sa mananampalataya ay mga protestante, lahing bitoy, siyempre, malakas hatak ng -ek-ek, bagong putahe raw…ngayon balik tayo sa mga madre, sa nangyaring pagbabago, nadehado ang mga paring katoliko, hindi nila pwedeng baguhin ang katuruan, mawawala ang integridad nila sa kanilang mga mananampalataya, at kung legal at okey nang magturo ang mga protestante na malayang nakikipagtsuktsakan, dapat sila rin, so anong ginawa?…….ayun, nagtayo ng mga kumbento sa mga tagong lugar, parang mga palasyo at pinaglalagyan ng mga nakabalot-penoy na mga babae, ginaya ang mga muslim, mukha lang ang nakalabas at hanggang paanan ang laylayan……..doon ngayon malaya silang nakikipag-tsuktsakan…….hanep di ba……at kung ikaw nagawi sa kumbento at nakakita ng madreng nakatayo na nagdarasal mag-isa sa hardin tapos ang mukha parang mag-ra-rapture ay sabi niya 'wag daw magtaka, "HEAVENLY SIN" ang tawag niya riyan, tiyak daw may paring nakaluhod at taimtim na nananalangin, natatakpan 'nung mahabang kasuotan, noon daw 'yun sa Europa sabi niya, ewan lang natin ngayon...nabalitaan mo ba 'yung katolikong paring pidopilya sa amerika…...2 years ago lang 'yun...........eh si JIMMY SWAGGART....... 'yung sikat na amerikanong evangelist na na-involve sa iskandalo dahil sa prostitute...............o di kaya 'yung pilipinong katolikong pari sa Manila, 'yung paring natsismis at naintrigang natukso ng makamundong kaligayahan......sorry mga iha..........pero totoo.......sadyang marupok ang mga lalaki at kung kayo may pagka-gullible at madaling magpapaniwala sa matamis at mahabang dila ng mga lalaki........tiyak tsuktsakan ang kalalabasan ninyo........hindi lahat.......pero 'yan ang pakay!100%. Malakas kasi talaga hatak ng ano niyo......opps....ng buhok niyo.

Teka, teka......napapalayo at nawawala na tayo sa istorya........bored ka na ba?.......wala pa nga tayo sa kalahati eh......anyway.......pagtiyagahan mo ng tapusin basahin ang istorya..........marami ka pang malalamang sorpresa at sikreto......gaya ng sinasabi ko kanina........malalim ang pagkatao ng ating bida......at tulad ng sinabi ng class adviser niyang si MRS. MEJIA sa kanilang class prediction and prophecy para sa high school yearbook noong magtapos siya sa SAINT JOHN.........MAHIWAGA AT MISTERYOSO.

SINO BA SIYA?.......AH, WALA TAYONG PAKI-ALAM!

*x*x*x*

" OH BABY....YOU'RE SUCH A GREAT LOVER......'SAN MO NATUTUNAN LAHAT 'YUN? "

Tanong ni MARYLLE na hinihingal pa at pagod na pagod sa sarap na tinamasa at ipinalasap sa kanya ni RICO sa katatapos pa lamang nilang pagtatalik.

Pagod na pagod din si RICO sa ginawa niyang pagpapaligaya kay MARYLLE, nakahiga ng patagilid, nakangiti at nakatitig kay MARYLLE, ang kaliwang kamay ay naglulumikot na nilalaro ang isang nipples ng suso ni MARYLLE.

Hindi niya tinugon ang tanong ngunit nanatili lamang itong nakatitig at nakangiti.

(".........KAMA SUTRA...........THE ART OF LOVE.................") sa isip niya.

" OH BABY......YOU'RE SO TIRED. " anas ni MARYLLE

Nakangiti na tumango-tango ang ulo ni RICO sa unan, parang nag-pa-pacute kay MARYLLE. Magkatitig sila.........at nakita ulit ni RICO ang luningning na iyun.........nagniningning ang mga mata ni MARYLLE, nababasa niyang may iniisip ito......... (" Sorpresa ")

" BABY " lambing ni MARYLLE

" YEAH " mahinang sagot niya

" KAILAN ULIT TAYO MAGKIKITA? "

" NEXT WEEK NA ULIT BABY "

" ......AY ANG TAGAL NAMAN, DI KA BA PUWEDENG UMUWI SA WEEKDAYS KAHIT ONCE LANG "

" NOT SURE, TITINGNAN KO, DI KO PA ALAM ITINERARY KO FOR THIS COMING WEEK "

" BABY............" sabay tigil si MARYLLE sa pagsasalita, pero nakangising kinikilig.

" YES.....WHAT IS IT "

".........HAYAAN MO, NEXT TIME NA MAGKITA TAYO ULIT............" Sandaling tumigil, kumikinang ang mga mata.

"......AHHH.........A.....AK........AKO NAMAN ANG MAG-TRA-TRABAHO....PARA SA IYO! "

Napangiti si RICO, ngiting ngayo'y tumatawa na, at si MARYLLE ay napahalakhak na rin......at di na nila napigilang tumawa sa isa't isa, halakhak na tila ang mundo ay hawak nila.

*** KILIG NG PUSOn ***

................DINGDONG!.............DINGDONG!..................
DIIIIIINGDOOOOONG!........................

Napatigil silang dalawa at doon lamang naalala ni RICO ang mga inorder niyang pagkain, ibig sabihin alas onse kwarentay singko na ng umaga……..at bigla naramdaman niya ang pagkulo ng tiyan niya…..　　　nagugutom na rin siya.

" ARE YOU EXPECTING SOMEONE, BABY? "

" YEAH…..YEAH……NAG-ORDER NA AKO NG PAGKAIN NATIN KANINA BAGO KITA　　KINAIN."

Nanunuyang pagkakabigkas ni RICO, kinurot siya ni MARYLLE sa tagiliran, nahihiyang kinikilig………(" Napakasweet talaga ng baby ko……..I WISH……………..")　　sa isip niya.

……dingdong…….dingdong……..dingdong………dingdong……
….dingdong……..diiiiingdooooong………..

" BABY SANDALI LANG HA, BAKA NGAWIT NA ANG KAMAY AT BRASO NOONG NAG-DALA NG PAGKAIN NATIN…….BAKA MABITAWAN PA…."

Sabay tayong tumatawa patungo sa pintuan.

" BEYYYYYYBEEEE " sigaw ni MARYLLE, nakadilat ang mga mata sa kanya.
" WHAT "

" WHAAAAATTTT?……….LOOK AT YOU…….WEAR YOUR ROBE NAMAN….."

Kumindat lang si RICO at inilagay isang daliri sa labi, sinenyasan siya na huwag maingay, dahan-dahan tinungo ni RICO ang pintuan, lumingon ulit siya kay MARYLLE, at sa paglingon niyang iyun, dagli-dagling bumangon at lumundag si MARYLLE sabay hinablot 'yung isang bathrobe na nakapatong sa isang upuan at tumakbo kay RICO, tamang bubuksan na ni RICO ang pintuan ng lukuban siya ni MARYLLE ng bathrobe, tumawa siya, na ikinatuwa rin ni MARYLLE, parehas silang humahagikhik, papaano kasi, para silang sardinas na nagsiksikan at nabalotan ng bathrobe, inayos ang kanilang sarili at pinagkasya, nakayakap si MARYLLE na hawak sa loob ang dalawang dulo ng bathrobe upang hindi bumuka, ramdam ang init ng bawat isa, may kung anong sensasyon, at unti-unting binuksan ni RICO ang pintuan.

Sa isip niya , pasado si MARYLLE sa pagsubok. Hanap ni RICO sa babae ang malalambing. Yung may pagtangi at pagmamalasakit para sa kanyang kapakanan.............'yung tipong gagawin lahat para maproteksyonan siya.

(" Hindi niya ako hinayaan.........oh baby....... ")

" GOOD MORNING HO SIR ......M..M....MA....MAM??????? "
diretso titig sa lamesa

" MORNING......PAKILAPAG NA LANG DIYAN SA LAMESA........PASENSIYA NA KUNG NAGTAGAL KAMI SA PAGBUKAS NG PINTUAN....NAGLAMBINGAN PA KASI KAMI NG MAHAL KO. "

Humahagikhik si MARYLLE, para kasing may matigas, inilobo niya 'yung robe at pumuwesto ng kaunti sa harapan ni RICO.

" OKEY NA SIR......PAKI-CHECK HO KUNG NANDIYAN LAHAT 'YUNG INORDER NINYO "

" HMMM...OKEY NA YAN......TAWAG NA LANG KAMI KUNG MAY KULANG, MISS "

Si MARYLLE ang sumagot at nagsalita.

" SIGE PO MAM………SIR……..ENJOY YOUR LUNCH "

Umalis at nagsasalitang diretso ang tingin.

Pagkapinid ni RICO ng pintuan ay sabay-agad tumawa ng malakas ang dalawa, binitawan ni MARYLLE ang bathrobe, tawa ng tawa.

" BABY…..TIGNAN HITSURA MO SA SALAMIN…"

Tumingin si RICO na lalong ikinalakas ng tawa nito, para kasing may sawa sa harapan niya.

" YOU'RE CRAZY " sabi ni MARYLLE na nahawa kay RICO, 'ala na ring kiyeme sa katawan.

" NO I'M NOT………..I'M JUST TEASING YOU " sagot ni RICO

" AKO……O IKAW…….TIGNAN MO NGA HITSURA MO……"

" THAT'S THE PROBLEM EH…….AKO MAY EBIDENSIYANG TAAS-NOO…….IKAW……….."

Biglang nag-isip, tinignan ang nipples ni MARYLLE.

(" …Hmmmmmmm……Medyo erect and firm………")

" HMMM, YOU'RE AROUSE TOO…….I CAN TELL……I SENSE IT…………….."

"   BABY.......WHAT'S   ON   YOUR MIND..........OPPPPPPPSSSS.........GOT   TO   GO......... MUKHANG KINAKASEHAN KA NA NAMAN NG MASAMANG HANGIN "

At papalayo siyang kumalas, hinablot ang isang twalya, dumiretso ng bathroom at habang naglalakad ay nagpaalam.

" BABY, SHOWER MUNA AKO, BUBUHUSAN KO LANG NG MALAMIG NA TUBIG ITONG NAG-IINIT KONG KATAWAN "   nanunuyang pang-aakit niya

" SAMA AKO'T.......MAGBUBUHOS DIN............NAG-IINIT DIN ANG KATAWAN KO "

" NO...NO...NO....BAKA MAG-INIT TAYONG DALAWA'T KUMULO ANG TUBIG AY MAPASO'T MALAPNOS PANG BALAT NATING DALAWA....MAHIRAP NA....AND BESIDES...MAY CALL AKO......'LAM MO NA..........CALL OF NATURE.........."   humahagikhik si MARYLLE

At sabay isinara ang pintuan ng banyo, may pahabol.

" BABY, WAIT FOR ME....SABAY TAYONG MAGKAKAINAN......"

" OKI DOKI.........AKING PRINSESA…......" sigaw ni RICO (" 69 O 88 ")

Pinulot ni RICO ang bathrobe at isinuot, tiningnan ang mga dalang pagkain, kumpleto......inabot ang isang Redbull, binuksan at ininom. Inapuhap ang cellphone, 1150AM, umupo sa may gawing bintana, nagsindi ng sigarilyo, binuksan ulit ang mga huling mensaheng natanggap at isa-isang sinagot.

Kay DANNY. [M STIL WID MEREAL? NW, CHANGE PLN, PIK-ÚP KTA BHAY NYO N HTID MO KO BHAY NMIN. GUD DAY BROD. C U]

Kay KIM. [HI SIS. TEL MOM 2 PREPARE D ITEMS M GOIN 2 BRING MLA. YUNG 1 SACK RICE OK NA. YUNG MGA PINABILI KO NA LNG. BNGUS, BGOONG, PUTO N PASTILLAS. PASALUBONG MO OK ARRV DER ALAS 3S HAPON.RGDS KAY DNIS PAG 2MAWAG ULIT]

Kay MAM TESS. ……saglit siyang tumigil at nag-isip, nag-puff ……………..

(" …….mahigit isang buwan pa lang akong nagbabakasyon, gusto na nila akong paalisin agad, di pa nga nag-e-enjoy masyado…….hmmmm…   teka……ah…..saka ko na sasagutin….sa manila na lang..")

NEXT MESSAGE……………LUVSKI………..

Biglang bumalik ang mundo niya sa REALIDAD……. Sumulyap sa may banyo, dinig niya ang lagaslas ng tubig…….(" nag-sho-shower ")……..

Binasa ulit ang mensahe.

(" hi. Good AM, what time you arrive Manila, antay ka namin kids, dinner, tawag ka opis nyo ")

……..REALITY BITES!

Nagpuff ulit sabay isinubsob ang sigarilyo sa ashtray…..sumulyap ulit sa may gawing banyo.

[DELETE MESSAGE]   [OK]

Bago niya sinagot ang mensahe ay nagpipindut muna…ini-off ang ringer at tone…ini-on vibrator, ay mali…….vibration mode pala.

[CREATE MESSAGE]   [OK]

[HI LUVSKI SORI F ONLY NW RPLY, H-OVER INOM WID KASIN N DANNY. SAKIT ULO, ALIS D2 4PM ARRV DYAN 8PM F NO TRAFFIC, PAG-ALA PA KO, UNA NA KAU KIDS DINNER, WAWA KIDS ANTAY GUTOM. C U. BYE. MIS U. LUV U.]

[SAVE MESSAGE]   [OK]

Nag-isip si RICO kung e-se-send na kaagad or mamaya na lang pagkahiwalay na lang nila.

("Hmmmm, better now baka nag-aalala na 'yun…..")

Iniscroll ulit.

[SEND MESSAGE]

At sabay sa pagpindot niya ng [OK] ay siyang labas ni MARYLLE sa banyo, nagitla siya, parang   binatukan ng multo, nanlamig katawan niya,   para siyang ninerbiyos…….inilapag kaagad cellphone sa lamesa.

" ARE YOU OK BABY?.........SORRY, TAGAL KO........GUTOM KA NA BA.......LET'S GO EAT NA....." sunod-sunod na salita ni MARYLLE

" AH...NO.....HMMM...OK.....YAP....." saglit nawala sa sarili, tapos sinabing.......

" HUGAS LANG MUNA KO KAMAY AND BRUSH NG TEETH...MUMOG......." tugon niyang namumutla, kinakabahan, sinulyapan ang cellphone.......

[SENDING MESSAGE]

" HMMM......OKEY......" nakatitig sa kanya sabay sulyap sa cellphone

Balak niyang dalhin sa banyo ang cellphone pero......("bakit ") .....baka lalo lang siyang magtaka at magduda, kunwari 'alang milagrong nangyayari.

(" Stay put......stay calm.....") utos niya sa sarili

At sa pagtayo ay muli dinaanan niya ng haging-sulyap ang cellphone.

[MESSAGE FAILED]

Balik sa normal.

Nakahinga siya ng maluwag, dali-dali sa banyong nagtungo.

" HURRY BABY " utos ni MARYLLE na kinakapa-kapa ang plastic foil na nakabalot sa mga platong pagkain kung mainit pa ito.

" O…OO…..'ETO NA AKO….."

Paglabas sa banyo, sinulyapan kaagad ang cellphone kung nagbago ang ayos.

(" HALLELUJIAH………….SAVE BY THE LORD…."). Ganoon pa rin.

" 'LIKA NA……... " anyaya ni MARYLLE na ini-ready na lahat "………'LAM MO ANG MGA TYPE KONG FOOD HA! "

" YAP….GUTOM NA GUTOM NA NGA AKO EH……EPEKTIBO TALAGA 'YUNG KINAIN KONG APPETIZER KANINA……" nakatitig at nakangiting pilyong sabi kay MARYLLE

" HEE……KINAIN KA DIYAN……PURO KA KAMANYAKAN.."

Bulalas ni MARYLLE na tumatawa at kinikilig.

Nang kumakain na sila ay nagbago ang ambience…..oo nga't may subuan at lambingan, pero tagos-tagusan ang tingin sa isa't isa, parehas na nag-iisip, sa diwa nila ay may mga katanungan.

(" Ano pa kayang mga sorpresa at hiwaga ang ibibigay mo sa akin…….. RICO… ")

(" Mayroon pa bang sikreto si MARYLLE na dapat kong malaman? ")

Pagkakain ay nagpahinga't nanigarilyo, parehas silang parang sawang nanahimik ng mabusog,kung ano-ano ang naglalaro sa kanilang isipan.

(" Hindi na ako makakaiwas...IMMORALIDAD, BAHALA NA, leave as it is, saka na lang ").

(" May asawa na kaya siya? He has'nt reveal anything yet, sabagay I'm not asking him….")

EXODUS 20:14 DEUTERONOMY 5:18 PROVERBS 5:1-23 PROVERBS 6:20-35 PROVERBS 7:1-27 (SUBUKAN MONG BASAHIN)

Tumunog ang cellphone, dinampot kaagad ni RICO.

1240PM.

Hindi sa kanya.

" BABY MAY MESSAGE KA YATA " baling ni RICO

Tumayo si MARYLLE, kinuha ang cellphone sa handbag niyang nakapatong sa headtable, at pagkakuha'y umupong pahiga sa kama, pinindot-pindot, habang balik-balik ang mga mata………….kay RICO………...sa cellphone……….sa cellphone……………kay RICO.

[ASAN KA BA………………………………..] ?

Tumayo si RICO matapos makapanigarilyo, hawak ang cellphone.

" BABY, PAABOT ASHTRAY "

Iniabot ni RICO, at pagkatapos ay dumampot ng isang twalya, bago isinilid ang cellphone sa bulsa ng slacks niya.

" SHOWER LANG AKO BABY, PAKITAWAGAN MO NA OPERATOR, ABISUHAN MO NA SILANG ALAS DOS TAYO MAG-CHE-CHECK OUT, PARA PAGKATAPOS KONG MAGSHOWER AY SITTING PRETTY NA TAYO " utos-pakiusap ni RICO sabay tungo sa banyo

" YAH.....OKEY.............GO SHOWER KA NA, I'LL SMOKE "

[DELETE MESSAGE] [OK]

Pinatay ni MARYLLE ang stereo na tumutugtog at ini-on ang TV, pagka-switch-on ay lumitaw kaagad sa screen..........

" ORIGINAL SIN "

STARRING: ANTONIO BANDERAS AND ANGELINA JOLIE
PRESS PLAY BUTTON

(" HMMM.....INTERESTING........") aniya sa sarili

Hinagilap ang remote control, pinindot ang play.........sabay hithit.

* * *

" . . . SUCH JOY AND HAPPINESS YOU BRING
FULL OF PROMISES AND DREAMS
WISH TIME IS IN MY HAND
SMOKE LIFE OUT OF THE CHANCE . . . "

* * *

M'onaC/72

CHAPTER 5

"REALIDAD "

* * *

"... FOR NOW I HAVE TO MUSE QUIETLY
BEAR WITH YOU THE BURDEN OF TIME
THE ANGUISH OF SEEING YOU LONELY
WILL FILL MY HEART WITH MISERY ... "

* * *

M'onaC/72

* * * REALIDAD * *

" BIGLA-BIGLA 'ATA NAGBAGO ISIP MO BROD AT NAPALUWAS KA RIN NG MANILA, SAWA KA NA BA SA DAGUPAN AT DOON KA NAMAN MAMIMINGWIT, SABAGAY KUNG IKUKUMPARA, ANG DAGUPAN CITY AY CHINA SEA AT ANG MANILA AY PACIFIC OCEAN, ANG LAKI NG DIPERENSIYA, MAS MALAWAK, MAS MARAMING ISDA, MAS MARAMING PAGPIPILIAN AT MAGAGANDANG KLASE PA! "

Hindi umiimik si DANNY, ayaw patulan ang mga sinasabi ni RICO.

" PERO INGAT, TAHIMIK AT MALALIM ANG PACIFIC OCEAN, HINDI MO ALAM KELAN MAG-NGANGALIT ANG PANAHON, AT KAPAG NANINGIL ITO AY TIYAK KASAMA KANG SISISID SA ILALIM NG DAGAT, DI MO ALAM KELAN KA ULIT MAKAKAALPAS. "

" ANO BA IYANG MGA SINASABI MO.....HINDI KO MATALOS. " bara ni DANNY

"ALA LANG, PAALALA SA IYO, INGAT SA PAMIMINGWIT, BAKA MADISGRASYA. "

Hindi tinugon ni DANNY, may iniisip.

Sumisibad na ang kotse ni RICO papuntang MANILA, kakaalis pa lang nila sa bahay.

1610PM.

Sunod-sunod kaagad ang mga messages na nareceive, expect na niya 'yun, may signal na, mahina kasi minsan signal sa lugar ng bahay nila, siguro dahil sa matataas na puno.

" 3 MESSAGES 'YUN MATE AH "

" PAKIBUKAS NA LANG AT PAKIBASA, NAG-DRA-DRIVE KO EH "

" DIYAN AKO BILIB SA IYO MATE, PARATING SAFETY FIRST.......KAYA DI KA NAKAKA-DISGRASYA.......NAKAKATISBUN.......PINABIBILIB MO TALAGA AKO "

" OO NA, SIGE NA......BASAHIN MO NA'T MASAGOT NA ANG MGA 'YAN, IDI-DIKTA KO SAGOT SA IYO "

" OKEY PERO SAFE BA TALAGA KOTSE KO SA GARAHE NINYO "

" OO, 'ALA GAGALAW 'DUN, SI ERPAT ANG BAHALA 'RUN, GUARDIA CIVIL "

" OKIIIIII.........FIRST CASUALTY "

[HI KUYA TNX SA PIZZA APRCTE IT.INGAT KAU KUYA DAN.RGRDS KAY ATE MARI AT KAMBAL SABI PA AT MA. BYE LUV U.] 'KIM'

" OK...HETONG SAGOT "

[TNX SIS ARAL BUTI SAMA KO SILA NXT WK VCTION C U LUV U ALL]

[SEND MESSAGE] [OK] [MESSAGE SENT]

" 2ND CASUALTY "

[WHERE R U NA. BA'T D KA TXT BAK LAST MSGE KO. ON D WAY K N B. MISU] 'LUVSKI'

" OH SHIT ME......KCUF.....KCUF.....KCUF.........FUCK ME...." sigaw ni RICO

" O..... BAKIT? " manghang tanong ni DANNY

" BROD PAKIHANAP NGA 'YUNG MESSAGE KO PARA KAY ISMI AT PAKI-SEND, SHIT ME, NAKALIMUTAN KONG E-SEND KANINA "

Tumawa si DANNY.

" 'YAN ANG SINASABI KO BROD "

Nakakita siya ng butas para idepensa niya ang sarili kay RICO, at habang hinahanap sa message save ay parang abogadong nagsasalita.

" LALAGAY-LAGAY SA TAHIMIK, WALANG HASSLE.......SMOOTH NA SMOOTH .... PEEEEEROOOOOO..........ISANG SITSIT NI KUMANDER .... PARA KAYONG ASOOOOOOOOOOONG KAKAWAG-KAWAG ANG BUNTOT .... "

" ....'YAN NA NGA BA SINASABI KO EH, MAY MAG-ASAWA BANG LUMAGAY SA TAHIMIK, BUWANG ANG MGA NAGSASABI NOON..........ANG SABIHIN NINYO...... LUMAGAY SA MAIIIIIIIIIIIINGAAAAAAAAAAAAY, HINDI TAHIMIK.......TINGNAN MO HA, BAKIT

MAINGAY...."

"............UNANG GABI 'NYO PA LANG MAG-ASAWA, MAINGAY NA........OKEY 'YUN, TRIP KO ANG MGA INGAY NA 'YUN........" huminto sa pagsasalita

[SEND MESSAGE]   [OK]

" OK NA.......NA-E-SEND KO NA "

" SAAN NA NGA BA AKO........A.....'YUN.......TRIP KO 'YUN...........PERO 'YUNG IBANG KLASENG INGAY, 'YUNG INGAY NG SIGAWAN.........HINDI KO NA TRIP 'YUN.........."

Lumingon si DANNY sa kanang likuran, may sinundan ang paningin.

" NAKITA MO BA 'YUN MATE.......OK 'YUN AH.......BUWELTAHAN MO......."

Alam ni RICO ang tinutukoy ni DANNY, may nadaanan kasi silang chick na naglalakad at super-sexy ang kasuotan.

(" ASKAL TALAGA ")

"   GUSTO   MO   BA   TAYONG   MADISGRACE HA.....PALILINGUNIN MO PA KO.......EH.........FAFA NAMAN 'YUNG NAKITA MO....HE.HE.HE.HE..." insultong tawa't sabi ni RICO

" PAPA BA? ANYWAY, BALIK TAYO...TAMA KA...EYE'S FRONT...KA LANG PALAGI NG DI KA MABULYAWAN NI MISIS....HA.HA.HA.HA.HA..." pang-aalaskador ni DANNY

" OKEY NAKARAOS SA INGAY NA DULOT NG PAGTATALO SA BUHAY BILANG MAG-ASAWA, ADJUSTMENT PERIOD....LUMAGAY DIN SA TAHIMIK...TUMAHIMIK NG SIYAM NA BUWAN, DELIKADO MAG-INGAY, MASELAN ANG KALAGAYAN NI KUMANDER, BAKA MAUDLOT ANG BIYAYA NG DIYOS...ANG KATUPARAN NG SINASABI NINYONG PAGLAGAY SA TAHIMIK..."

"............PERO ANG HINDI NINYO ALAM, PAGKATAPOS NG SIYAM NA BUWAN NA WALANG INGAY, ANG BIYAYA NG DIYOS AT SINASABI NINYONG KATUPARAN NG PAGLAGAY SA TAHIMIK ANG MAGDADALA NG IBANG KLASENG INGAY, AT SIYA ANG MAGHAHARI SA INYONG NAG-IINGAYAN, MAS MALAKAS ANG INGAY 'NUN........"

"......'YAN BA ANG SINASABI NINYONG LUMAGAY SA TAHIMIK....WALANG HASSLE AT SMOOTH NA SMOOTH................."

" EH SA NAKIKITA KO, MAINGAY NA PURO HASSLE PA............"

"............DI KA NA MAKAGIMIK NG GUSTO MO "

"............DI MO NA MABILI GUSTO MO "

"............DI MO NA MAPANOOD GUSTO MO "

"............DI KA NA PWEDENG MAGPACHARMING SA MGA CHICKS "

"...........DI KA NA PWEDENG MANGBOLA "

"...........LIMITADO NA ANG PAKIKIPAGBARKADA "

"...........LIMITADO NA ANG PAG-GASTOS MO "

"...........KATULONG KA PA............."

"......LABANDERO, KUSINERO, HARDINERO, KUSKUSERO, BROTSADERO......"

" 'YAN BA ANG SINASABI NINYONG WALANG HASSLE....EH PURO HASSLE SA BUHAY KO 'YAN...LIBAN LANG 'DUN SA HULI...TRIP KO RIN 'YUN......BROTSADERO......HE.HE.HE"

" TEKA, TEKA....BREAK MUNA, PARA KANG ABOGADONG DAKDAK NG DAKDAK DIYAN, SINO BA'NG DINIDEPENSA MO.....EH SARILI MO LANG INIISIP MO...." depensa ni RICO

" NATURAL........SINO PANG IDEDEPENSA KO KUNDI IYONG KARAPATAN NATING MGA LALAKI.......HANGGANG UMPISA LANG ANG MGA BABAENG YAN.......KAPAG HINDI KA PA NASISILO AT NAITATALI, PURO I UNDERSTAND 'YAN........KALA MO KUNG SINONG AAWIT SA IYO.......I UNDERSTAND, I UNDERSTAND........."

" HAMO, KAPAG NAIPOSAS KA NA NIYAN SA MATRIMONYA, MAS MABANGIS PA SA HAYUP-GUBAT, PARANG LEOPARD, TIGRE O LEON KUNG UMASTA SA ATIN.......SA MADALI'T SABI............. "

"HIIIIINDIIIII   KAAAA   NAAAA
MAAAKAAAPOOOORMAAAAAAAA! "

Humagikhik sa tawa si DANNY.

"………DI BA TOTOO……." dugtong niyang pang-aalaska't pangungutya

Natawa rin si RICO sa tinuran ng barkada, nang biglang may sumagi sa isipan niya.

(" MARYLLE ")

* * * LOVERS AND KISSES, EVERYTHING WILL FLOW * * *

(" Ganoon din kaya siya……kaya……kaya……naghiwalay sila……..pero hindi eh…..napaka-sweet at demure ang kilos…….edukada……at sa dalawang gabing kasama ko siya…….'ala akong makitang dahilan para hiwalayan siya 'nung lalaki………..")

At ngumiting aso sa sarili.

(" Mahilig din. ")

" BROD BREAK MUNA, PAKI-CHECK NGA 'YUNG HULING MENSAHE KO, TULOY PAKI-BUKAS AKO NIYANG REDBULL, MEDYO NANGHIHINA NA AKO "

Sunod lang si DANNY, nag-iisip, iniabot ang bukas na REDBULL……..sabay sabing……..

" AH REDBULL......KEEPS YOU HUMPING..... " bungisngis ni DANNY ".......NAKAILANG 3 POINTS KA BA KAGABI......" tumatawang dugtong nito

" ANAK NG KAPEPAY ....TSISMOSO! " bulyaw ni RICO

" OWWS..BAKIT...MAY KALASWAAN BA SA TANONG KO...."

" OW SHUT UP......ZIP.....ZIP....ZIP " sinenyasan ni RICO si DANNY na itikom ang bibig

" O 'CUM ON......NOTHING WRONG ABOUT IT.......USAPANG BARKADA, DATING GAWI, ALAM KO NAMANG TOP SCORER KA PALAGI......AMINADO AKO 'RUN.....SIGE NAAAAAAAAAA, TELL MEEEE....." paanyaya ni DANNY

Tumahimik si RICO, bumuntung hininga ng malalim......

" PAPASOK NA TAYO NG MALASIQUE..." sabay birong-itinapon kay DANNY 'yung bote ng Redbull na said na said ang laman.

" OHHHHHHH.......PSSSTTSHAAAAAAAATRRRRAAAAAP " bulalas ni DANNY

" 'WAG MO AKONG ILIGAW AT DI KITA TATANTANAN "

Pagbabantang-biro ni DANNY, pero bigla ring tumahimik, kilala niya si RICO, hindi ito daldalero katulad niya.....kiss and tell....pinipili ang tinatabla.....karamihan sa mga ini-scorehan niya noon ay yung mga one night stand lang o tawag ng puson.........pero kapag ang babae ay napapitlig ang puso niya kahit isang gabi lang ay respetado niya ito, wa-info siya sa mga tsuktsakan.

" SAAN BA ANG ROTA NATIN MATE " siya na rin mismo nag-iba ng usapan

" UMM..OK.......SHORTCUT ROMBO KO......IWAS TAYO URDANETA, MATRAPIK DOON, SA CALASIAO AKO DUMAAN, PALABAS TAYO NG MALASIQUE NGAYON, DIRETSO ITO SA BAYAN NG BAYAMBANG TAPOS LUSOT NG CAMILING AT TAGOS TAYO NG TARLAC , TARLAC...... TINGIN KO SAVE TAYO MGA 30-40 MINUTO, KUMPARA SA URDANETA ROUTE...........STOP-OVER TAYO SA JUNCTION SA MAY VICTORY/5 STAR BUS STATION.......PAHINGA AT KAIN TAYO 'RUN............TAPOS IKAW NA ANG MAGDALA HANGGANG MANILA PARA MAKAPAGPAHINGA AKO....MAY COMMITMENT AKO SA MGA KA-BROD KO NG 2200H SA PARANAQUE "

" NO PROBLEM MATE BASTA IKAW......'MUSTA NGA PALA 'YUNG DINADALUHANMONG SERMONAN "

" WELL ....OK LANG......COOL 'YUNG MGA MIYEMBRO, MAY MGA PROPESYONAL AT DI-PROPESYONAL....PERO NAGKAKAISA NG PANANAW.......MAY MGA MAY-ASAWA.....IYONG IBA MGA BINATA,........PERO DOON.........IISA LANG ANG TINUTUGIS NAMIN, NAG-KAKAISA ANG PAKAY NAMIN....IISANG MISYON...DUMALO KA KASI....PARA MAKITA AT MARANASAN MO. "

" HE HE HE..........AYAIN MO NA AKO SAAN 'MANG LUPALOP NG DAIGDIG PERO HUWAG MUNA DIYAN.........MATE.........I'M NOT READY FOR

SUCH........I HAVE A LIFE TO LIVE YET...."

" OK.....WHENEVER YOU'RE READY.........WHEN YOU REALIZE SA BUHAY MO NA.....NO MAN IS AN ISLAND, SOMETIMES YOU HAVE TO HAVE FELLOWSHIP TOO, 'YUNG MALAYA MONG NASASABI ANG IYONG DAMDAMIN, ITO MA'Y SAYA O LUNGKOT, MA-SHARE MO'T KAPULUTAN NG ARAL SA PANG-ARAW-ARAW NATING BUHAY NG MGA IBANG TAO "

" STOP IT.......MATE.......BAKA..........MALAGAS ANG BUHOK KO SA IYO.....TUMATAYO NA ANG BALAHIBO KO........ANO KA BA PROPETA.......SI MOSES........IBAHIN NA LANG NATIN TOPIC! "

Alam ni RICO medyo nairita ang kaibigan, so the best medicine.......BABAE...

" SIYANGA PALA, HOW'S SHANE? "

" O...OKEY 'YUN MATE......I THINK I FOUND MY RIGHT GIRL......"

Biglang sagot ni DANNY na may pagyayabang at ikinagulat na ikinatuwa ni RICO.

"   RIGHT   GIRL?......IKAW.......RIGHT GIRL!?!?........PARANG BIGLANG NAGBAGO 'ATA IHIP NG HANGIN..........SINASAPIAN KA BA? "   birong hayag ni RICO

" ....NASA BUKABULARYO MO BA 'YUN?........NOTHING I RECALL OF.........I DON'T THINK SO....... "   dugtong pa ni RICO

" DON'T THINK DON'T THINK.........HUNGHANG......OF COURSE.......IN THIS CIVILIZED WORLD......I'VE GOT THE RIGHT........TO........F......."

At bigla silang nagkatinginan, sabay kinanta ng dalawa ang paboritong linyang kanta ng barkada.

.....I'VE GOT THE RIGHT TO.........…....TO PAAARTY.................…...TO PARRRRRTY...........…...I'VE GOT THE RIGHT TO...........TO PAARRRTY...........…TO PAARRRRTY.........TO PANNNNNTY...........…..I'VE GOT THE RIGHT TO.........…....TO PAAARTY.................…...TO PARRRRRTY.................I'VE GOT THE RIGHT TO...........TO PAARRRTY...........TO PAARRRRTY.........TO PANNNNNTY.......

Sabay humagakhak sa tawa ang mga mukong.

" EHEM....SERIOUSLY SPEAKING.....HOW IS SHANE? " tanong ulit ni RICO

" WELL PUMASA SIYA SA QUALIFICATION KO WITH FLYING MARKS..." yabang niya

" OWS? BAKIT NAMAN?..........ANO BANG MERON SIYA NA DI MO PA NAKITA O NATIKMAN SA IBANG ISDA.......STRETCHABLE BA ANG ILONG AT TENGA "

Alaskador ni RICO.

" MATE NAMAN......USAPANG SERYOSO.....GINAGAWA MONG KALOKOHAN......"

Singhal ni DANNY na lalong ikinatuwa ni RICO at lalong nang-gatas…este, nang-alaska pala.

" SO………STRETCHABLE BA? "

"
SSSHAAAAAAAAAAAARRUUUPPPPPPPPPPPP…..OKIIIIII IIIIIIIII……..."

Na lalong ikinatuwa ni RICO, nag-menor at nag-preno ng kaunti, hindi niya kasi mapigilan ang katatawa.

Nakatingin sa kanya si DANNY, tikom ang bibig, nag-pang-aabot ang mga kilay.

" MATE…..YOU'RE KILLING ME…YOU'RE MAKING FUN OF ME…HERE I AM ABOUT TO REVEAL IN THIS CRAZY WORLD THE RIGHT GIRL I'VE BEEN WAITING ALL MY LIFE AND   YET YOU'RE MAKING FUN OUT OF IT……DON'T YOU HAVE ANY RESPECT…..OR ANY DECENCY AT ALL……..."   asar na bulalas ni DANNY

" WOW…….HEAVY…….PANG-CONGRESS 'YUN AH….."

Pero sa isip ni RICO ay…(" Seryoso ang barkada ko, first time, totoo siguro……totoo nga sigurong natagpuan na niya…..'yung nagpapitlig ng kanyang puso…AHA! KILIG NG PUSO. ")

" YA…..OKEY…..I'M SORRY ALRIGHT….I DON'T MEAN ANY HARM…..MEEEYYTT. "

Binigkas niya 'yung mate ng Australian accent. Napangiti si DANNY sa pagkakabigkas niya, nawala ang asar at inis niya.

" ARE YOU READY TO LISTEN? "

" YA...COOL..I'M READY...GO AHEAD..."

" OK.........HERE IT GOES............HERE I.............."
umpisa ni DANNY

" GIRL POWER - RIGHT GIRL "
BY: M'onaC

" HERE I GO......HERE I GO
HER NAME IS SHANE
NINETEEN, 19 YEARS OLD
GOT TO HAVE HER
BECAUSE I KNOW FOR SURE
SHE'S MY GIRL

SO COOL AND SLEEK
ALWAYS' READY FOR FUN
SHE PARTY 'TIL TWILIGHT
SHE GROOVE 'TIL TWILIGHT

SHE UNDERSTAND THE WORD RUBBER
YET SHE KNOWS IT WELL
THE COMPLICATION, HER LIMITATION
TWILIGHT ZONE MEANS NOTHING TO HER

I CAN KISS HER ANYWHERE
TOUCH HER ANY PART
SAVE THAT HOLY PLACE.......AHHHHHH!
SHE SAYS SHE'S SAVING IT
SAVING FOR THE RIGHT DAY
SAVING IT FOR HER RIGHT GUY

OH GIRL, MY GIRL
STRONG-WILLED AND TOUGH
SHE KNOWS HERSELF
SHE WANTS TO BE SOMEONE
MAKE HER MAN PROUD SOMEDAY
OH GIRL, MY GIRL
SHE KNOWS HERSELF
SHE HAS THAT GIRLPOWER

HERE I GO……..HERE I GO
GOT TO HAVE MY RIGHT GIRL
BECAUSE I KNOW FOR SURE
NO DOUBT ABOUT IT
SHE'S MY GIRL
SHE'S MY GIRL FOREVER…….

" DIOS MIO ……..MI AMOR…….ANO 'YUN? "   gustong tumawa ni RICO pero pinigilan baka mabad-trip ang kaibigan.

" ANONG DIOS MIO…..DI MO BA NARINIG IYONG LYRICS……'YUNG MENSAHE NG NI-RAP KO…….SUMA-TOTAL 'YUN NI SHANE NICOLE…….GIRLPOWER……..AT IYON ANG NAGPAPASA SA KANYA TO EARN HIGH MARKS SA QUALIFICATION SHeeIT KO. "

Nagpreno bigla si RICO, iginilid ang kotse at ipinarada sabay lumabas sa sasakyan diretso sa harapang hood, at nagkanda-yuko-yuko sa katatawa……..humahagalhal……..sunod si DANNY.

" WHAT'S WRONG WITH THAT? "

Na lalong ikinalakas ng tawa ni RICO......at tumawa na rin si DANNY.........na-realize bakit di mapigilang tumawa ni RICO.........hindi niya masisi ito......buti nasa kabukiran sila.

(eh paano ba naman kasi...di ba.....eh...beinte otso anyos na si DANNY...propesyonal.....di na tin-edyer para mag-rap......at di sa ganong paraan ang ini-expect ni RICO para magpaliwanag si DANNY, DIOS MIO TALAGA...DI BA..)

Biglang tumahimik si RICO, ang isang kamay nakalapat sa bibig, tawa lang si DANNY.

" ARE YOU READY.........TO ....LISTEN.........HERE I GO.......HERE.........."

"
SSHHAAAAAAAAAAAAAARRRAAAAAAAAAAAAAAAAAAP PPPPPPPPPPPPPP"

Sigaw sa katatawa pa ni RICO..........sa bukirang iyun ng Bayambang, Pangasinan.

* * *

..............HERE I GO..........HERE I GO..........HERE I.......

Tumatakbo na ulit sila, nakakapag-usap na ulit ng matino, kontrolado na ang emosyon, usapang propesyonal, tungkol kay SHANE ulit....PROUD NA PROUD SI DANNY KAY SHANE...kumakanta-kanta pa.

(" I'M HAPPY FOR YOU FRIEND……..I'M HAPPY FOR YOU…….Sa wakas kinatok din ng KILIG NG PAG-IBIG ang puso mo….I wish you both luck….kasehan at samahan kayo ng TADHANA at PANAHON…….magkatuluyan sana kayo…GOD BLESS BOTH OF YOU. ") wish sa puso't isipan niya

* * *

" … SEEK ROSES ALONG THE WAY
KEEP EYE OF THORNY PATH
REACH OUT FOR THAT SPELL
LET LOVE COMES TO REALITY … "
* * *
M'onaC72

" SHIT ME! "

Bigla naalala niya ulit si MARYLLE.

" BROD, 'YUNG CELLPHONE, KANINONG MESSAGE BA IYONG PANGHULI, PAKI-CHECK "

………HERE I GO……….HERE I GO…………….

Pakanta-kantang dinampot ni DANNY ang cellphone, hinanap ang panghuling mensahe.

[HI WER R U NA. MIS U AGAD. KLAN BLIK MO. M HIR KWAR2 PGOD NA PGOD, 2LOG AFTER. TXT BAK AGAD PLS. MISU.MISU.MISU2dMAX.LUVU.INGAT N GUD BOY

OK. C U. BYE]

" MARYLLE "

" O NGAYON MASAYA KA NA AT ALAM NA ALAM MONG MAY IN-LOVE NA IN-LOVE   NA NAMAN SA IYO...." asar-sabing ulas ni DANNY

Nagsitunugan ulit ang cellphone, dalawang beses magkasunod.

" OPPS, MERON DIN AKO....."

Sabi ni DANNY, at kinuha ang cellphone sa bulsa ng polo sabay lapag ng kay RICO.....pagkuwan ay binasa ng malakas ang natanggap niyang mensahe.

[HI hon. Sorry ngayon lang ko txt, na2log kasi ko, beauty rest...txt bak. Mis u. bye]

" SHANE "

" KITAM.....MAY PAYBACK NA INVESTMENT KO, AT LEAST I KNOW SHE CARES, IYON ANG IMPORTANTE DI BA MATE "   galak niyang tanong kay RICO

" OF COURSE, DIYAN NAGSISIMULA LAHAT 'YAN BROD, SA CARING NA 'YAN........... TAPOS   SUNOD-SUNOD NA   LAHAT   'YAN....LONGING,   UNDERSTANDING, LOVING............AT......"

Bahagyang napatigil.

"............(humping   )
ThRUSTing........TRUSTING....HE.HE.HE...O..DI BA........"

".......ANYWAY BROD, IYONG CELLPHONE KO, PAKI-CHECK NGA ULIT SINONG NAG-TXT AT SAGUTIN NATIN....."

" OKI DOKI "

[ASAN KA NA.TXT KA BROD MO. KAYA MO HABULIN DINNER 1900H.   TXT BAK.INGAT SA PAG-DRIVE.GODSPEED.MIS U N C U SOON]   'LUVSKI'

" WANTOT MO MATE "

" OK, PAKI-REPLY ITO "

[PAPASOK TARLAC. HINDI KAYA. UNAHIN MO NA KIDS. KAIN KA LIGHT LANG PARA MAY KASABAY KO. ARRV 2030H. C U N TNX MIS U LUV U]

[MESSAGE SENT]

" BROD IYONG KAY MARYLLE I-REPLY DIN NATIN "

Paki-usap kay DANNY at sumulyap sa relo, 1720h.

" READY .....OK "

[HI BB WATS UP, SORI ME NOT TXT AGAD, DRIVE KAC, D2 NA KO TARLAC.KAIN KA NA KOL U STOP OVER LAPIT NA. LUVU BYE MIS U]

[MESSAGE SENT]

" HAAAAYYYY   SSSHHHAAAARRRRAAAAAPPPP NG IN-
LOVE…. "

………..FEELS   LIKE   HEAVEN……..FEELS   LIKE
HEAVEN……………

Kanta-kanta ulit ni DANNY

" WALA NA, DI AKO NAMAN MAMBOBOLA SA SWEETIE
KO, BAKA MASIRA ANG BEAUTY REST 'NUN KAPAG
WALANG   NATANGGAP   NA   MESSAGE   SA
AKIN…EH…BUONG LINGGONG SUNOD DAMAY….."

Sabi ni DANNY sabay lapag iyong kay RICO. Hindi umiimik si
RICO, iba naman nasa   isip niya ngayon, 'yung mga ka-brod
niya sa "GATHERING" na pinupuntahan niya tuwing linggo ng
gabi, usually 2200H sa Paranaque, malapit sa Pearl Mall Plaza, sa
may Tambo..

(" Sa stop over ko na lang sila tatawagan. ")

" O, MATE 'KALA KO BA STOP OVER TAYO RITO, ABA'Y
GUTOM NA GUTOM NA AKO "

Anas ni DANNY ng makitang dumiretso si RICO sa junction ng
Tarlac, Tarlac.

" CHANGE PLAN, SA CONCEPCION TAYO MAG-STOP-
OVER, DOON SA MALAKING MALL "

" 'YUN BANG NASA ENTRADA NG HACIENDA LUISITA? "

" OO "

" PAG-AARI BA NG MGA AQUINO FAMILY 'YUN "

" MALAMANG, NAKATIRIK SA LUPAIN NILA EH, AT SAKA TSISMIS SA 'KIN MAY SHARE RAW SI KRIS 'DUN SA MALL , 'YUNG CRUSH MONG ARTISTA NA ATENISTA "

" TALAGA....PERO....NOON 'YUN MATE,... NOONG HINDI PA SIYA NAGWAWALA! "

Sa Chowking sila kumain, laureat chicken parehas nilang inorder.

" ANONG ORAS TAYO LALARGA MATE? "

Tumingin sa oras si RICO. 1800PM.

" MGA ALA SAIS KINSE......SANDALI LANG MAY TATAWAGAN LANG AKO. "

[HELLO.....OH.. HI BABY,   'MUSTA KA....HMM GOOD...YAH...KATATAPOS LANG...DITO CHOWKING TARLAC......IKAW.....WOW.....SARAP NAMAN....ISINUBO MO KO..HE.HE.HE....'KAW HA....EHKINAIN DIN KITA SIYEMPRE.....BUSOG....OO....TALAGA HA......MISS NA MISS NA RIN KITA........UWI?........HMM NEXT WEEK END SIGURO.......TAGAL BA 'YUN.......ISANG LINGGO LANG YUN.......DON'T WORRY......TEXT KITA LAGI.......OF COURSE....TAWAG DIN AKO SIYEMPRE........ INGAT?.....LAGI........IKAW RIN....GOOD GIRL PALAGI HA.......TALAGA LANG.....DI TSIKA......AKO

LANG…….OK…..THANKS BABY……..YAH RIGHT……SEE YOU IN MY DREAMS TOO….BYE….LOVE YOU TOO……OK……I'LL SEE……BUT I'M NOT PROMISING…….I WILL TRY….OK……GOOD NIGHT…BYE…YA……BYE……LOVE YOU…]

" HANEP TALAGA……ANG LANDI MO. "

" IN-LOVE BROD IN-LOVE "

" O MAY TEXT MESSAGE AGAD EH KATATAPOS 'NYO PA LANG MAG-USAP….IBANG KLASE TALAGA. "

[ASAN NA KAU.PINAKAIN KO NA KIDS.GUTOM NA KAC.ANTAY KTA DNNER.INGAT KAU NI DAN, TXT SA AKIN KIM, SABI 'NYA MAGKASAMA KAU…C U] 'LUVSKI'

Nakangiti lang si RICO kay DANNY, di na 'nya sinabing ang asawa nito ang nagtext. Mayguilty feeling………..nagdial ulit.

[hello….luvski……..'eto ok lang…..dito sa Tarlac……stop over……with DANNY…….ano ka ba, ala 'no…o…'eto…..say hello to DAN……..???????……..siyempre……ikaw lang…….wala nga……si DANNY lang……….antay mo ko…ok…….dinner?……..miss you……..kiss mo ko kids……..'yung sandata ko I-ready mo…..may commitment ako 2200H……..ah ok…..hmm…nandiyan si bayaw……ok…..regards mo ko……….. tamang-tama……invite ko siyang sumama mamaya…….sabihin mo…..ok…….good…good…….I'll see you soon, alright…….thanks……byebye…..me too…..I LOVE YOU……bye]

" HANEP TALAGA, NAGREPORT SA OPOSISYON, NAGREPORT DIN SA ADMINISTRASYON, TALAGANG PINABIBILIB MO KO, MAGAYA NGA 'YANG STYLE MONG BULOK KAPAG LUMAGAY NA RIN AKO SA MAINGAY NA BUHAY……..HA MATE…..OK BA? "

" KANYA-KANYANG DISKARTE LANG 'YAN, SIYEMPRE DAPAT LAGING NAGREREPORT SA COMMANDER IN-CHIEF, MAHIRAP NG MASAMURAI "

" O ANO DI PA BA TAYO AALIS? "

" TEKA ISANG TAWAG NA LANG…….SI SHANE NATAWAGAN MO NA BA? "

" TINEXT KO LANG……'ALA NA KONG LOAD. "

[HELLO…..YEAH…..IT'S RICO……..I'LL BE AROUND, DON'T WORRY……YAP, TULOY ANG SESSION….2200H SHARP…..YAH…..OK THEN…….I'LL SEE YOU ALL TONIGHT…….BYE]

" TARA, LARGA…….'KAW NA MAGDRIVE DANNY, PINAPANGUNAHAN NA KITA, TUTULUGAN KITA, SO, DAHAN-DAHAN LANG AT INGAT SA PAG-DRA-DRIVE, HUWAG MABIGAT ANG PAA….SAFETY FIRST ANG MOTTO NATIN. "

* * *

Iniisip ni RICO ang asawa, isinaksak ang Firehouse na CD at iidlip na sana ng tanungin siya ni DANNY.

" MATE, ARE YOU DEAD SERIOUS WITH MARYLLE? I'M SORRY IT'S NOT MY BUSINESS ALRIGHT……I'M JUST CONCERN……."

Hindi pinansin ni RICO, sinasabayan niya sa isip iyong kanta ng Firehouse na 'love of a lifetime'

Tinapik siya ni DANNY.

" HEY ARE YOU LISTENING? "

" YEAH WHAT? "

" SABI KO…..ARE YOU DEAD SERIOUS WITH MARYLLE? "

" HMMMM….WHY…SOMETHING I SHOULD KNOW? "

Tumitig sa kanya sandali si DANNY, parang nanantiya sa sasabihin, nakatitig na sa daan…parang kumukuha ng buwelo.

" TELL ME WHAT'S WRONG…..DAN…….DON'T LIE TO ME…." inunahan na ni RICO si DANNY, lumalakas ang kabog ng dibdib niya, hininaan ang sounds.

* * *
" . . . WHATEVER THAT WAS DONE
NOT MUCH TO DISCUSS
THERE'S NOTHING TO TALK
MUCH HAD BEEN DONE . . . "
* * *
M'onaC/72

" RICO......HOW MANY YEARS WE'VE BEEN FRIENDS? "

" MORE OR LESS .....9 YEARS......I THINK......"

" AND I BELIEVE SA HULING 9 YEARS NG BUHAY MO AY AKO LANG SIGURO ANG BESTFRIEND MO...."

" HEY.....WHAT ARE YOU TRYING TO IMPART.......GET TO THE POINT ALRIGHT............YOU'RE A GOOD FRIEND...I WON'T DOUBT WHATEVER YOU'LL SAY....."

" OK.....IT'S ALL ABOUT MARYLLE.....ALRIGHT"

" YEAH.....WHAT ABOUT HER? "

Hininaan ni DANNY ang takbo ng kotse, at pinatay ang sounds.

" WELL, WHAT ABOUT MARYLLE? " naiirita na si RICO

" WHAT DO YOU KNOW ABOUT MARYLLE......YOU KNOW........HER PAST....SORT OF. "

" AYUN, SHE TOLD ME SHE'S 3 YEARS SEPARADA, HER FATHER IS 6 FEET UNDER THE GROUND.......HMMMM.........IYONG ANAK NASA BIYETNAM NIYA..........MOM NIYA NGAYON AY ISANG EXECUTIONER SA BANGKO.....ASIDE FROM

THAT....NOTHING MUCH TO CONCERN WITH "

Sagot niya na dinaan sa kalokohan, pinapalakas ang loob.

" AYAW KO SANANG PANGHIMASUKAN DISKARTE MO MATE……..KAYA LANG…….THE WAY I SEE IT NOW....I HAVE TO.....BEFORE IT'S TOO LATE AND SISIHIN MO AKO PAGDATING NG ARAW FOR NOT BEING A GOOD FRIEND…….FOR NOT TELLING YOU…..OF MY CONCERN. "

Kilala niya si DANNY, kapag biruan ay biruan……sa ngayon…..he's very serious…..as if he's really concern……..(" What's bothering him? ")

" SO TELL IT TO ME THEN. "

" NOONG UNA, AKALA KO NAG-E-ENJOY KA LANG, PINABAYAAN KITA KAY MARYLLE SA DISKARTE MO, SIYEMPRE, ALAM KONG STYLE MO, KAYA I LET YOU HIT-IT WITH HER, ALAM KONG YOU'RE JUST LOOKING FOR A BREAK....RELIEF…..MAHIGIT ISANG BUWAN KA PA LANG NAGBABAKASYON. ………."

" ARE YOU FOLLOWING ME…….KUHA MO BA 'KO…….."

" YEAH…..YEAH……OK…….SO……"

" SA NAOBSERBAHAN KO SA IYO KANINA, THE WAY YOU'RE HANDLING THINGS NOW, PAPUNTA KA NA 'RUN, MATE...I SAW A DEAR FRIEND RUINING HIS GOOD, DECENT FAMILY "

" ANONG IBIG MONG SABIHIN….DIRETSAHIN MO NA KASI……POKPOK BA SI MARYLLE, TATSING……NAISCOREHAN MO NA RIN BA….O ANO PA….NA-RAPE BA…" uminit ulo ni RICO

" HEY RELAX…..I'M JUST TALKING…….I DON'T MEAN ANY HARM…….OR ANYTHING TO DEGRADE HER…..I'M A FRIEND……..I'M YOUR GOOD FRIEND. "

" SORRY BROD……NAIIRITA KASI AKO EH…….WHATEVER YOU 'WANNA SAY…..DIRE-DIRETSOHIN MO NA……DON'T STOP…ILAHAD MO NA LAHAT NG NALALAMAN MO. "

" BROD…... TAGA-DAGUPAN CITY AKO……..WELL-KNOWN FAMILY ANG PAMILYA NI MARYLLE……..BUENA-PAMILYA…..UNICA-HIJA SIYA……PARANG PRINSESA………KUMBAGA SA TELENOBELA, SINUSUBAYBAYAN ANG ISTORYA NG BUHAY NILA………….."

" NANG IKASAL SI MARYLLE, ANG ISTORYANG KUMALAT AY MAGULANG SA MAGULANG ANG NAGKASUNDO………MARAMING NATUWA, MARAMING NAGALIT, MARAMING NAIINIS, MARAMING NAIINGGIT……..ENGRANDE ANG KASALAN…...SIYEMPRE MARAMING NAKI-USYOSO SA SIMBAHAN………AT KUWENTO NG MGA NAKASAKSI, KITANG-KITA RAW SA MUKHA NI MARYLLE ANG PIGHATI NOONG TIME NA NAGLALAKAD SIYA PAPUNTANG ALTAR…..UMAAGOS ANG LUHA……….."

".............MAY KUMALAT KASING ISTORYA NA LABAG DAW LAHAT SA KALOOBAN NI MARYLLE ANG MGA NANGYAYARI DAHIL MAY IBA ITONG PINAKAMAMAHAL AT WALA NI SINUMANG NAKAKAKILALA KUNG SINO ANG LALAKI NA IYUN............."

Naghihimagsik ang damdamin ni RICO, gusto niyang sabihin sana kay DANNY na siya ang tinutukoy nito pero pinigilan ang sarili.

" ANO PA...........ANO PANG NANGYARI? " paki-usap ni RICO na may hinagpis

"KAYA NGA RAW INAABANGAN ANG KASALANG IYUN AY DAHIL GUSTONG MAKITA NG BUONG DAGUPAN CITY ANG MAPALAD NA LALAKI, ANG MAPAPANGASAWA NI MARYLLE, ANG ITINUTURING NILANG PRINSESA NG DAGUPAN CITY...................."

" MARAMI RAW KASING BINASTED NA MANLILIGAW SI MARYLLE NA ANAK NG MGA PROMINENTENG TAO RIN SA DAGUPAN CITY, AT IISA PARATI ANG SINASABI NIYA SA MGA ITO, ANG PUSO RAW NIYA AY NAKALAAN NA SA TAONG IYUN, AT HINIHINTAY LAMANG NIYANG MAGBALIK PARA SA IPINANGAKONG PAG-IBIG................"

"..........KAYA KUMALAT ANG ISTORYANG IYAN AY DAHIL DOON SA YAYA NI MARYLLE NA NAKASAKSI SA PAGLAKI AT PAGDALAGA NIYA NA NAMATAY BAGO ANG KASALANG NAGANAP...........PARANG CINDERELLA O SLEEPING BEAUTY ANG KWENTO........MAY PRINCE CHARMING......WALANG HANGGANG PAG-IBIG.......USAP-USAPAN SA MGA

BARYO......."

Nagtatangis ang puso't isipan ni RICO.

" ISANG LINGGO BAGO MAGANAP ANG KASALAN, NARINIG NG MGA KATULONG NA SILA RING NAGPAKALAT NG KUWENTO SA MGA SUMUSUBAYBAY AT TSISMOSA NA NARINIG DAW NILANG NAKIKIPAGTALO SI MARYLLE SA KANYANG MGA MAGULANG.......IPINAGLALABAN ANG KANYANG TUNAY NA PAG-IBIG........PINAPAKI-USAPAN ANG KANYANG MAGULANG NA I-URONG ANG KASALAN............

".........WALA RAW DAPAT KASALANG MAGAGANAP ........KINASUSUKLAMAN NIYA ANG LALAKING IYUN NA IPINAGKASUNDO SA KANYA.............AT HINDI IYUN ANG GUSTO NIYANG MAPANGASAWA.........KUNG HINDI 'YUN NGANG LALAKING NAGING ALAMAT NA SA KUWENTUHAN NG MGA SUMUSUBAYBAY ....ANG PRINCE CHARMING...."

" ....SA PAGTATALONG IYUN, NA-MILD STROKE RAW IYONG FATHER NI MARYLLE, AT AYON SA KUWENTO, NAKI-USAP IYONG AMA KAY MARYLLE NA HUWAG NANG I-URONG ANG NAKAKOMPROMISONG KASALAN DAHIL NA-SETTLE NA LAHAT .... AT MAYAMANG ANGKAN DIN DAW IYONG MAPAPANGASAWA.......NAGMAMAKAAWA RAW IYONG AMA NI MARYLLE NA NAKARATAY SA HOSPITAL KAYA UMU-O AT NAKAPAG-PROMISE DAW SIYA.."

"...MAY MGA TAONG CONCERN KAY MARYLLE, NAUUNAWAAN AT NAI-INTINDIHAN ANG NADARAMA AT KATAYUAN NIYA...............MGA TAONG HINDI

KAPAMILYA PERO NAKA-SUBAYBAY SA ISTORYA.......AT GUSTONG MAKATULONG........GUSTO NILANG MAKATULUYAN NI MARYLLE ANG PRINCE CHARMING...GUSTO NILANG PATUNAYAN NA HINDI NABIBILI NG PERA O ANO PA MANG YAMAN ANG DAKILANG PAG-IBIG............."

" ....AYON PA SA KUWENTO, DALAWANG ARAW BAGO IDAOS ANG KASALAN AY IPINA-ANUNSIYO NOONG MGA TAONG GUSTONG MAKATULONG KAY MARYLLE SA IBA'T IBANG LOKAL NA PAHAYAGAN AT RADIO STATION ANG KASALANG MAGAGANAP........INIISIP AT UMAASA SILANG BAKA MABASA O MABALITAAN NOONG PRINCE CHARMING AT LUMITAW ITO "

Gustong umiyak ni RICO, idinako ang paningin sa madilim na daan, nangingilid na ang luha.

"..........LALONG NAGING USAP-USAPAN, HINDI ALAM NG MGA BAWAT PARTIDONG IKAKASAL ANG MGA NAGAGANAP NA MISTERYO SA KANILANG PALIGID.........ABALA SILA SA PAGHANDA, SAMANTALANG ANG BUONG DAGUPAN AY NAKAABANG......"

".........DUMATING ANG ARAW NA HINIHINTAY, BUENA PAMILYA, AKALA NG MGA PARTIDO AY DUMALO ANG MGA MARAMING TAO PARA MAGBIGAY GALANG AT RESPETO, ANG HINDI NILA ALAM.............. INAABANGAN NG MGA NAKAKARAMI ANG PAG-SULPOT NG PRINCE CHARMING NI MARYLLE........."

".........NANG TANUNGIN DAW NG OBISPO KUNG MAY TUMUTUTOL SA KASALANG IYUN AY NAGSILINGUNAN DAW ANG MGA TAO.........PARANG MAY

HINAHANAP..........PERO WALANG PRINCE CHARMING NA DUMATING AT TUMUTOL.......WALANG PRINCE CHARMING NA NAGBALIK PARA SA IPINANGAKONG PAG-IBIG PARA KAY MARYLLE........."

".........MARAMING NALUNGKOT...........MARAMING TUMULO ANG LUHA........MARAMI ANG GUSTONG TUMUTOL SA MGA NAKAKASAKSI HUWAG LAMANG MATULOY ANG KASALAN, SUBALIT WALA SILANG MAGAWA, WALA SILANG KARAPATAN...MGA ULTIMO LAMANG......"

"......KITANG-KITA RAW SA MUKHA NI MARYLLE ANG KALUNGKUTAN AT PAGHIHIRAP NG PUSO NIYA NG IPROKLAMANG GANAP NA SILANG KASAL.....SA MGA SUMUSUBAYBAY AT NAKAKAINTINDI AY SINAMAHAN NA LAMANG NILA SI MARYLLE SA PAG-IYAK AT PAGDALAM- HATI......"

Sadyang tumigil si DANNY sa pagsasalaysay......tinatantiya si RICO.

" NAPAKALUNGKOT PALA NG NANGYARI SA KANYANG BUHAY. " ani ni RICO

Nakatingin palabas, ang luha umaagos sa kanang pisngi.

" PAANO MO NALAMAN ANG LAHAT NG ITO? " mahinahong tanong ni RICO

" KANINANG UMAGA LANG, HINANAP NI ERMAT 'YUNG KOTSE KO NA GINAMIT MO, SABI KO HINIRAM MO, AT NADULAS AKONG SABIHIN NA KA-DATE MO SI MARYLLE....TINANONG NI ERMAT KUNG SINONG MARYLLE.......AT NANG SABIHIN KONG MARYLLE SAWSON AY BIGLA SIYANG NAUPO SA

SALA....NALUNGKOT ANG MGA MATA ......
ISINALAYSAY NIYA SA AKIN ANG BUONG MGA
PANGYAYARI, GAYA NG PAGSASALAYSAY KO SA IYO
NGAYON.........."

".........HINDI KO MAINTINDIHAN BAKIT LUMULUHA
SIYA, AT SA BANDANG HULI, INAMIN NIYA NA ISA SIYA
SA MGA TAONG DUMALO SA SIMBAHAN, ISA SA MGA
NAGHINTAY AT UMASANG DARATING ANG PRINCE
CHARMING..........ISA SIYA SA MGA KASAMANG NAG-
DALAMHATI AT UMIYAK PARA KAY
MARYLLE.........DAMA RIN DAW NILA ANG PIGHATI AT
PAGLULUKSANG IYUN NG BABAENG
IKINASAL.............."

"............KAYA NGA KANINANG UMAGA, LALO SIYANG
NALUNGKOT AT UMIYAK NG MALAMANG KASAMA MO
SIYA......KA........KA.........KAPANGALAN MO RAW
IYONG PRINCE CHARMING............."

Umaagos ang luha ni RICO, kinuha ang panyo at pinahid ang
pisnging luhaan.

"......WALA AKONG ALAM SA ISTORYANG 'YAN,
KANINANG UMAGA KO LAMANG NALAMAN
LAHAT............."

Tumigil si DANNY......parang may gusto pang sabihin na
pinipigilan.

" TELL ME MORE DAN.........LAHAT NG NALALAMAN
MO TUNGKOL KAY MARYLLE..."

Sa kanyang isipan, may nalalaman na sikreto si DANNY tungkol
kay MARYLLE na dapat niyang malaman.

(" SA DISCOHAN, MATAGAL KO NA PALANG PINAGMAMASDAN SILANG NAG-UUSAP BAGO LUMAPIT SA AKIN AT TINANONG KUNG MAY KILALA AKONG MARYLLE SAWSON ")

***
" . . . AND WHEN LOVE TASTE BITTER
AND THINGS TURNS SOUR
IT'S AN ENDLESS SWORD TORMENTING
DESTROYING EVERY INCH OF SANITY . . . "
***
M'onaC/72

At nagpatuloy sa pagkwekwento si DANNY.

" NANG MATAPOS ANG KASALAN AY KASAMA RING NAWALA ANG ALAMAT NG PRINCE CHARMING SA BUHAY NI MARRYLE SA MGA TAONG SUMUSUBAYBAY NG ISTORYA..........BUMALIK SA NORMAL NA SIRKULASYON ANG BUONG DAGUPAN CITY......."

" HANGGANG ISANG ARAW AY MULING UMALINGAWNGAW SA MGA USAP-USAPAN ANG BAGONG BALITA, MABILIS PA SA HANGIN NA KUMALAT, NABUHAY ULIT ANG TELENOBELA, ANG KANILANG MAHAL PRINSESA .......NANGANGAILANGAN NG TULONG...INAAPI RAW ITO SA PALASYO..........."

" 'YUNG MGA KATULONG, ARAW-ARAW DIN ANG REPORT SA MGA TSISMOSA, PARANG MGA REPORTER, KAILANGAN MAY MAIBALITA..........ANG PRINSESA.........BINUBUGBOG NOONG NAPANGASAWA ....SPOILED BRAT DAW PALA IYONG LALAKI, MAY ITINATAGONG KALOKOHAN,

LASENGGO AT BABAERO.......PALIBHASA RAW MAYAMAN.........MATAAS ANG TINGIN SA SARILI, MINAMALTRATO RAW ANG PRINSESA NG DAGUPAN...."

"..........AT ANG DAHILAN.........'YUN.............'YUNG PRINCE CHARMING.........."

Nagtiim bagang tumikom ang mga palad ni RICO.

" GALIT DAW 'YUNG LALAKI DAHIL HINDI MATANGGAP SA SARILI NA HINDI SIYA ANG MAHAL NI MARYLLE AT MAY IBANG NAKAKAHIGIT SA PAGKALALAKI NIYA......HINDI RAW MATANGGAP NA IPINAUURONG NI MARYLLE ANG KASALAN........ANO RAW BA MERON ANG PRINCE CHARMING NA 'YUN NA WALA SIYA....."

"....ANG KWENTO NG MGA KATULONG SA MGA SUMUSUBAYBAY......AY MATABANG DAW ANG PAKIKITUNGO NI MARYLLE SA ASAWA.......PARATING NAGKUKULONG SA KWARTO, MADALAS MARINIG NILANG UMIIYAK......."

"......GINAWA RAW ITONG DAHILAN NG LALAKI PARA MAKAGANTI, BINUBUGBOG AT MINAMALTRATO RAW SI MARYLLE........IISANG BUWAN PA LANG SILANG KASAL AY LAMAN NA NG IBA'T IBANG BIG-TIME NA CLUB O GIMIKAN SA DAGUPAN CITY ANG LALAKI,

IBA'T IBANG BABAE ANG KASAMA ……..…HABANG ANG BUONG DAGUPAN AY NAKATUON ANG PANSIN SA NANGYAYARI……..…..USAP-USAPAN ANG NAGAGANAP NA CRISIS SA KAKASAL PA LANG NA MAG-ASAWA……."

"………DAYO LAMANG ANG LALAKI SA DAGUPAN, SA MGA PROMINENTENG PAMILYA AT FAMILY FRIEND NG MGA SAWSON AY KALASPATANGAN HINDI LAMANG KAY MARYLLE ANG GINAGAWA NG LALAKI KUNG HINDI SA BUONG DAGUPAN, FEEL NILA MINAMALIIT NIYA ANG MGA ITO……"

"………MARAMING NALULUNGKOT AT NAGDADALAMHATI SA SINAPIT NG KANILANG PRINSESA, MARAMING NAGAGALIT……MAY KUMALAT PA RAW NA BALITA NA MUNTIK NG MAGKAPATAYAN SA ISANG SIKAT AT MALAKING BAR-CAFÉ NA PABORITONG TAMBAYAN NG MGA ANAK MAYAMAN SA DAGUPAN…….NAGPANG-ABOT DAW ANG GRUPO NOONG LALAKI AT ISANG GRUPO NA TAGA-DAGUPAN, ISA 'DUN AY ANAK NG KILALANG ANGKAN AT DATING MASUGID NA MANLILIGAW NI MARYLLE………."

"………..DALA NA RIN NG NAGAGANAP NA SITWASYON, TSISMIS AT USAP-USAPAN, AT SA RESPETO'T DATING PAGMAMAHAL KAY MARYLLE, KINUMPRONTA RAW NG NAKA-INOM NA DATING MANLILIGAW ANG LALAKI MISMO SA TABLE NITO, SINABIHANG IGALANG NIYA ANG PAGKABABAE AT APELYIDO NI MARYLLE………."

" ……….UMINIT ANG ULO NOONG ANAK NG KILALANG ANGKAN SA DAGUPAN NG SABIHIN SA KANYA NOONG LALAKI NA………..BAKIT IKAW BA SI PRINCE CHARMING………..AT NAGBALIK UPANG ILIGTAS ANG PRINSESA………………NA IKINAHALAKHAK NOONG

MGA KASAMAHAN NG LALAKI......."

"..........WALA RAW IMIK NA UMALIS IYONG DATING MANLILIGAW NI MARYLLE AT LUMABAS NG BAR-CAFÉ.......AT NANG BUMALIK AY HAWAK-HAWAK ANG COLT 45 AT PINAG-BABARIL 'YUNG LALAKI PAGPASOK PA LAMANG SA PINTUAN........."

"..........NAGKAGULO...........MAY   MGA TINAMAAN......NAKALIGTAS IYONG LALAKI, WALANG NANGYARI SA KASO........BUONG DAGUPAN GUSTONG IPAGHIGANTI ANG PRINSESA…"

Bahagyang nagmenor si DANNY, ang isip ni RICO lumilipad…(" BAMBAN ") ….nabasa niyang wala sa sarili doon sa karatulang naiilawan na nalampasan.

" ANO PA ANG NANGYARI SA BUHAY NI MARYLLE…DAN.......I SAW YOU LAST FRIDAY, BAGO MO AKO LAPITAN AT TANUNGIN KUNG KILALA KO SIYA, MATAGAL MO SIYANG KAUSAP.."

Tanong ni RICO….MAY PUWERSA!

" ......WALANG MAGAWA ANG MGA MAGULANG NI MARYLLE, SILA ANG NAGTULAK SA SINAPIT NG KANILANG UNICA HIJA...............…..IYONG LALAKI BUMALIK SA KANYANG MGA MAGULANG SA MANILA KASAMA SI MARYLLE......."

" ....SA PAGKAKAKWENTO NI ERMAT KANINA, PARANG PRINSESANG BINIHAG PARA PASAKITAN NG LALAKI ANG BUONG DAGUPAN........."

".......... MGA ILANG BUWAN DING WALANG BALITA.....NAG-AABANG ANG MGA TAO.....ANO NA RAW BA ANG NANGYARI SA PRINSESA NG DAGUPAN..........'YUNG MGA REPORTER NA KATULONG AY WALA RIN DAW MAIBALITA..........."

".........AT MULI PARANG BAGYONG DUMATING ANG BALITANG IYON..........TUMAWAG DAW SI MARYLLE SA KANILANG BAHAY AT NASAKSIHAN NG MGA KATULONG ANG USAPAN SA TELEPONO NG MAG-AMA......HUMIHINGI NG TULONG SI MARYLLE......KUNIN NA RAW SIYA AT IBALIK SA PROBINSIYA.......HINDI NA RAW NIYA KAYA............ANG BUHAY NIYA AY PARANG NASA IMPYERNO......."

".........PAGKABABANG-PAGKABABA RAW NG TELEPONO NOONG AMA AY NAG-UTOS KAAGAD SA KANILANG DRIVER NA IHANDA ANG KOTSE, HINDI NA RAW ITO NAGBIHIS NG KANYANG SUOT NA ROBA, DALI-DALING LUMUWAS NG MANILA ANG MAG-ASAWA........"

Huminto sa pagkwekwento si DANNY, sumulyap ng bahagya kay RICO, alam niya ang nararamdaman nito.......nararamdaman din niya ang kalungkutan sa sinapit ni MARYLLE.

" NAPAKALUNGKOT NG DINAANANG BUHAY NI MARYLLE...........RICO...."

" MAYROON KA PA BANG DAPAT IDAGDAG? "

" AYON SA DRIVER NILA NA NANDOON AT NAKASAKSI, SABI NI ERMAT, PAMILYA SA PAMILYA........APELYIDO

SA APELYIDO…..…..KAHIYAAN NG BAWAT ISA……...AYAW PUMAYAG 'NUNG LALAKING BAWIIN NILA SI MARYLLE…..PERO NAG-IIYAK AT NAGMAMAKAAWA RAW SI MARYLLE SA KANYANG MGA MAGULANG NA ISAMA NA SIYA AT ILAYO SA BAHAY NA IYON…."

"…….NAGKAROON NG MAINIT NA PAGTATALO, HANGGANG INATAKE SA PUSO ANG AMA NI MARYLLE………….NAMATAY IYONG AMA SA MISMONG PAMAMAHAY NG PAMILYA NOONG LALAKI……….."

"…….NAKABANGON ANG BUONG DAGUPAN SA PAGLULUKSA SA KAMATAYAN NG FATHER NI MARYLLE……..AT SABAY AY GALAK DAHIL NABAWI ANG PRINSESA NG DAGUPAN…..…….SI MARYLLE………"

Nagpupuyos ang kalooban ni RICO, kung maibabalik lamang niya ang panahon.

"…….SABI NI ERMAT, PAGKATAPOS NG LIBING AY PARANG NAGKANYA-KANYA ANG MGA TAO, AYAW PAG-USAPAN ANG NANGYARI SA BUHAY NG KANILANG PRINSESA……..ANG SINAPIT NG PAMILYANG SAWSON……..…..AT BIGLANG NAWALA ULIT SA SIRKULASYON SA BUHAY NG MGA TAO SA DAGUPAN ANG PANGALANG MARYLLE SAWSON………..HINDI RAW KASI HAPPY ENDING KATULAD NG NAPAPANOOD SA PELIKULA O TELENOBELA……"

" ……BALIK SA NORMAL NA PAMUMUHAY……….BALIK SA REALIDAD………"

" BAKIT HINDI MO ALAM ANG MGA KWENTONG ITO DANNY…O... SADYANG ITINAGO MO LANG SA

AKIN........."

" BELIEVE ME RICO.......KANINANG UMAGA KO LANG
LAHAT 'YAN NALAMAN KAY ERMAT, AT 'YAN ANG
ISANG RASON BAKIT BIGLA AKONG SUMAMA SA IYO
PABALIK NG MANILA, MERON KASI AKONG GUSTONG
MAPATUNAYAN.........."

" HINDI 'YAN ANG REASON DANNY, YOU COME TO
WARN ME ABOUT MARYLLE, ANONG SIKRETO NIYA
ANG   ALAM   MO.......I   NEED   TO   KNOW
EVERYTHING........DAN....."

HINDI NAGSALITA SI DANNY, NAG-IISIP NG MALALIM,
NAKATINGIN SA DAAN.........PAPASOK NA SILA NG
MABALACAT, PAMPANGA. 1910PM.   GUSTONG
MATULOG NI RICO O DI KAYA UMIDLIP PERO DAPAT
NIYANG PIGAIN SI DANNY HABANG NASA KUMUNOY
ITO AT HINDI MAKAIWAS SA MGA TANONG
NIYA.........PARTY   GOER.....LAMAN   NG
GIMIKAN.......ALAM NIYANG MAY NALALAMAN SI
DANNY TUNGKOL KAY MARYLLE.

" TELL ME EVERYTHING DANNY, FOR OLD TIMES SAKE,
PLEASE "
" NAUNA AKONG UMUWI SA IYO NG ALMOST 3
MONTHS,   AT TULAD MO NA BAGO PA LANG
NAGBABAKASYON......I PAINTED THE TOWN RED......I
BECAME A NIGHT CREATURE... MGA DATING
KILALA.........NA   NAKILALA   ULIT   ....MGA
KAIBIGAN SA GIMIKAN AT LOOB NG CLUB AT
DISCOHAN LAMANG .... BAGONG MUKHA
.......BAGONG KAIBIGAN......."

"........SA GANITONG KABIT-KABIT NA SISTEMA KO
NAKILALA SI MARYLLE......ISA SA MGA NEWFOUND

FRIENDS......ALL I KNOW, 'YUNG MGA CIRCLE OF FRIENDS NIYA AY MGA ANAK NG PROMINENTE AT BIGATIN SA DAGUPAN, BELIEVE ME, WALA AKONG ALAM SA MALA- PRINSESANG ISTORYA NG BUHAY NIYA......... BASTA ANG ALAM KO, MULA SIYA SA ANGKANG SAWSON............MGA KILALA AT BIGATING APELYIDO SA DAGUPAN CITY. "

".......ACTUALLY, I'M NOT A GOOD FRIEND OF HER...........AT KUNG NAGTATAKA KA BAKIT WALA AKONG ALAM SA ISTORYA NIYA AY BAKA NAKALIMUTAN MO NANG NASA ACADEMY TAYO NG MATAGAL NA PANAHON...........AT NAGTRABAHO AGAD SA ABROAD PAGKA-GRADUATE...."

" MAYROON PA BA AKONG DAPAT MALAMAN.......BROD......"

" LAST FRIDAY SA UPS DISCO, 'NUNG TIME NA NAGSASAYAW KA SA DANCE FLOOR AY KAUSAP KO SI SHANE SA BAR NA KAKIKILALA KO PA LAMANG, KAYA KO NAKAUSAP SI MARYLLE AY DAHIL IPINATAWAG NIYA AKO SA WAITER......AT KAYA' KAMI NA LANG ANG NATANAW MONG NAG-UUSAP NOONG ORAS NA IYUN AY DAHIL NAGSI-UWIAN NA IYONG MGA FRIENDS NIYA NG MAAGA, SIGURO MGA ALAS ONSE MEDYA NG GABI SILA NAGSI-ALISAN...."

"......NAGULAT NGA AKO NG SINABI SA AKIN NG WAITER NA PINATATAWAG NIYA AKO.......AKALA KO NGA NABINGWIT AKO.........."

Medyo hinaluan na ni DANNY ng biro ang pagkwekwento.

Matamang nakikinig lang si RICO, nakatitig sa daan.

"...AT SI MARYLLE PA ANG NAGPATAWAG...EH MARAMING ASWANG NA UMAALIGID- ALIGID 'DYAN...PERO DI MAKAPORMA.......MGA ALA-APE-PEAL

KASI.....SIYEMPRE.....TAAS NOO AKONG NAGLAKAD PAPALAPIT SA KANYA........FEEL KO AKO SI JERICHO ROSALES........."

" PERO.....MATE......KUNG ANG BILIB KO SA IYO NOON AY BIBWIT, BIGLANG NAGING AGILA, AT KUNG 100% LANG....NAGING 101% BAKEEEEEEEEEET? ANG SISTE......HINDI PA AKO NAKAKAUPO AY SUKAT TANUNGIN BA NAMAN AKO NG GANOONG KLASENG TANONG..."

"..........KASAMA MO BA SI RICO.........?"

Napalingon si RICO kay DANNY, nag-aantabay sa susunod na kwento.

" ANAK NG KAGANG, KWAGO, TIYANAK. KABAYO....KAPEPAY.......ANO PA............ NAKAKAKULO NG DUGO.......PARANG LAHAT NG USOK AY NAGSILABASAN SA LAHAT NG BUTAS NG KATAWAN KO.......ANG DAMI-DAMING MAITATANONG NA PWEDENG ITANONG AY IYON PA ANG TINANONG!?!......."

Gustong maging live ulit ang usapan ni DANNY.

" NAGITLA AKO SIYEMPRE........NATULALA SA PAGKAKAUPO......TAPOS NAUTAL.....SA SAGOT KO......SI.....SI......SI RICO........ANO.........PAKI-ULIT....RI......RICO....WHO....RICO "

Napangiti na ng bahagya si RICO sa narinig.

" NAKATITIG LANG SA AKIN 'NUN SI MARYLLE, ALAM KONG MAY PAGKA-SUPLADA SIYA, INIRAPAN NGA AKO MINSANG KININDATAN KO NG ALA-DIET, DI UMUBRA.. "

" SO, UMAYOS AKO.................CUM' AGAIN "

" AT MULI ANG NAKAKABINGING TANONG........KASAMA MO BA SI RICO? "

"......SO SINAGOT KO....WHO'S RICO....RICO BLANCO GONZALES....AT TUMANGO SIYA NA NAKATITIG SA DANCE FLOOR......"

" KNOW WHAT..PAGKASABING-PAGKASABI KO NG OO AY PARANG BALA NG MACHINE GUN ANG MGA TANONG, NIRAPIDO AKO, SIGURO KUNG TOTOO TALAGANG MGA BALA ANG MGA TANONG NIYA AY TIYAK GUTAY-GUTAY NA ANG KATAWAN KO, RATRAT NA RATRAT ....AKALA KO NGA MGA TANONG SA SLUMBOOK...EH...ALAM MO BA 'YUN...'YUNG SA HIGH SCHOOL."

Tumatango-tangong nakangiti at nakatingin si RICO kay DANNY, naaaliw sa naririnig.

" KAYA HINDI KA BINATI SA DANCE FLOOR AY DAHIL HINDI NIYA RAW ALAM ANG GAGAWIN NIYA, KINAKABAHAN SIYA AT NAHIHIYA, BAKA HINDI MO NA RAW SIYA KILALA.....KAYA NGA NOONG MAKITA KA NIYANG UMUPO AY PINAKI-USAPAN NIYA AKONG TANUNGIN KA KUNG KILALA MO PA SIYA.............NANINIGURONG HINDI MAPAPAHIYA........AT SIYA PA ANG NAGSABI NG I-DA-DIALOGUE KO............."

" ....AT NOONG PINABALIK MO AKO PARA ITANONG KUNG MAY KILALA SIYANG RICO KUNO........KUNWARI LANG 'YUN...........SA LAKAS NG SOUNDS........SUMIGAW AKO NG BINGO......JACKPOT.........NANALO SA LOTTO.........BUNKMATE KO..............."

(" Ah kaya pala sumigaw siya 'nun ng bingo…..jackpot………..")

At muli naalala ni RICO ang eksenang 'yun ng marinig 'nya ang pangalang MARYLLE SAWSON kay DANNY na tinatanong kung kilala niya ito………..gusto niyang lumundag sa tuwa…….pero itinago niya kay DANNY ang lubos na kagalakan ng kanyang puso……kunwari ay normal lamang ang mga nangyayari………kaya nga pagbalik ni DANNY at pagsabing kilala siya ay dagli-dagli ang tayo niya, parang FERRARI na humagibis, isang iglap o kisap-mata lang niyang tinungo ang kinauupuan ni MARYLLE.

" ……...O…......SATISFIED KA NA…….CLEAR NA BA AKO SA IYO……..O…..MERON PANG KULANG……….." pang-aalaska ni DANNY

"…….OH   SIGE.KUNG   MERON   PANG MAGAGATAS…….GATASAN   MO   NA ULIT………….PIGAIN MONG MAIGI HA…….." tawang sabi ni RICO

" ANAK NG TETENG………..BUNUTIN MONG BORNIK MO! " bulalas ni DANNY

Biglang nag-ring cellphone ni RICO.

[HELLO………O, LUVSKI ……… SORI …….. HA…….. TAWAG? ……UMIDLIP KASI AKO EH,???   SI   DANNY NAGDRA-DRIVE   NGAYON, UMM…….WAIT………..APPROACHING TOLLGATE…..O..OO….PAPASOK   NA   KAMI   EXPRESS WAY………..BAGAL TAKBO NAMIN……MAUNA KA NA KAIN…   YAH……DEDERECHO   NA   AKO GATHERING…….HAHABULIN KO 2200H……TULOG KA NA….'WAG   MO   TRATRANGKAHAN   PINTUAN ………HE.HE.HE…OK….MIS   U   TOO   …LOVE

YOU…….THANKS…..BYE..]

Tumingin sa relo si RICO, 2015H. Nag-dial.

[OH HI BABY…..'MUSTA…...WELL OK LANG……HETO NA-MI-MISS KA NA…….PAPASOK   PA LANG NORTH EXPRESS   WAY……NAG-DINNER   KA NA…….GOOD……AHA…..OK…….TAWAG?….HMMM…..G ISING   KA   PA   BA   BEFORE MIDNIGHT………..OK……..'ANTAY K, .'WAG…….TULOG KA NA LANG………SEE YOU IN DREAMS…….OH SIGE…..I'LL TRY………IRI-RING KITA THRICE LANG, KAPAG DI KA SUMAGOT THAT MEANS TULOG KA NA………OK….LIKEWISE….THANKS….MUAH]

" ANOOOOOO BA 'YAAAAAAAN………..NAMAMANGKA SA DALAWANG ILOOOOG.."   Sigaw ni DANNY.

" 'KALA KO BA LUMAGAY KA NA SA TAHIMIK? "

" BROD….SPECIAL CASE ITO……….ISA ITO SA MGA GOLDEN RULE……….."

" IN EVERY RULE……..THERE IS ALWAYS AN EXEMPTION……"

Na sabay nilang binigkas at sabay ding humagikhik.

" O BROD…IDLIP NA AKO…OK…INGAT SA DRIVING BAKA MA-ALA-DUMB AND DUMBER KA…..'WAG MO MUNANG ISIPIN SI SHANE BAKA MAG-IMAGINE KA…"

" MATE....SANDALI LANG.....MAY GUSTO PA AKONG MAPATUNAYAN.......KAYA NGA KITA SINABAYAN, NAIINTRIGA KASI AKO MULA KANINA PANG ALAS-ONSE...." anas ni DANNY

" YEAH...GO AHEAD.....ANO 'YUN............."

" NAALALA MO BA NOONG PAPASOK PA LANG TAYO SA ACADEMY, 'YUNG UNANG ARAW NA NAG-REPORT TAYO LAHAT PARA SA 2 MONTH PROVISIONARY CADET TRAINING...."

" OH ANONG SPECIAL'DUN EH 'YUN ANG SIMULA NG KALBARYO NATIN SA ACADEMY "

" DI BA SA IYO AKO NAGTANONG KUNG ANONG ORAS MAGBUBUKAS IYONG GATE PARA   PAPASUKIN TAYO,   AT SINAGOT MO KO NG 5 BEFORE 8............TAPOS TANONG, ILOCANO KA BA? "

" OH ANONG SPECIAL SA TANONG NA 'YUN...?"

" MATE PWEDE BANG UMAYOS KA..........I'M SERIOUS HERE ALRIGHT...........THIS IS THE MAIN REASON WHY I'M GODDAMN HERE AT IPINAG-DRA-DRIVE KA.....DAMN'IT......."

Umayos si RICO.....tumingin kay DANNY....kikirat-kirat ang mata, halatang pagod na.

" AYE AYE…..SIR……….WHAT………."

" KASI NOONG SAGUTIN KITANG HINDI, PERO, SABIHIN KONG TAGA-DAGUPAN AKO….BIGLA KANG NATUWA……….AT BINANGKAHAN MO KAAGAD AKO…….."

" PARA KANG NEWSCASTER NA TULOY-TULOY ANG SALITA, AKALA KO NGA SCRIPTED EH……PERO YOU KNOW WHAT…... NAPA-PUZZLE AKO EH………IF I'M NOT MISTAKEN……..MAY TINANONG KA SA AKIN NA SINAGOT KONG HINDI KO KILALA PERO SABI KO AY FAMILIAR ANG APELYIDO……"

Nawala ang antok ni RICO, naglakbay-diwa kaagad iyong eksena, 17 years old siya, 19 si DANNY, mga papasok na plebo…….naarok niya kaagad ang tinutumbok ng pananalita ni DANNY…..ang iniisip niya……sumulyap sandali si DANNY kay RICO at nakatingin sa daan na nagtanong.

" EH….I….I……'KAW BA ANG PRINCE CHARMING?……………?"

Sabay sa tapos ng pagkakatanong ni DANNY ay nagkatitigan sila……….binawi ni DANNY ang pagkakatitig…………...ibinaling sa daan………nirespeto niya ang pagkakatahimik ni RICO…….batid niya ang kasagutan , kitang-kita niya sa mukha at kislap ng mga mata nang magkatitigan sila ……matagal bago nakakilos ulit si RICO, hindi sinagot si DANNY, ini-adjust ang upuan ng 45^0 inclined pahiga, umusal ng……

(" FUCK ME ")

Hindi na inulit ni DANNY ang tanong, kitang-kita niya last Friday ang ebidensiya, at sa lahat ng nasaksihan niya at kwento ng kanyang mother ay nalungkot siya.........(" MAPAGLARONG TADHANA ")

..………..SIYA ANG PRINCE CHARMING………………..

Naglalaro ang isip ni RICO sa mga katanungan…………………..

1.Nasaan si MARYLLE noong time na nagtapos siya sa academy at umuwi para hanapin siya…?
2.Saang lupalop ng daigdig siya nang e-anunsiyo ang kasalan…….?

* * *
" . . . DOOR OF PASSAGE BEYOND ABYSS OF DREAMS
TO WHERE LOVE IS REAL AND ETERNITY
LET ENCHANTMENT BREATH LIFE WITHIN
AND SEEK DESTINY WITH REALITY . . . "
* * *
M'onaC/72

" MATE......CAMACHELE NA TAYO.........SAAN ROUTE TAYO DADAAN........."

" HOY…..BUNKMATE…….WAKE-UP….." tinapik si RICO na nagitla

" NASAAN NA TAYO………..NAKAIDLIP 'ATA AKO….." sabay tingin sa oras. 2105H.

" CAMACHELE NA….HE.HE.HE……."

" NAKAIDLIP LANG KAUNTI, NANDITO NA TAYO, BINIGATAN MO 'ATA PAA MO EH "

" HE.HE.HE. HINAHABOL KO 'YUNG COMMITMENT MO, 'ALANG TRAPIK EH…..DIRE-DIRETSO…..SAFETY FIRST SIYEMPRE…..O…..SA'N ROMBO NATIN….."

" SAAN BA KITA I-DRA-DROP-BY……SA'N BA'NG TULOY MO? "

" ACTUALLY MAG-SE-SEMINAR AKO, UPGRADING COURSE, BALE MGA 4 TO 5 DAYS IYON AT SA SOLANIE HOTEL BALAK KONG TUMULOY PANSAMANTALA….."

" UMM….OK…….'WAG TAYO SA EDSA……DIRETSO KA A. BONIFACIO, TULOY-TULOY BLUMENTRIT, KAMBYO MO PABOR TUNGONG DIMASALANG TAPOS LAONGLAAN…….DIRETSO QUIAPO……TAFT…….PABOR TAYO REMEDIOS……DI BA SA LIKOD NG WOMEN'S 'YUN? "

" KABISADONG-KABISADO MO LUGAR MATE AH? " pilyong tanong ni DANNY

" SIYEMPRE, MALAPIT KASI 'YAN SA TRAINING CENTER NA DATI KONG PINAGTURUHAN SA MAY AGONCILLO STREET……PAGITAN NG REMEDIOS AT QUIRINO AVENUE…..SO NADADAANAN AT NAKIKITA KO KAPAG

PUMAPASOK AKO NOON PARA MAGTURO…"

" AY OO….I REMEMBER…..NADALAW NGA PALA KITA ONCE 'DUN, DI BA SI CAPTAIN QUINONES ANG HEAD NINYO NOON…?

" OO….KASAMA KO RIN DATI MGA IBANG SENIOR NATIN…..SINA CAPTAIN ESPANOLA, SI CHIEF OFFICER MARTINEZ NA NAGING DEAN NATIN NOONG GRADUATING TAYO, SINO PA….. SI FIRST ENGINEER FERNANDEZ NA KABABAYAN NATIN, SI CHIEF ENGINEER FACTUAR NA TAGA NICHOLS MALAPIT KINA TITA LYDIA, 'YUNG TITA KONG MAY-ARI NG TINIRHAN AT INUUWIAN NATIN TUWING WEEK END NINA AUSTRIA AT VALDEPENA, SINO PA…….. SI MR. LONTOC……….."

Tumigil si RICO, iniisip kung sino-sino pa iyong mga nakasama.

"………AHHHH……….SI MAM MABEL…….NA CRUSH MO………'YUNG SECRETARY.."

" ANG CUTE 'NUN 'NO……….AT MABAIT PA….." nakangiting dagdag ni DANNY

" ANO NGA PALANG NANGYARI BAKIT NATIGIL IYONG TRAINING CENTER AT LUMIPAT KA NG IBANG KOMPANYA MATE? " dugtong tanong ni DANNY

" NASA BARKO AKO NG MAG-MERGE ANG MANAGEMENT NG NAVIX AT MITSUI OSK NA HAWAK NG MAGSAYSAY MANNING AGENCY, AT DAHIL SA MAS MALAKING KOMPANYA ANG MITSUI, INI-ABSORB NILA KUMPANYA NAMIN…..AT DAHAN-DAHANG INILIPAT

ANG MGA BARKONG HAWAK NG KOMPANYA SA MAGSAYSAY MANNING..........NASA 6TH FFLOOR 'ATA OPISINA, NANDOON SI CHIEF ENGINEER VILLAMOR AT SI MAM LETH, ASAWA NI ALLAN........SI CAPTAIN SICAT, HINDI KO NA ALAM KUNG SAAN SIYA NAG-CREWING MANAGER NGAYON......"

"....ANYWAY, PAG-UWI KO 'NUN PAGKATAPOS NG KONTRATA, PUMASYAL AKO SA NAVIX TRAINING CENTER AT NAKAUSAP KO SI CAPTAIN QUINONES PERO NAGBABAWAS NA SILA NG TAO, DAHIL HINDI NA RIN DAW MAGTATAGAL AY MAWAWALA NA 'YUNG TRAINING CENTER,

DOON NA PAKUKUHANIN SA TRAINING CENTER NG MAGSAYSAY SA CAVITE IYONG MGA SEAMAN PARA SA KANILANG IN-HOUSE TRAINING AT MGA IBANG UPGRADING COURSES NA REQUIREMENTS NILA............"

" ANONG NANGYARI SA IBANG STAFF......KINA CAPT. ESPANOLA......C/O MARTINEZ..."

" BALITA KO SI CAPTAIN ESPANOLA AY HEAD NG SBR REVIEW CENTER SA CEBU, SI C/O MARTINEZ, I'M NOT SURE, BUT LAST TIME I HEARD OF HIM AY NASA PROTECH 'ATA......SI FIRST ENGINEER FERNANDEZ, SA PAGKAKAALAM KO AY SUMAKAY ULIT NG BARKO, SI C/E FACTUAR, NO NEWS AKO........'YUNG IBANG STAFF AY INILIPAT YATA SA CAVITE..."

" SAYANG, ANG GANDA PA NAMAN NG SET-UP NINYO NOON, NAKAKAPAGTRABAHO NA KAYO SA BARKO, TAPOS PAG-UWI PWEDE PA KAYONG MAGTURO SA TRAINING CENTER, HINDI NABABABAKANTE SA TRABAHO......ALAM MO NAMANG KONTRAKTUAL

LANG TAYO.....'PAG NAKAUWI NA AY PURO LABAS NA ANG PERA.......AT KUNG WALA KANG IBANG RAKET....TIYAK WALA PANG TATLONG BUWAN AY HIKAHOS KA NA AT MAGREREPORT NA NAMAN PARA SUMAKAY..............."

".........ISA PA, OKEY SITWASYON 'NYO 'NUN DI BA?.........MAY QUARTERS NA, LIBRE PA ANG PAGKAIN AT MERYENDA......HINDI MAHIRAP 'YUNG LOAD AT SCHEDULE SA PAGTUTURO NINYO SA MGA TRAINEE NA SEAMAN.........AT ANG PINAKA-DA-BEST ....'DUN..."

Sumulyap sandali kay RICO si DANNY........tumatawa.......

" O ANO NAMAN KALOKOHAN NAISIP MO? "

" ANONG KALOKOHAN......DI PA NGA AKO TAPOS.....KALO-KALOKOHAN.......AT ANG PINAKA-DA-BEST 'DUN............."

Binitin.

"...........SIYEMPRE.......MAY PANG-EXCUSE KAY KUMANDER....! "

" ANONG EXCUSE-EXCUSE SINASABI MO.......INTRIGA 'YAN BROD HA......."

" MATE......NAVIX TRAINING CENTER........NASA AGONCILLO STREET........LIBRE KAYONG MATULOG DOON........IBIG SA BIJON-GUISADO......SASABIHIN LANG KAY KUMANDER NA SA TRAINING CENTER MATUTULOG DAHIL MAG-O-OVERTIME......O....DI BA

EXCUSE 'YUN.."

" O....NGAYON…"

" NGAYON……DAHIL MATAPAT AT MABAIT NA ASAWA (DAW)…….MAG-O-OVERTIME PARA SA PAMILYA……….OKI DOKI………ANG SAGOT NI KUMANDER……….."

" O…..TAPOS…"

" ANAK NG KAGANG…DI ANO PA…..NAVIX TRAINING CENTER…AGONCILLO ST….MALAPIT SA MALATE…….MALAPIT SA GIMIIIIIIIIIKAAAAAAN……" sabay tawa ni DANNY

Tumawa na rin si RICO, alam niyang totoo at tama ang sinabi ni DANNY………ARTS VENUE, R.O.M., RATSKY, CALIFORNIA KTV, STAR BUCK'S CAFÉ, LIBRARY, TROPICAL FOREST, COWBOY GRILLL, TIA MARIA, MY FATHER'S MUSTACHE, MISS UNIVERSAL, BLACK STALLION…at sa isip niya ay ukay-ukay, wagwag…..halo-halo……...NAGLIPANANG MAKAMUNDONG KALIGAYAHAN…..!

" SIYANGA PALA, ANONG UP-GRADING COURSE ANG KUKUNIN MO……AND WHICH TRAINING CENTER? " muling tanong ni RICO

" MECA MATE, DOKTOR NAMAN TAYO NGAYON, 'LAM MO MINSAN INIISIP KO IBANG KLASE NA ITONG PROPESYON NATIN, DAPAT SUPERMIND KA, TINGNAN MO HA BAGO MARATING ANG RUROK NG PROPESYON NATIN, DADAAN TAYO SA TATLONG PRC BOARD EXAM KONTRA ISA SA MGA IBANG PROPESYON, KATAKOT-

TAKOT NA SEMINAR PAGKA-GRADUATE, TAPOS NAKAPAGTRABAHO NGA SA INTERNASYONAL NA BARKO, PAG-UWI MO NAMAN, 'YO DI PUTA, PURO IN-HOUSE TRAINING, UPGRADING COURSES, NEW SEMINARS, MAG-AAYOS KA PA NG NA-EXPIRE NA PAPELES MO, 'YUNG ORAS NA DAPAT PARA SA BAKASYON NATIN AY NAUUBOS LANG, 'LAM MO BAKIT, DAHIL SA BARYOKRASE NA NANGYAYARI, KUNG ANO-ANONG IPINA-SESEMINAR NA HINDI NAMAN DAPAT, HINDI NAMAN REQUIREMENTS NG I.M.O. PARA SA ATIN, PERO IPINAPAKUHA DAHIL DIYAN SILA KUMIKITA NG KICKBACK, ANG KAWAWANG SEAMAN WALANG MAGAWA DAHIL SASABIHAN O TATAKUTIN SIYA 'NUNG MGA IBANG MAGAGALING NA CREWING MANAGER NA HINDI MAKAKASAKAY DAHIL KULANG NGA ANG PAPELES, RAKET LANG NILA IYUN NG KAKOTSABANG TRAINING CENTER, HINDI KASI SOLIDO ANG SAMAHAN AT UNYON NATING MGA PILIPINONG SEAMAN, NAGKAKANYA-KANYA, MINSAN NAGBABANGAYAN PA, KAYA AYUN, KAYANG-KAYA TAYONG PAIKUTIN NG MGA NAMUMUNO, PERO KAKARMAHIN DIN ANG MGA 'YAN, KITA MO ANG NANGYARI SA ADMIRAL TRAINING CENTER, ANONG TAWAG MO 'RUN, KARMA 'YUN! MATE BIRUIN MO BA NAMAN NA PINAPAKUHA AKO NG HUMAN RELATIONSHIP NA SEMINAR 'NUNG SEKRETARYA SA OPISINA NAMIN, EH NAGREKLAMO AKO NA KASAMA NA SA P.S.S.R. 'YUN, ALAM MO BA ISINAGOT, AH GANOON HO BA SIR, EH DI MARITIME ENGLISH NA LANG PO, ANAK NG TETENG KABAYO, MARITIME ENGLISH, EH PANG-HIGH SCHOOL 'YUNG ITINUTURO SA SEMINAR AT ANG NAGTUTURO AY TITSER NA HINDI ALAM ANG BOKABULARYO NATIN SA BARKO, BAKA KAPAG TINANONG KO ANG MGA IYUN SAAN ANG FORECASTLE AT POOPDECK AY HINDI NILA MAITURO, O DI KAYA DAHIL BABAE ANG TITSER, TANUNGIN KO SIYA NG..MAM.....EXCUSE ME, WHERE CAN I FIND THE HEAD? ALAM BA 'NYA 'YUN....NO WAY.......DAHIL ANG ALAM LANG NILA AY POWDER ROOM.....NGAYON

'YUNG MGA IBANG SEAMAN NA HINDI NAGREKLAMO AT KUMUHA NG IPINAG-UUTOS NG KOMPANYA AY NABAON SA UTANG... BAKIT?........GALING PA NG MINDANAO O SAAN MANG PROBINSIYA, WALANG MATIRAHANG LIBRE SA MANILA, NANGUPAHAN, KASAMA NA PAGKAIN SA ARAW-ARAW......MATE.......ISIPIN MO ANG GAGASTUSIN 'NUNG KAWAWANG SEAMAN DAHIL LANG SA KALOKOHAN NG ATING MGA NAMUMUNO......... PAHIRAP ANG GINAGAWA NILA......'ETO PA ...... DAHIL MALAYO SA KAPILING NG MINAMAHAL ....NANGULILA ANG POBRENG SEAMAN.......ANONG GINAWA NGAYON.....AYUN' SUMAMA SA ISA PA RING NANGULILA AT PUMUNTA NG QUEZON AVENUE, LALONG NADISGRASYA, 'YUNG PANG-ISTAMBAY AT ALLOWANCE NG PANG-TATLONG BUWAN AY NALUSTAY MAGDAMAG SA PUSSYCAT AT PEGASUS, SOSMARYOSEP.......MALAKAS TALAGA HATAK NG BUHOK NG MGA BABAE.....AT 'DUN PA PUMUNTA SA BIGTIME, DI NA LANG PUMUNTA NG ALIBANGBANG O TAKUSA, NAKAMURA PA...... O DI KAYA NAG-MARIANG PALAD NA LANG, LIBRE PA......ANO NGAYON RESULTA, NAUBOS ANG PERA NG POBRENG SEAMAN DAHIL NALUKO SILA 'NUNG BABAENG KA-TABLE SA LADIES DRINK, PAPAANONG DI LALAKI ANG GASTOS EH PARANG TUBIG LANG LAKLAKIN 'YUNG LADIES DRINK.....TRABAHO NILA 'YAN EH...ANG UMINOM NG UMINOM, DIYAN SILA KIKITA , SA PORSIYENTO BAWAT BASO.....ANG DI ALAM 'NUNG DALAWANG POBRENG SEAMAN BAKIT DI NALALASING ANG KA-TABLE AY DAHIL PURO JUICE LANG ANG LAMAN 'NUNG BASO, MAYROON MANG HALONG ALAK AY 5 PORSIYENTO LANG.......JUICE KO DAY TALAGA OH.........GINATUNGAN PA.....PINA-IBIG NG ALINDOG NI EBA..........WINIDRAW ANG LAMAN NG ATM MASUNOD LANG ANG PITA NG LAMAN.......JUICE KO DAY.......NAMAN............
..........NAUBOS ANG SAVING.......NATAPOS ANG DALAWANG GABING PAGKALUNOD SA MAKA-

MUNDONG KALIGAYAHAN, BALIK SA REALIDAD..........'ALA NA PERAAAAA NGANGAWA NGAYON .........MANGUNGUTANG O DI KAYA BABALE'T MAG-KA-CASH-ADVANCE SA OPISINA, BUTI KUNG MAYAMAN ANG KOMPANYA AT NAGPAPAUTANG......EH PAANO KUNG WALA..... DI NALINTIKAN NA..........NABAON SA UTANG ANG POBRENG SEAMAN DAHIL SA KALOKOHAN NG BARYOKRASE AT NG POBRENG SEAMAN...........BUTI NA LANG MAY FICA...........'LAM MO BA YUN......FILIPINO CREDIT ASSISTANCE...'YUNG UTANGAN NG MGA SEAMAN AT ORDINARYONG MANGGAGAWA.....MALIIT LANG KASI INTEREST 'DUN AT HINDI COMPOUNDED INTEREST, HINDI NAGSASAMANTALA ANG NAGPATAYO 'NUN, KATUWIRAN AT MOTTO NILA AY GUSTO LAMANG NILANG MAKATULONG SA MGA TAO, PAANO NA KUNG WALA 'YUN DI HILONG TALELONG KA NGAYONG MAGHAHANAP NG PERA........'LAM MO MATE......MALAPIT LANG SA BAHAY NINYO OPISINA 'NUN, SA MAY TAMBO, SA PARANAQUE.........."

" BROD HINDI KA BA HINIHINGAL SA KAKANGAWA.......PARANG EVEREADY 'YANG BUNGANGA MO SA KASASALITA...HINDI KA BA NAUUHAW....O NAPAGOD MAN LANG......KUNG SAAN-SAAN LUMUSOT ISTORYA'T SAGOT MO.........."

Pambabara ni RICO sa kaibigan pero alam niyang tama lahat ang sinabi nito.

" BROD GANYAN BA ANG OPISINA NINYO " balik tanong ni RICO

" IYONG DATI KONG KOMPANYA MATE.......GRABE..........KAYA NGA LUMIPAT AKO NG DOLPHIN MANNING EH......."

" BALIK NGA PALA TAYO SA UPGRADING COURSE MO, BAKIT WALA KA PA NIYAN EH ANG TAGAL-TAGAL MO NG NAGBABAKASYON.....AT SA'N KA NAMAN MAG-TRE-TRAINING? "

" ....NAUNA GIMIK MEEEYYYYTTT........."

" 'YAN NA NGA BA ANG SINASABI KO EH, NGAWA KA NG NGAWA, WALA KA NAMAN SA GAWA........TIGNAN MO, KAYA MABAGAL TULOY ANG PROMOSYON SA IYO.............TRABAHO MUNA BAGO GIMIK, KAPAG NAAYOS NA LAHAT AY SAKA LUMARGA......"

"....OO NA.....OO NA........MANG-SESERMON KA NAMAN EH.......SERMONAN MO 'YUNG MGA KA-BROD MO...........TAONG ITO..........SAAN NA BA AKO.........AH........'YUN........'DUN SA KUKUHA.......SAAN BA MAGANDA MATE? "

" SA FAR EAST AKO KUMUHA NG MECA, NANDOON KASI BUNKMATE NATIN SI MR. CAVE, SIYA ANG ASST. TRAINING MANAGER AT ASST. QAR NOON, EWAN KO LANG NGAYON.....OKEY DOON...: "

" THEN I REST MY CASE.......DOON DIN AKO KUKUHA......" dugtong sagot ni DANNY

" BROD LIKO KALIWA KA DIYAN TAPOS ESTREBOR KA NG LAONGLAAN. "

" ALAM KO.......KABISADO KO ROTA NA ITO. "

" GOOD "   (" HINDI 'ATA MATRAPIK NGAYON………NAKIKI-AYON. ")

" DON'T WORRY, HABOL MO COMMITMENT MO. "

Pumikit si RICO, inisip iyong mga ka-brod niya……marami na sila………... DENNIS, DODZ,ARNEL, JOJO, RICHARD, FELIX, IKE-IKE, DELFIN, NOEL, ROBIN, EDWARD, RUSSEL, MIKE, BENEDICK, ARTE, BOBBY, ALLAN, OSCAR, RUSSEL, MIKE…sino pa…….GERALD, MACMAC, VOLTAIRE, ROMEO, ALEC, TROY, LEVON, KEVIN, KEMP, PERCIVAL,…….sino pa……ALVIN, JAMES, RHEYMARC, BONG,   LINO, MICHAEL, RODEL, JASON, ARIES, ROLIN, JERRY, JOHN, RICO, ANSON, ARNIE, GERRY, RAMON., EDISON, DANILO, FREDELITO…………ah…sino pa…….(" napakaraming mukha ")

(" Dumarami na kami. ")

(" GLORY BELONGS TO GOD, THE GREAT GOD, THE GOD OF GODS..")

Inusal sa sarili.

" MATE….ALAM KONG BUSY KA RIN WITH YOUR FAMILY AND KIDS SO HINDI MUNA KITA A-ASWANGIN, GALIT-GALIT MUNA TAYO THIS WEEKDAYS NA DARATING…….IF EVER……MAY GIMIK…..TEXT LANG TAYO SA ISA'T ISA…..BALAK KONG DALAWIN ANG ABCINCTH BAR SA MAKATI AT EMBASSY BAR SA THE FORT, MEANTIME…QUALITY TIME WITH FAMILY KA MUNA…"

Parang panang tumusok sa diwa't damdamin ni RICO.

(" QUALITY TIME PARA SA PAMILYA ")

" NOOORMAAAAL......" anas ni RICO ".........OKI DOKI DOK...........'LAM MO NAMANG FAMILY FIRST TAYO PALAGI.........IN ANY CASE.......'LAM NAMAN NI BLADE AT BUFFY KUNG   SAAN   KA HAHANTINGIN..........."

".........BROD...PAALALA   LANG....HINAY-HINAY   SA PANGINGISDA, MARAMING TUNA, SALMON AT RED SNAPPER DITO......BAKA MAKALIMUTAN MO SI HERE I GO........."

Sabay tawa ni RICO at nag-raise the roof...kinakanta-kanta ang linya na sinasabayan ng 'igan.

" O PAANO BROD, BREAK MUNA TAYO, IYONG BILIN KO HA, INGAT SA PANGINGISDA "

" REGARDS KAY KUMANDER, AT SA MGA KIDS, SAKA NA AKO PAPASYAL SA INYO, MARAMI   NA   AKONG ATRASO SA MGA INA-ANAK KO......KAY KAMBAL......"

Sabi ni DANNY na nakatayo sa driver's side ng kotse at nakayukong nakikipag-usap kay RICO na nakapuwesto na sa manibela.

" MATE......MARAMING ISDA TALAGA......"

Biglang sabi ni DANNY kay RICO ng may masulyapang dalawang kekembot-kembot na padaan, papalapit sa kanila.

" SEE I TOLD YOU.......PACIFIC OCEAN DITO BROD.......MARAMING VARIETY............. IBA'T IBANG

KLASENG ISDA TALAGA........"

At bigla silang nagtawanan sa isa't isa pagkatapos makadaan noong dalawang kekembot-kembot.

" MATE.....IBANG KLASE TALAGA......HANEP!..PARANG KARPA....BINABAENG ISDA.."

" KAYA NGA SABI KO MAG-INGAT EH....KUNG KUMAGAT 'YUN...DI NALINTIKAN NA....   O PAANO.......BREAK   MUNA   TAYO......INGAT   NA LANG......"

" MATE SEMINAR PINUNTA KO RITO HINDI PEE SING....SIGE CALL-OFF MUNA TAYO.. THANK YOU SA LIFT..........INGAT SA DRIVING....."

" OK.......THANKS. "

At tumatawang pinasibad niya ang kotse....nasa utak 'yung dalawang kekembot-kembot na nilalang

(" GAMO-GAMO SA MADILIM NA PARAISO ")

(" OK, .ESTRIBOR QUIRINO, TAWID TAFT,   PABOR ROXAS BLVD, ESTRIBOR EDSA EXT., U-TURN PAPUNTA MAKATI,   TAWID LRT-ROTONDA,   ESTRIBOR TRAMO. ESTRIBOR AIRPORT-ROAD, PABOR TAMBO ")

Route plan sa isip niya.

* * *

Nang malapit na siya sa kanyang destinasyon ay natanaw ang 7/11 sa kanto ng Tambo at Airport Road, tumingin sa oras. 2145H.(" Kaunti sasakyan.") sa isip niya.(" Linggo ng gabi kasi, nagpapahinga na ang mga tao para sa sunod araw ng lunes ") tamang-tama naka-green light at imbes na kumaliwa ay dumeritso at ipinarada ang sasakyan lampas ng kaunti sa stoplight....(" Walang LISPU ") anas sa sarili, pagka-siguradong lock ang pintuan at nagmamadaling tumakbo sa 7/11, hinagilap REDBULL....

" MISS, SA'N REDBULL? "

" AYUN PO SIR "

Itinuro na nakita naman niya kaagad, kumuha ng dalawa, sabay bayad sa counter, bago lumabas ay tinungga ang dalawang redbull, itinapon sa garbage bin at tumakbo ulit palabas.

" THANK YOU SIR "

Narinig pa niyang sabi ng security guard.

(" AHHHHH......REDBULL.....KEEPS YOU HUMPING! ")

Biro na naman niya sa sarili, nag-u-turn agad at kumanan ng Tambo tungong Paranaque.

Pagkaparada sa harap 'nung building ay hindi muna bumaba kaagad, 2155H, siya'y nagdasal.

(" YAHWEH SHALOM, YAHWEH SHEDDAI, EL ELOHE ADONAI, AL LEH LE KEH, AL LAH LAI...THANK YOU FOR

GUIDING ME, MY LIFE IS IN YOUR HAND, OH MIGHTY GOD, THE GOD OF GODS, AMEN!

* * *

"... LOOK AT EVERYWHERE
FAKE GAIETY ABOUNDS
CAN'T COMPREHEND FOR REAL
ALL CLOAKS LIKE A CLOWN ... "

* * *

M'onaC

Pagpasok niya sa room na humahangos pa ay sinalubong kaagad siya ni ARNEL (isa ring bestfriend at kumpare, Airforce), inakay malapit sa harapan ng room at inabutan ng isang boteng SKY BLUE.

" JUST IN TIME, 2200H. SISIMULAN KO NA NGA SANA BROD "

" KADARATING KO LANG GALING PROBINSIYA, DUMIRETSO NA NGA AKO RITO EH.....   PERO ALAM NI MISIS...."

Tumango-tango si ARNEL, may sinenyasan, lumapit si DODZ (pinsang barkada, Airforce), nakipagkamay, itinuro iyong naka-hang na tsalekong itim.

" IKAW ANG SPEAKER NGAYON. " sabi ni DODZ

Pinakuha ni DODZ sa miyembrong lumapit na sinenyasan ni ARNEL kanina, pagkakuha ay iniabot kay RICO, inilapag ang iniinom na sky blue at inabot ang tsalekong itim.

" ISUOT MO NA NANG MAKAPAGSIMULA NA TAYO. "

Ang balikas ni ARNEL at sabay talikod papuntang harapan ng room.
" MAGSITAYUAN TAYONG LAHAT "Mahinahong utos ni ARNEL.
" DASALIN NATIN ANG YAHWEH PRAYER BAGO TAYO MAGSIMULA. '
At lahat sila'y nagsitayuan at sabay-sabay dinasal ang "YAHWEH PRAYER"

* * *

" YAHWEH PRAYER "

YAHWEH SHALOM
YAHWEH SHEDDAI
EL ELOHE ADONAI
AL LEH LE KEH
AH LAH LAI

ALMIGHTY GOD
THE GREAT GOD
THE GOD OF GODS
THE LORD OF LORDS
THE GOD OF ABRAHAM, ISAAC AND JACOB

CREATOR OF HEAVEN AND EARTH
AND ALL OF LIVING THINGS
THE ALPHA AND OMEGA
FIRST AND LAST
THE GREAT PROVIDER

PRAISES BE TO YOU OH LORD
YOUR KINGDOM COMES
YOUR GREATNESS SHINES
FULL OF LOVE AND COMPASSION
HAVE MERCY ON US!   AMEN!

Pagkatapos magdasal at habang nagsasalita si ARNEL ay iniisip ni RICO kung anong ituturo, hindi niya ini-expect na siya ang magiging SPEAKER sa pagtitipon nilang iyon, nasorpresa siya at hindi na siya pwedeng umatras, sinimulan na ni ARNEL ang session at nakasuot na sa kanya ang tsalekong itim.

" MAY SANDATA NA BA ANG LAHAT......." tanong ni ARNEL sa mga taong nandoon

" KUNG WALA AY MANGYARING TUMAYO LAMANG AT AABUTAN KAYO NI BROTHER GERALD (stepson ng Tita LYDIA ni RICO, entrepreneur).

Sa tantiya niya ay mga kulang-kulang singkuwenta ang mga taong nasa loob ng hall na 'yun kasama na iyong mga limang nakatayo na walang sandata at ngayon ay isa-isang binibigyan ng BIBLIYA at isang maliit na pamphlet na animo'y pocket book.

" KUMPLETO NA BA, KUNG KUMPLETO NA AY BUKSAN NATIN SA PROVERBS 1:7 "

" THE FEAR OF THE LORD IS THE BEGINNING OF WISDOM "
" MGA KAPATID NA NARITO'T NAKADALO SA PAGTITIPON AY ISANG MAGANDA AT MAALIWALAS NA PAGBATI, MAGANDANG GABI SA INYONG LAHAT! "

" MULI, TAYO AY NAGKUMPOL-KUMPOL NA NAMAN UPANG BASAHIN ANG BANAL NA AKLAT AT ITO'Y KAPULUTAN NG ARAL AT MAISAPAMUHAY SA ATING PANG-ARAW-ARAW NA BUHAY.........LAYUNIN AT PAKAY NATING IBALIK SA TAMANG LANDAS ANG PAMUMUHAY NATING MGA TAO, ITO ANG LANDAS NG PANGINOON, ANG MAMUHAY AYON SA KANYANG MGA KAUTUSAN NA NASULAT DAANG-TAON NA ANG NAKAKARAAN, ANG BIBLIYA..........."

" SA ATING PAGSISIMULA AY BUKSAN NATIN ANG ATING SANDATA SA EXODUS 20:3-17, ANG PAGBASA NG SAMPUNG KAUTUSAN NG DIYOS......."

"PAKIBASA BROTHER RUSSEL " (asawa ni CECILLE na anak ni BALDO MARRO at isa sa kaibigang matalik ng asawa ni RICO, CASINO DEALER)

At isa-isang binasa ni RUSSEL ang SAMPUNG KAUTUSAN NG PANGINOONG DIYOS........at pagkatapos na pagkatapos niyang basahin ang mga ito ay sabay-sabay binigkas ang......" AMEN......"

" MARAMING SALAMAT RUSSEL........."

" BAGO TAYO MAGPATULOY, SA MGA BAGONG DALO NA NARITO'T KASAMANG NAG-BUBUKLAT NG BANAL NA AKLAT AY ISANG MAINIT AT MALIGAYANG PAGBATI, NAWA'Y SA PAGDALO NINYONG ITO AY MALIWANAGAN KAYO, MABUKSAN ANG INYONG ISIPAN AT MAINTINDIHAN NA ANG GINAGAWA NATING ITO AY PARA SA DIYOS, PARA SA ATING SARILI, AT PARA SA ATING PAMILYA, ISANG MALAKING KARANGALAN NA KAYO'Y MAKASAMA NAMIN, AT SANA SA SUSUNOD PANG MGA LINGGO AY KAYO'Y MAKABALIK AT MAKADALO UPANG MULI AY SAMA-SAMA TAYONG MAG-ARAL NG KAUTUSAN NG DIYOS UPANG MAIKAPAMUHAY.

" SA MGA BAGONG DALO, IYONG BIBLIYA AT KASAMANG PAMPHLET NA IBINIGAY SA INYO AY SA INYO NA ANG MGA 'YAN, I-UWI SA INYONG TAHANAN AT BASAHIN, GAWIN NINYONG KAIBIGAN SA PANG-ARAW-ARAW NINYONG PAMUMUHAY......'YAN ANG ATING KAAGAPAY SA PAKIKIBAKA SA HAMON NG BUHAY AT REALIDAD, ANG ATING MABISANG SANDATA. "

" IPAGPATULOY NATIN ANG ATING PAGPUPULONG, BUKSAN NATIN ANG PAMPHLET NG ABRAHAMIS BELIEF SA PAHINA WALO, ANG PAGBASA NG ATING ANIM NAPUNG KAUTUSANG SOCIAL RESPONSIBILITY, MANGYARING KUNG SINONG GUSTONG MAGBASA AY TUMAYO LAMANG AT PUMUNTA SA HARAPAN "   ang sabing utos-paki-usap ni ARNEL

Nakitang tumayo ni RICO si MIKE (asawa ni GLORIA, isa rin sa mga kaibigang matalik,   at isang COMMUNICATION EXECUTIVE) na lumakad papunta sa harapan at pagkatapos ay sinimulang basahin ang 60 SOCIAL RESPONSIBILITY na palaging binabasa sa GATHERING bilang paalala sa mga miyembro at maisapamuhay sa susunod na linggo.

* * *

" . . . UNKNOWN PASSAGE ACROSS FOREVER
BAKED WITH ALLURING ROTTEN PLEASURE
TIRED OF THIS DECEITFUL HOLY SHIT
LIFE IS FULL OF ENTICING FOLLIES . . . "
* * *
M'onaC

Natutuwa si RICO sa nasasaksihan, unti-unti dumarami na sila, aniya sa sarili, at sumagi sa isipan niya paano nagsimula ang "GATHERING", dalawang taon na ang nakakalipas.

" 'PRE HINDI KA BA NATATAKOT MAMATAY? " tanong sa kanya ni ARNEL habang nagkwekwentuhan sa paborito nilang tambayan inumang SULYAP.

" O BAKIT AKO MATATAKOT MAMATAY KUNG ALAM KO NAMANG MALINIS ANG AKING PUSO! "

" ANO NAMAN ANG KONEKSYON NG MALINIS NA PUSO SA KAMATAYAN? "

" DRE,   ANG KATAWAN NATIN ANG TEMPLO O TAHANAN NG DIYOS, AT ANG PUSO NATIN   ANG NAGSISILBING KWARTO NIYA SA ATING KATAWAN, DAPAT INGATAN NATIN ANG ATING KATAWAN AT PUSO UPANG HINDI MASIRA ANG TAHANAN NG DIYOS, GAYA NG PAG-IINGAT MO RIYAN SA KOTSE MO , O DI KAYA   GAYA   NG   PAG-INGAT   AT   GRABENG MAINTENANCE NI DODZ SA VOLKS NIYA. " ang tugon ni RICO kay ARNEL

"KAMATAYAN,PUSO'T KATAWAN, TAHANAN,   DIYOS, MAINTENANCE VOLKS?….. SAAN BANG PLANETA ANG PUNTA MO……..SA PLUTO? "   sabad ni DODZ na noong una ay ayaw maki-alam sa ganitong mga topic hanggang marinig ang VOLKS. (Hindi si CRISELDA)

" MGA PAREKOY, GAYA NG PAG-I-INGAT NINYO SA MGA SASAKYAN AT BAHAY NINYO, KASAMA NA RIN KAYONG MAMBABASA, AY GANOON DIN ANG PAG-I-INGAT KO SA AKING PUSO DAHIL ITO ANG GATEPASS KO BIYAHENG LANGIT KAPAG NADEDO AKO. "

" 'PRE ANG DAMI MONG PASAKALYE,   SAAN BANG TUMBOK MO " naiinip na tanong ni ARNEL

" 'NEL, TIGNAN MO IKAW, KAPAG NASIRA ANG KOTSE MO, DI KA MAPAKALI, PAANO HALOS GABI-GABI AY DIYAN KA NA NATUTULOG…….SI DODZ,   DI RIN

MAPAKALI SA GRABWENG MAINTENANCE AT PAGPAPAGANDA NG VOLKS NIYA.......DI 'NYO BA MAKITA'T MATANTO ANG LOGIC 'DUN "

" LODYIK-LODYIK, ANG SABIHIN MO TAKOT KA RING MAMATAY KAYA PINA-I-IKOT-IKOT MO ISTORYA, OO AT HINDI LANG NAMAN ANG ISASAGOT MO KAY ARNEL.......EH ANG HABA NG INTRO MO....PARA KANG PAROKYA NI EDGAR....."

" OK.....MGA PAREKOY.....GANITO....ILAGAY NINYO ANG INYONG SARILI BILANG DIYOS, AT ANG KOTSE O TAHANAN NINYO ANG TEMPLO, KAPAG NASIRA ANG SASAKYAN O INANAY ANG BAHAY AT PINABAYAAN, LUMALAKI ITO, AT KAPAG LALONG NAGPABAYA AY BAKA HUMAN-TONG SA HINDI NA MAGAMIT, MABUBULOK, MA-CONDEMN ANG KOTSE O BAHAY.....WALA NA KAYO NGAYONG MASISILUNGAN....."

" EH 'DRE, PAANO KUNG IKATUWIRAN NG ISANG TAO NA MAY PERA AKO "

" OH DI SIGE, IKATUWIRAN NINYONG MAYAMAN KAYO, MARAMING ATIK AT PWEDE KAYONG MAGPALIT -PALIT NG KOTSE O BAHAY......FINE.......DIYOS NGA KAYO EH......MAYAMAN, KAYANG-KAYANG MAGPALIT ANYTIME......."

" GANYAN DIN ANG PAG-I-ISIP AT PAG-U-UGALI NG AKING DIYOS, HE'S ALWAYS ON THE LOOK-OUT TO GUARD THOSE HE LOVES AND DWELL UPON, PERO KUNG HOPELESS CASE KA NA, EH, WHAT TO DO.....BUT TO MOVE ON AND FIND ANOTHER WORTHY SOUL.......KUNG SA INYO MAINTENANCE AND REPAIR.......SA DIYOS PROTECTION...PAREHAS LANG 'YUN...ANG KAIBAHAN,

YANG KOTSE O BAHAY AY WALANG BUHAYAT PAG-I-ISIP, WALANG TINATAWAG NA KNOWLEDGE OF GOOD AND EVIL, WALANG FREEWILL, WALA SIYANG CHOICE

KUNG HINDI ANG MASIRA O MABULOK HANGGANG MA-SCRAP…..FINITO…..DEAD…..KAPUT...TAPOS………"

Tumigil muna si RICO sa pagsasalita, lumagok sa iniinom na miguelito at may isinenyas 'dun
sa di kalayuang entablado, sinasabayan ang kantang KEEP THE FAITH ni BON JOVI.

" DRE, 'YAN ANG ISTARIRAY DITO, NA-ITABLE KO NA 'YAN, MARAMING ARTE SA KATAWAN…..SUPLADA……DI MARUNONG MAKISAMA….DI NGA AKO NAKAPORMA EH……."sabi agad ni ARNEL kay RICO

Humagikhik sa tawa si RICO.

" KITA MO…….MAY REAKSYON KAAGAD……'YAN ANG SINASABI KONG PAGKAKA-IBA NATING MGA NILALANG SA KOTSE O BAHAY, TAYO AY MAY PAG-I-ISIP, MAY DAMDAMIN AT NAKAKADESISYON PARA SA SARILI, MAY FREEDOM OF CHOICE, KUNG ANONG GUSTO MONG MANGYARI SA BUHAY MO……..TAYO ANG GUMAGAWA NG MAINTENANCE AND REPAIR AT ANG DIYOS ANG PROTEKSIYON SA KATAWAN AT PUSO NATIN…….SA ATING KATAUHAN……."

" ANO NAMAN ANG KONEKSYON NG MAGANDANG MUKHA NA NAGBIBIGAY NG ALIW SA SINASABI MONG MAINTENANCE AND REPAIR, EH SA BIBLIYA NGA, NAKASULAT NA 'YAN, AT SA PAGKAKA-ALAM KO, 'YAN ANG OLDEST PROFESSION, SI HESU KRISTO NGA, NA-MEET SI MARY MAGDALENE, NABASA KO SA LUKAS KAPITULO SIYETE….EH..PUH….TAT…..SING 'YUN….DI SA INIINTRIGA KO SI HESU KRISTO ANO, MALAY MO, SIYEMPRE BAKA NA-EDIT 'YUNG BIBLIYA, BAKA NAGPAKAKAK SI MAGDALENA KAYA PINATAWAD…OPPS….BIRO LANG DRE " habol ni DODZ

" 'YUN NGA DODZ ANG TINUTUMBOK EH, SA PANINGIN NG SOCIEDAD, NAPAKASAMANG TAO NG MGA PUTA DAHIL NAGBEBENTA SILA NG LAMAN, AMINADO AKO, ISA SILA SA MGA ANAY NA SUMISIRA NG ISANG MAGANDANG PUNDASYON, MGA TUKSO NA SUMISIRA SA PUSO AT KATAWAN NATIN SA PANINGIN NG DIYOS, PERO HINDI NATIN SILA MASISISI DAHIL GUSTO RIN NILANG MABUHAY, THEY HAVE TO SURVIVE THIS CRUEL WORLD.......AND IT'S THE EASIEST WAY OR MEANS THEY KNOW........."

" NASASARAPAN PA....." bulahaw ni ARNEL

" ....BUT IF YOU'LL TO EXAMINE IT IN DIFFERENT WAY.........SCRUTINIZE IT IN DIVINE WAY AT IRA-RATIONALIZE, IT'S THE SOCIETY ITSELF THAT IS CAUSING THIS, PUSHING THIS POOR SOULS INTO THEIR MISERY AND CONDEMNATION "
" O SISISIHIN MO PA KAMI NGAYON, EH TUMUTULONG LANG KAMI " depensa ni ARNEL

" HINDI KO KAYO SINISISI........I'M NOT REALLY BLAMING THE SOCIETY......BUT I'M POINTING MY MIDDLE FINGER TO THOSE ENTITY WHO ARE SUPPOSE TO TEACH AND PREACH THE HOLY WORDS OF GOD.....'YUNG MGA TAONG NAKA-ABETO O MAY HAWAK RING BIBLIYA "

" O, SA TINUTUMBOK MO, MGA PARI O PASTOR NAMAN ANG PINUPUNTIRYA MO " pagputol ni DODZ

***
" . . . I SAY, I DARE AND SAY
GAG ALL THOSE HOLY PIGS
ONE THING IN THEIR MIND
HUNT THE TREASURE OF FAITH . . . "
***
M'onaC

" BAKIT HINDI KO SILA TUTUMBOKIN , SA OPINYON KO, IWINAWALA NILA ANG
TAMANG KAAYUSAN SA BUHAY NG TAO, HINDI NILA ITINUTURO ANG TAMANG UTOS AT KATURUAN NG PANGINOON, TAMA NA IYONG NANAMPALATAYA ANG TAO SA KONGREGASYON AT LOYAL SA KANILA......NILAGYAN NILA NG PIRING ANG KANILANG MGA MATA AT NAGBULAG-BULAGAN SA KATOTOHANAN, TIGNAN NINYO, IBA'T IBANG TURO, IBA'T IBANG KONGREGASYON, PARE-PAREHAS NA NAG-KLE-CLAIM NA SILA LANG ANG MALILIGTAS, IISANG BIBLIYA ANG GINAGAMIT AT KINUKUHANAN NG KANI-KANILANG KATURUAN SUBALIT SILA'Y HINDI NAGKA-KASUNDO-SUNDO AT MAY DISKREPANSYA SA PANANAMPALATAYA...IT'S UNFAIR PARE...SA ATING KRISTIYANO PA LANG 'YAN...PAANO PA ANG IBANG PANANAMPALATAYA...ANG MGA MUSLIM, BUDDHIST, TAOIST...NAPAKA-UNFAIR...HINDI TAMA,YOU'LL CLAIM KAYO LANG ANG MALILIGTAS, BULLSHIT, HOW ABOUT THESE OTHER BILLION SOULS! "

" TIGNAN MO SA ATING MGA KRISTIYANO GAANO KAIPOKRITA ANG MGA NAMUMUNO SA RELIHIYON, DAHIL SA MARAMI NGA ANG MANANAMPALATAYA AY SINASAMANTALA NILA ITO PARA SA SARILING AMBISYON, QUIAPO... ...BACLARAN...LUNETA...QUIRINO GRAND STAND,

ARAULLO.......MGA LUGAR KUNG SAAN NAGTITIPON ANG MGA MANANAMPALATAYA TUWING LINGGO..........MGA LUGAR NA NAPAPALIBUTAN NG KAMUNDUHAN..........."

" DRE 'YUNG SAMAHANG J.I.L........SIKAT 'YAN......MARAMING MANANAMPALATAYA, AYON SA AKING IMPORMASYON AY NASA 7M ANG TAO 'NYAN.....ANONG EPEKTO....AYUN.........TUMAKBO NG PAGKA-PRESIDENTE ANG LIDER NA PROPETA, GUSTO PANG MAMULITIKO........CALLING DAW.......AHA......O SIGE KULING-KULING KA NA........PERO PAANO MO PA ITUTURO SA MGA TAO ANG INIUUTOS NG DIYOS NA TAMANG LANDAS KUNG IKAW MISMO NA NAMUMUNO AY HINDI MOOOOOOO ALAM KUNG SAAN KA LULUGAR........TAPOS PAPASOK KA PA SA PULITIKA, EH, SANGKATUTAK NA KALECHEHAN AT PROBLEMA ANG NANDIYAN, PAANO KA PA MAKAPAG-
KO-CONCENTRATE SA PAGTUTURO MO NG BIBLIYA AT IGA-GUIDE ANG MGA TAONG MANANAM- PALATAYA MO........SASABIHIN MO'T IKAKATUWIRAN, NANDIYAN MGA GALAMAY KO, GANOON DIN 'YUN, PAMAMARISAN KA, 'PAG SUMIKAT, MAMUMULITIKA NA RIN, KAWAWA IYONG MGA TAONG MANANAMPALATAYA NA NAGPASIKAT SA KANILA, PARANG MGA TUPANG WALANG DIREKSYON AT WALANG NAGPAPASTOL......NA PAGKATAPOS HUTHUTAN AT HINGIAN NG KUNG ANO-ANONG COLLECTION, OFFERING O IKAPU AY BIGLA NA LANG INIWANAN NA PARANG BASANG SISIW...........PAPAANO, MALAKI NA ANG LAMAN NG LIBERETA SA BANGKO NA NAKAPA-NGALAN 'DUN SA PROPETA.......AT IYON AY GALING SA MGA TAONG NAHALINA SA MATAMIS NILANG DILANG MAPAGLINLANG......"
" TEKA-TEKA..........SINESERMONAN MO NA KAMI....... NAKAINOM KA NA 'ATA EH, NAKAKAILANG BOTE KA NA BA? "

"DALAWA PA LANG "

Kinuha ni ARNEL iyong bote ni RICO, itinaas at tinignan,
kakaunti na ang laman, tinawag
ang waitress.

" MISS TATLONG BOTENG BEER PA "

" YEES BOSING AREGLADO "

*** CONTENTMENT IS HAPPINESS ***

" OKEY RICO, ITULOY MO ANG IYONG SERMON "

" SI CARDINAL SIN, HINDI BA NAMULITIKO RIN 'YAN,
LIE LOW NGA LANG......DRE...ANG POINT KO, SILANG
MGA NAMUMUNO NA DAPAT MAGTURO NG KAAYUSAN
SA PAMUMUHAY NG TAO SA MUNDO AY LUMUGAR SA
DAPAT NILANG KINALALAGYAN, HINDI IYONG ANG
NANGYA-YARI......NAG-A-AMBITION   PA.....WALANG
CONTENTMENT......(HINDI NAKUNTENTO SA PAGIGING
PROPETA.......NAGING   BULAAN.......PARANG   SI
BALAAM.......) NAGKAKANYA-KANYA,   NAGKA-
KAROON   NG   FACTION.....PATI   TAGA- SUNOD
DAMAY.........ALAM MO NAMAN ANG TAO, 'YAN ANG
GUSTONG-GUSTO, AT DAHIL IYONG MGA NAMUMUNO
AY HINAHAYAAN AT PINAPAYAGAN, AYAW ITURO NA
MALING   KAISIPAN   ITO........ANONG
RESULTA........INTRIGA, INGGIT, GALIT, AWAY,
GIYERA.......KAHALAYAN.......NATUTUWA ANG TAO NA
MAY NAKIKITANG AKSYON, ITO MAN AY MABUTI O
MASAMA,   AT PAGKATAPOS MANGYARI ANG MGA

BAGAY NA DI DAPAT SANA MANG-YARI AY SAKA PA LAMANG BABALIK SA DIWA'T REALIDAD NG TAO NA MALI PALA, AT SABAY MAGPAPAKABANAL AGAD, BALIK SA MORALIDAD DAW, MAG-ME-MAKE-UP, MAGMAMASKARA, PAGTATAKPAN ANG KAHALAYANG NAGAWA........'YUNG MGA NAMUMUNO NAMAN PARA HINDI MABAD-TRIP IYONG MGA TAONG LOYAL SA PANANAMPALATAYA SA KANILA AY SASABIHIN LANG......MAGDASAL NG 50 AVE MARIA, 50 SANTA MARIA, AT HUWAG MO NG ULITIN........ANAK NG SANTESIMA....'DUN PA LANG AY TINURAAN MO NA 'YUNG TAO NG HINDI TAMANG GAWI.........."

" ....BAKIT?........ "

" ....TANONG MO......SIYEMPRE....PWEDE PA LANG MAGKASALA ANG TAO AT SINKUWENTANG AVE MARIA'T SANTA MARIA ANG KATAPAT LANG.......OKEY NA.....SOLVE NA...MALINIS NA ULIT.......AS GOOD AS NEW......PWEDE NA ULIT MAGKASALA.......DRE NAWAWALA ANG TAMANG KAUTUSAN........KATURUAN.......PAANO UMPISA PA LANG, HINDI NA ITINURO ANG TAMA AT KAAYUSAN........"

".......ANO BA ANG TAMANG KAUTUSAN......ANG SABI NG DIYOS....MATTHEW 22:37-40, MAHALIN MO ANG DIYOS NG BUONG PAG-IISIP, PUSO AT KALULUWA........ANG PANGALAWA, MAHALIN MO IYONG KAPWA GAYA NG PAGMAMAHAL MO SA SARILI MO......:

Tumahimik si RICO, nilingon iyong lumapit na waitress, si ARNEL at DODZ ay tulala at
mangha, parang nag-iisip, parehas nakatitig lang kay RICO.

" MGA BOSING HETO NA PO BEER 'NYO "

" OK THANKS "   sabay inabot ang ini-inumang bote ng beer at inubos ang laman

* * *

" . . . FOR ALL THOSE HOLY PIGS ARE NOTHING
THEIR WORDS ARE FLOWERING MUDS
MASQUERADING WITH FRAGRANCE OF TRUTH
YET INSIDE IS A ROTTEN AND DECAYING THOUGHTS
FULL OF DECEIT EVEN THEMSELVES THEY DECEIVE . . .
"
* * *

M'onaC

" DRE, 'YAN ANG UNA AT PANGALAWANG GREATEST COMMANDMENT NG POONG MAYKAPAL NA NASUSULAT SA BIBLIYA……..ANG BIBLIYA NA KINUKUHANAN NG IBA'T IBANG TURO NG MGA TAONG GUSTONG MAGPAYAMAN AT SINASAMANTALA ANG KAHINAAN NG TAO……..LIKAS SA TAO ANG MAGHANAP NG MASASANDALAN……. NG MASASANDIGAN……….
WE ARE ALWAYS YEARNING FOR HOPE AND LOVE IN OUR HEARTS…'YUNG SENSE OF BELONGING, AT HAHANAPIN NILA IYON KAHIT SA ANONG PARAAN MAKAMTAM LAMANG ITO,   AT KAPAG YAN ANG SINAMANTALA 'NUNG MGA TAONG-BABOY, MAWAWALA SA TAMANG LANDAS ANG TAO………BAKIT HINDI NILA ITURO ANG TAMANG KAUTUSAN, ANG TAMANG GAWI SA PAMU-MUHAY NG TAO…………TAKOT SILA DRE………DAHIL TAKOT NILANG ITURO ANG MGA KATU-RUANG TAMA NA

ALAM NILANG MAKAKASAKIT NG DAMDAMIN NG KANILANG MANANAM-PALATAYA..........TAKOT SILANG MAWALAN NG PAROKYA..........TAKOT SILANG MAWAWALAN NG MANANAMPALATAYA ....TAKOT SILANG MAWALAN NG KOLEKSIYON........TAKOT SILANG MAWALAN NG MAHUHUT-HUTAN NG PERA..........."

Nilanggok ni ARNEL ang natitirang laman na beer sa bote 'nya, tumingin kay DODZ, at pagkatapos ay ibinalik kay RICO.

* * *

" . . . SHAME YOU ALL OH HOLY FATHER PIGS
THAT CLOTHES WITH ETERNAL HOPE
HIDING MONEY IN YOUR TROUSERS
THE TREASURE FRUIT OF FAITH . . . "

* * *

M'onaC

" KELAN KA PA NAGKAGANITO, ANONG RELIHIYON MO BA NGAYON........NAKAPAG-ABROAD KA LANG EH ANG DAMI MO NG KABURITSIHAN...." kutyang-tanong ni ARNEL pero mangha

" 'NEL, HINDI PA AKO NAKAKAPAG-ABROAD AY INALIS KO NA SA BOKABULARYO KO ANG SALITANG RELIHIYON..........RELIGION CAN NOT SAVE US FROM HELL OR FROM THE SECOND DEATH.....'YUNG PANGALAWANG KAMATAYAN.......NASA REVELATION 21:8 'YAN......."

".......OKEY...BALIK TAYO SA UMPISA, YOU ASKED ME IF I'M NOT AFRAID TO DIE?....SABI NI DODZ SIMPLENG TANONG, SIMPLENG KASAGUTAN......YES OR NO LANG......OK.....MY ANSWER IS YES.......WHY?......BECAUSE I'M SURE MY HEART IS PURE AND I BELIEVE MY NAME WILL BE INCLUDED IN THE BOOK OF LIFE....."

" MANGINIG KA PARE, HINDI KA BA NATATAKOT SA SINASABI MO.....NANDITO KA SA LOOB NG BEERHOUSE TAPOS SASABIHIN MONG BANAL KA.....ANG LUPIT MO 'DRE......LAHAT NG KASAMA MO SA LOOB NG HAWLANG ITO NGAYON AY PURO IMMORAL ANG GINAGAWA "

* * * NEVER EVER JUDGE A BOOK BY IT'S COVER * * *

" TAMA KA 'NEL, NASA LOOB NGA AKO NG BEERHOUSE, MGA IMMORAL NA TAO ANG KASAMA NATIN.....PERO.....ARE THEY?.....SIGURADO KA BA SA SINASABI MO.......NO....I DON'T THINK SO, HINDI MO ALAM KUNG ANO ANG NASA PUSO NG MGA 'YAN, TANGING ANG DIYOS LAMANG ANG NAKAKAALAM O NAKAKABATID 'NYAN.......SASABIHIN MO SA AKIN MANGINIG AT MATAKOT AKO, BAKIT ARNEL, NATATAKOT KA BA?.........NANGINGINIG KA BA SA MGA
SINASABI KO AT NATATAKOT DAHIL ALAM MO SA PUSO'T ISIPAN NA ITO'Y TOTOO....NORMAL LANG 'YAN, GANYAN DIN AKO NOON 'NUNG MAPALIWANAGAN AT MABUKSAN ANG ISIPAN KO SA TAMANG GAWI, SA TAMANG PAMUMUHAY NG TAO.......HINDI KA BA NAGTATAKA NA ANG BIBLIYA, KAHIT SINULAT DAANG TAON NA ANG NAKAKALIPAS AY HANGGANG NGAYON AY NAAAPEKTUHAN PA RIN TAYO.......IKAW DODZ, ALAM KO NAGBABASA KA RIN NG BIBLIYA......ALAM

KONG 'AROK MO ANG MGA SINASABI KO..........DRE ANG LAHAT NG KASAMAAN NG TAO NA GINAGAWA NGAYON AY NAGAWA NA NOON PA, ANG PAGKAKAIBA LAMANG AY NAGIGING SOPHISTICATED ANG MUNDONG ATING GINAGALAWAN......PERO KUNG SUSURIIN MO....DALAWA
LANG 'YAN MGA KAIBIGAN KO, TAMA O MALING GAWI.......GOD HAS GIVEN US THE WILL TO CHOOSE BETWEEN RIGHT AND WRONG.......TO LIVE OR TO DIE...GOOD OR BAD......HEAVEN OR HELL......."

".......MAHAL TAYO NG DIYOS, NILIKHA NIYA TAYO AYON SA KANYANG WANGIS, AYAW NIYANG MABULID TAYO SA IMPIYERNO O WALANG HANGGANG KAMATAYAN......KAYA IBINIGAY NIYA ANG BANAL NA AKLAT......ANG BIBLIYA........ANG KASULATAN NA NAGSASABI, NAGTUTURO AT NAGLALARAWAN KUNG PAANO ANG MAMUHAY NG MABUTI SA MUNDONG KANYANG NILIKHA..........ANG BIBLIYA NA KUMBAGA SA MGA KOTSE NINYO AY GUIDE TO MAINTENANCE AND REPAIR.........."

"........ANG BIBLIYANG ITO NA SINULAT NG MGA TAONG KINASEHAN NG BANAL NA ISPIRITU NG DIYOS ANG SIYANG GUIDE SA PAG-AALAGA KO SA AKING KATAWAN NA TEMPLO O BAHAY NG DIYOS....AT SA AKING PUSO BILANG KWARTO NIYA...BASAHIN MO 'YAN DODZ SA REVELATION 21:3, O SA 1 CORINTHIANS 3:16-17 PAG-UWI MO.........NASUSULAT 'YAN......"

" DRE......QUITS-QUITS MUNA TAYO.....I'LL CALL IT A NIGHT FOR ME....I HAD ENOUGH, SEE YOU TOMORROW " at biglang tumayo't umalis na lamang sukat si ARNEL

" SIGE DRE " tugon ni DODZ

" DRE INGAT......SEE YA "   pahabol ni RICO

" ANONG NANGYARI 'DUN? "   tanong ni RICO kay DODZ

" BINIGLA MO EH.......DAIG MO PA SI SANTO PAPA SA PANGARAL AT SERMON..........ISA PA.......ALAM MO NAMANG BUWAN ANG SINASAMBA 'NUN "   ang sagot ni DODZ

" O BAKIT BIGLANG UMALIS SI RITCHIE (pakilalang pangalan ni ARNEL sa club) "

Tanong ng lumapit na MAMASANG si CECILIA.

" NA-ENGKANTO "   sagot ni DODZ

" SI RITCHIE NA-ENGKANTO!?!.........NINO........SANTO BRANDO? "
At sabay silang tumingin kay RICO.

" O IKAW BRANDO HINDI KA BA NA-E-ENGKANTO NOONG STAR NAMIN, TABLE MO NA, MAY CRUSH SA IYO   'YUN......'ETO   HA.....'WAG   MO SASABIHIN......IBEBENTA KO NA SIYA SA IYO, OK 'YUN...PALABAN   KAPAG   TYPE   AT   TRIP   KA 'NYA.......MAMUMUTI ANG MATA MO 'RUN.......IKAW ANG   MAGSASAWA....."   pang-e-engganyo ng MAMASANG
Nakatitig lamang si RICO at nakangiti,   kinuha ang beer, tumungga ulit, pinahid ang uhaw, napagod sa kase-sermon.

" O ANO IPAPATAWAG KO NA HA "

" SANDALI LANG HO.......OKEY NA AKO RITO, HINDI NA RIN KAMI MAGTATAGAL, NAGKAAYAAN LANG ANG BARKADA, KWENTUTAN, PAMPALIPAS ORAS "

Sa isip ni RICO ay niluluto siya ni MAMASANG (" O TUKSO LAYUAN MO AKO") NGEK!

" ABA'Y TUMATANGGI KA SA GRASYA, EH AKO NA NGA ANG NAGSASABI....JACKPOT KA 'RUN.......LUTONG-LUTO NA 'YUN......"

" SALAMAT NA LANG HO.......BIGYAN 'NYO NA LANG KAMI NG DALAWANG BOTE PA NI DANTLEY (beerhouse name ni DODZ) "

" DALAWANG BEER PA OK.......DANTLEY....SA IYO KO NA LANG IPA-TABLE SI VANE, PATAWAG KO HA......GUSTO KASI NIYA DITO SA TABLE NINYO EH......."

Ngumiti lamang si DODZ.........umalis na ang MAMASANG.......at sa isip ni DODZ...... (" MAGKASUBUKAN NGA ")

* * *
" . . . THE WORLD IS FULL OF LEECH
CORRUPTING THOUGHTS WITH STUPID VICES
HAD TO INDULGE WITH INIQUITY ANYWAY
THE ARDENT PLEASURE OF FLESH . . . "
* * *
M'onaC

Lumilipad pa rin ang isip ni RICO. (" Nagkita-kita kami ulit sunod na araw…..ang SIMULA ")

" NAKU NEL..KUNG NASAKSIHAN MO LANG PAANO HINDI MAKAPORMA SI VANE KAY RICO…….." yabang-kwento ni DODZ "……..kung ikaw puro hand-check kay VANE, siya naman ay butata kay RICO sa mga pangaral at sermon…." sabay dampot-inom sa basong may laman na whiskey

" HANGGANG ANONG ORAS BA KAYO 'RUN KAGABI? " tanong ni ARNEL

" HMM..SIGURO UMALIS KAMI MAG-A-ALAS DOSE NA." sagot ni RICO
" SORRY PRE KUNG UMALIS KAAGAD AKO, MEDYO TINAMAAN KASI AKO SA MGA SINASABI MO, PARANG BALA NG KWARENTAY SINGKO, NAG-BACKFIRE 'YUNG TANONG KO "

" ALANG PROBLEMA 'RUN DRE……WHAT ARE FRIENDS FOR…….DAPAT OPEN ANG COMMUNICATION DI BA…O 'ETO……CHEERS TAYO…..CHEERS SA RAD (Rico Arnel Dodz) "

"……..LONG LIFE……..GOOD HEALTH……..GOOD LIFE……….CHEERS……."

" TAGAY "

" KAMPAY "

" SANDALI LANG PRE, I-CHECK KO LANG 'YUNG TANPULUTS NATIN "

" DALIAN MO'T DALHIN NA DITO, SWABE ANG GUHIT, KAILANGAN NG NEUTRALIZER "

" OKEY…….RELAKS………."

" DODZ…PAGBALIK NIYA, PASAKALYEHAN MO NA SA PAKAY NATIN " bulong ni ARNEL

" OK….PERO RATRATIN MO RIN KAAGAD…...'WAG MO PABAYAANG MAKAPORMA, DAPAT LAGLAG SIYA SA PLANO…….." bulong-sagot ni DODZ

" BANGO 'NYAN AH…..ANO BA 'YAN? "   tanong ni ARNEL

" PATYAM "   tugon ni RICO

" ANONG PATYAM…….NGAYON KO LANG 'ATA NARINIG ANG GANOONG KLASENG LUTO………ISDANG BATO ITO AH……..AYOS NA AYOS ANG SABAW……MATIKMAN NGA AGAD "

" HMMM SARAP   AH "   sabi ni dodz na nakatingin kay ARNEL, wari'y sumesenyas

" ANO PA…..DI IYONG PABORITO KONG LUTO PALAGI…….PATYAM….BA….."

" NGEEEH……" sabi ni DODZ sabay shot ulit, bumubuwelo

" ANO DODZ, TAGAL INTRO, KAGABI PAROKYA NI EDGAR,   NGAYON   NAMAN   RIVER MAYA…….UMPISAHAN MO NA….." utos-baling ni ARNEL

" TEKA…..ANO BA 'YUN….. MAY LAKAD BA TAYO ULIT……" tanong agad ni RICO

" ALA PRE……KAYA LANG BAGO KAMI PUMUNTA RITO AY NAG-USAP NA KAMI NI ARNEL SA PAD KO……AT AMINADO KAMI NA TAMA KA SA MGA SINASABI MO, MAY PUNTO KA, AT LEAST NA-DIG MO 'YUNG EMOSYON AT DAMDAMIN NAMIN…..SO…..."

".SO…GANITO DRE…." sabad agad ni ARNEL "….WHY DON'T WE MAKE A DIFFERENCE, SA MGA SINABI MO KAGABI, I REALIZE YOU ARE RIGHT, SOMETHING IS WRONG IN THIS WORLD, WE HAVE TO FIND WAYS…….YOU KNOW…..AT LEAST IF NOT TO SAVE THE WORLD, OR CHANGE THE WORLD, EHH..PERHAPS MAKE A DIFFERENCE……WE DON'T NEED HOLY PIGS TO PREACH US……..KAGABI….OKEY NA SA AKIN IYONG GANOONG SET-UP…..APPROVE DIN KAY DODZ, HINDI NAMAN TAYO MAGPAPAKABANAL EH……PARANG GATHERING AT SHARING LANG ANG TEMA….."

***
"… PULPIT OF TRUTH UNDER FIRE
IT'S PILLAR UNDER THREAT
CULPRIT SPEAKS WITH AUTHORITY
THE NEW GENERATIONS PIGS … "
***
M'onaC

" OO RICO " sabad ni DODZ " PWEDE NAMAN TAYONG MAG-INUMAN AND AT THE SAME TIME NAG-SHA-SHARING NG BIBLE…….SABI MO NGA……….IT'S ALL IN OUR HEART…..SA BIBLIYA NGA NASUSULAT NA ANG UNANG MIRAKULONG GINAWA NI JESUS CHRIST AY

ALAK, WALA NAMANG MASAMA, BASTA ALAM NATIN ANG GINAGAWA NATIN....IYONG LIMITASYON NG BAWAT IKIKILOS NATIN......NABASA KO RIN SA PROVERBS 31:6 NA OKEY RIN SA DIYOS NA TAYO'Y MAG-INOM......LIMITASYON LANG......."

" PARANG ANG MANGYAYARI AY GANITO........SA GINAGAWA NATIN NGAYON..........PERO PURO LALAKI LANG.......TAPOS MAY MGA GUIDELINES TAYONG BABASAHIN TUWING SESSION, MGA ARAL AT PAALALA SA PANG-ARAW-ARAW NA PAMUMUHAY NATIN NA SIYANG MAGSISILBING ATING GABAY, SABI MO NGA KUNG SA KOTSE AY MGA GUIDE TO MAINTENANCE AT REPAIR KIT, PERO ANG ISUSULAT AT MAGSISILBING GABAY NATIN AY HANGO LAHAT SA BIBLIYA, IYONG SINASABI MONG TAMANG PAMAMARAAN, TAMANG GAWING KAUTUSAN....."

" HEY DON'T GET US WRONG...WE'RE NOT TRYING TO FORM ANY NEW SECT, RELIGION OR FELLOWSHIP TO COMPETE WITH THE HOLY CHURCHES.........WE JUST WANT TO GATHER AND TALK......SHARE.....STUDY......READ THE BIBLE........THAT'S ALL......"

" IT'S NOT MUCH........BUT IT'S BETTER THAN NOTHING.........IT'S BETTER THAN NOT TRYING AT ALL........AND LET US SEE HOW IT WORKS........WE REALIZE MAY DOMINO EFFECT 'YAN KUNG NAKIKITA NILANG GINAGAWA NATIN AT IKINAKAPAMUHAY......"

Natulala at nagitla si RICO sa mga narinig.

" HOY RICO....TINATAWAG KA NA NI ARNEL "

" AH......HA.....EH....KANINA PA BA? "

" HINDI, NGAYON-NGAYON LANG... " ang sabi ni DODZ

" MGA KAIBIGAN,   LET US WELCOME MR. RICO GONZALES WITH A ROUND OF APPLAUSE, WELCOME BACK ....ALAM 'NYO KABABAKASYON LANG NG ATING GUEST SPEAKER, IF I'M NOT MISTAKEN AY MAHIGIT ISANG BUWAN PA LANG SIYANG NAKAKAUWI BUHAT   SA   PAGTRATRA-BAHO   SA   IBANG BANSA.......SO......SA MGA DATING NAKAKAKILALA NA AT SA MGA BAGO PA LAMANG MAKAKAKILALA AY INUUNAHAN KO NA KAYO, SIYA ANG TAGAPAGSALITA NATIN   NGAYONG GABI BAGAMAT NASORPRESA SIYA DAHIL HINDI NAMIN SIYA KAAGAD NASABIHAN,   HINDI SIYA READY........BUT ANYWAY,   FOR SURE, GOD WILL PUT WORDS IN HIS HEART AND MIND, AND WHATEVER HE WILL SHARE WITH US, IT'S THE LORD ALMIGHTY THAT SPEAKS, FOR HIS IS THE GLORY AND ALL THE PRAISES AND THANKSGIVING........"

"........GUSTO   KO   RIN   IDAGDAG,   FOR   YOUR INFORMATION, LALONG-LALO NA SA MGA HINDI PA NAKAKAALAM AT MGA BAGONG DALO NA SIYA ANG MAY PAKANA AT IDEYA NG GATHERING NA ITO, SIYA ANG AUTHOR NG ABRAHAMIS BELIEF PAMPHLET NA ATING   GINAGAMIT   NA   PURO   HANGO   SA BIBLIYA..........SIYA   ANG   NAGPASIMUNO   AT NAGPASIMULA NG MATIBAY NA PUNDASYON NITONG ATING NATAGPUANG PANANAW AT PANINIWALA...... NARITO TAYO DAHIL NAGKAKASUNDO TAYO SA ATING MISYON AT PAKAY SA BUHAY,   GUSTO NATING MAGKAROON NG KAAYUSAN SA MUNDONG IBABAW NA   NILIKHA   NG   POONG   DIYOS,   MAITURO'T MAIKAPAMUHAY ANG TAMANG KAUTUSAN UKOL SA

TAMANG PAMUMUHAY NG TAO......ITO AY HINDI LANG
PARA SA ATING SARILI KUNG HINDI ITO'Y PARA SA
ATING PAMILYA........SA ATING MGA ANAK O
MAGIGING ANAK........PARA SA MGA IBA PANG MAHAL
SA BUHAY......HIGIT SA LAHAT PARA SA ATING
DIYOS............KAHIT LAMANG SA GANITONG
SIMPLENG PAMAMARAAN...........TAYONG MGA
KALALAKIHAN ANG AMA NG TAHANAN, ANG
PUNDASYON NG ISANG PAMILYA, NASA ATIN ANG
IKAKASIRA'T IKAWAWASAK NITO......PERO SA TULONG
AT PAMAMAGITAN NG BIBLIYA AY HINDI NATIN
HAHAYAANG MANGYARI ITO, ANG SABI SA
DEUTERONOMY 6:5-9 AY MAHALIN NATIN ANG DIYOS,
ILAGAY SA PUSO ANG KATURUAN, ITURO SA ATING
MGA ANAK.............AT ATING IKAPAMUHAY......"

" SO MGA KAIBIGAN.........WITH OUT FURTHER
ADIEU.........OUR GUEST SPEAKER FOR
TONIGHT.........BROTHER RICO......"

* * *
" ... AND SO THE CHILDREN FOLLOWS
DECAYING THEMSELVES OF TRUTH
MUSHROOM FAITH THEY EMBRACE
THE HOLY THOUGHTS OF THE PIGS ... *
* * *
M'onaC

" THANK YOU ARNEL FOR THAT WONDERFUL AND
HEART-INSPIRING INTRODUCTORY"

" GOOD EVENING BROTHERS AND BRETHREN............. "

".............HAD WE THOUGHT, CONSIDER OR PERHAPS REFLECT ON YOURSELVES WHAT KIND OF WORLD ARE WE LIVING-IN TODAY?..........BELOVED BRETHREN.......IT IS BOTHERING TO LEARN THAT MANKIND HAD BECOME WICKED AND FULL OF SINS, DOING WHAT IS DETESTABLE AND UNRIGHTEOUS IN THE SIGHT OF THE LORD GOD ALMIGHTY.......IT IS SAD TO NOTE THAT FOR THOUSAND YEARS, THESE EVIL WAYS OF MANKIND KEEPS HAUNTING OUR VERY EXISTENCE, OUR DAILY LIFE.......AND WHEN WE LOOK AROUND NOWADAYS, SOCIETY HAS OPENLY ACCEPTED AND EMBRACED THE WAYS OF IMMORALITY.....IT IS DISHEARTENING......OPEN YOUR EYES, MY BRETHREN ....WHAT DO WE SEE?..........THE WORLD IS TURNING UPSIDE DOWN, EVERYTHING IS BREAKING APART.......THE ABNORMAL WAYS BECOME NORMAL......AND THE NORMAL WAYS BECOME ABNORMAL IN THE SIGHT OF MANKIND ALL OVER THE WORLD..........WOE TO EARTH..

MY BRETHREN.......SOCIETY HAS INCH BY INCH CORRUPTED EVERY CULTURES AND BELIEFS, AND IN TIME, SHAPING AND TURNING DETESTABLE AND WICKED WAYS INTO NORMAL DAILY ROUTINE, WHEN PEOPLE CAN JUSTIFY THEIR WRONG DOINGS AND PERVERT THE BASIC TRUTH OF GOD'S TEACHING ....THAT EVEN THE SO-CALLED LEADERS AND SUPPOSE UPHOLDERS OF THE TRUTH, THE CHURCH PREACHERS AND VARIOUS SECT MINISTERS AND PASTORS AWARELY BLINDS THEMSELVES AND OPENLY PROSTITUTE WITH THE WORLDS WICKED WAYS OF LIFE.....INSTEAD OF PREACHING AND TEACHING THE LORD GOD'S VARIOUS COMMANDMENTS, IN DOING WHAT IS GOOD AND RIGHTEOUS IN THE SIGHT OF GOD, THEY SPEAK AND PREACH WITH THEIR EYE WIDE SHUT.......FORNICATING TO MANKIND'S EVIL DESIRES AND WAYS........AND NOBODY CARES.........."

"...IN THIS REASON, THE LORD GOD PUNISHED THE PEOPLE DURING NOAH'S TIME, AND AT SODOM AND GOMORRAH, WHEN PEOPLE'S WICKED WAYS REACHED GOD'S WRATH THAT THE LORD GOD ALMIGHTY PUNISHED THEM WITHOUT MERCY......"

"....FOR THIS REASON......THAT WE.......THE ABRAHAMIS BELIEF PRACTITIONERS.......HOPES TO BRING AND IMPART THE GOOD TEACHINGS OF THE LORD GOD ALMIGHTY, YAHWEH, AND THAT IN IT'S SIMPLEST WAY...... WE MAY BECOME LIGHT AND LAMP TO OTHER PEOPLE THAT THROUGH US THEY MAY ALSO LEARN AND LIVE ACCORDINGLY TO WHAT THE LORD GOD ALMIGHTY COMMANDS AND TELLS US TO DO IN HIS TEACHINGS IN THE HOLY SCRIPTURE....THE BIBLE........."

".......BY DOING WHAT IS RIGHT......JUST AND FAIR........WE CAN MAKE DIFFERENCE IN THE SOCIETY WE ARE LIVING-IN TODAY, THAT OUR LIGHTS AS AN ABRAHAMIS BELIEF PRACTITIONER MAY SERVE AS A LAMP TO THOSE PEOPLE WHO ARE LOST AND BLINDED BY THEIR EVIL DESIRES, AND THAT THEY MAY LEARN AND SEEK THE TRUTH, AND BECOME RIGHTEOUS AND HOLY IN THE SIGHT OF GOD.......A WORTHY PERSON TO LIVE A LIFE ON EARTH.........."

"......FOR SURELY TIME WILL COME ......MY BRETHREN.......WHEN EVERY DEEDS DONE HERE ON EARTH WILL BE JUDGE ACCORDINGLY IN THE PRESENCE OF THE LORD GOD ALMIGHTY, AND THAT WILL BE THE JUDGMENT DAY..........

" ....I TELL YOU, THE LORD GOD ALMIGHTY IS THE WAY TO ETERNAL LIFE..........MY BELOVED BRETHREN.......GOD HAS GIVEN US THE WILL TO CHOOSE IN DOING WHAT IS RIGHT AND WRONG, FROM

LIVING RIGHTEOUS OR UNRIGHTEOUS IN THIS WORLD HE HAD CREATED, AND THROUGH HIS VARIOUS TEACHINGS AND COMMANDMENTS IN THE HOLY SCRIPTURE, HE HAS REVEALED TO US THE RIGHT WAY OF LIVING..........THE WAY TO ETERNAL LIFE...........IT IS JUST A MATTER OF OBEYING AND OBSERVING THIS VARIOUS TEACHINGS IN OUR DAILY LIFE.....IT ISN'T HARD TO FOLLOW...... AS LONG AS WE KNOW IN OUR HEART THAT WE ARE DOING THIS FOR THE LOVE OF YOURSELF....FOR THE LOVE OF YOUR FAMILY AND LOVEONES....FOR OUR CHILDREN.....AND UTMOSTLY......FOR THE LOVE OF OUR LORD GOD ALMIGHTY.......YAHWEH........WHEN WE LOVE OUR LORD GOD ALMIGHTY, THEN IT FOLLOWS FOR US TO LOVE MANKIND, THE HUMANITY "

".....LET US ALL ALWAYS KEEP OUR FAITH AND BELIEF FIRM AND STEADFAST, BIND IT ALWAYS IN OUR HEART, TEACH IT TO OUR CHILDREN.....TO OUR FRIENDS........"

"......BEFORE I END THIS MESSAGE SHARING, I WOULD LIKE TO PROPOSE TO EACH AND EVERYONE OF US HERE, THAT FOR THE NEXT WHOLE WEEK UNTIL WE GATHER AGAIN TO READ SHARE THE WORD OF GOD.........THAT WE RE-READ, DISCERN AND CONTEMPLATE IN OUR HEART AND MIND THE BOOK OF DEUTERONOMY......."

" I WILL QUOTE A PASSAGE FROM THE BOOK OF DEUTERONOMY....PLEASE OPEN YOUR BIBLE TO DEUTERONOMY 29:29........"

" THE SECRET THINGS BELONG TO OUR LORD GOD, BUT THE THINGS REVEALED BELONG TO US AND TO OUR CHILDREN FOREVER, THAT WE MAY FOLLOW ALL THE

WORDS OF THIS LAW. "

"...AGAIN......I REITERATE THE LORD GOD ALMIGHTY'S COMMAND AND WHAT HE ASK OF US.......IT IS TO FEAR THE LORD YOUR GOD, TO WALK IN ALL HIS WAYS, TO LOVE HIM, TO SERVE THE LORD YOUR GOD WITH ALL YOUR HEART AND WITH ALL YOUR SOUL, AND TO OBSERVE THE LORD'S COMMANDS AND DECREES THAT HE HAS GIVEN THOUSAND YEARS AGO, THIS IS FOR OUR OWN GOOD, DEUTERONOMY 10:12-13. THIS IS THE SOLE PURPOSE OF LIFE, TO WORSHIP LORD ALMIGHTY BECAUSE OUR LIFE BELONGS TO HIM...."

"READ ECCLESIASTES!..AGAIN..MY BRETHREN..GOOD EVENING AND GODBLESS"

* * *

" . . . A THOUSAND SMILES
A THOUSAND SORROWS
IT'S ALL IN OUR HEART
BELIEVE IN YOUR SOUL
THAT'S ALL WHERE TRUTH IS . . . "
* * *
M'onaC

Nagsitayuan at nagsipalakpakan ang mga miyembro, lumapit si DODZ sa harapan, kinamayan si RICO, lumapit na rin si ARNEL, inabot kay RICO ang bagong bote ng SKY BLUE at nagkamayan, nag-toast at sabay ininom ang kani-kanilang BEER.

" THAT WAS A HEARTWARMING MESSAGE..........."

Nagsasalita na ulit si DODZ habang ang mga ibang malalapit na miyembro't kaibigan ay nagsila-pitan kay RICO at nakipagkamay.

"………….so, mga kapatid na nandito at nakadalo sa ating GATHERING na ito, ay sana'y kinaPU-LUTAN ninyo ng aral ang mensahe ng kapatid nating si RICO……nakakalungkot isipin mga kapatid subalit totoo lahat ang mga sinabi niya……napakalaswa na ng mundo, saan mang panig ay pare-parehas ang nang-yayari……INGGIT, GALIT, AWAY, GIYERA, SAKUNA, SAKIT, PATAYAN, DIBORSIYO, PIDOPILYA, KABAKLAAN, ADULTERY, INCEST, FORNICATION , ………….mga ilan sa masasamang gawaing karumal-dumal sa harapan at paningin ng Diyos, nakakapanibughong isipin mga kapatid na may mga karumal-dumal na ginagawa ang tao na minsan ay hindi natin akalaing magagawa ng isang taong may matinong pag-iisip, sa lahat ng nabubuhay na nilalang at nilikha ng Diyos, tayong mga tao ang kakaiba, pinaka-superior sa lahat ng aspeto sa mga ibang nilalang na nakakahinga, mga kapatid, kung nangingilabutan kayo sa mga kasalanang INCEST at PIDOPILYA, ay lalo kayong mangingilabot sa ilalahad ko. Batid nating ang ating kapatid na si RICO ay isang opisyal ng barkong mangangalakal, barkong naglalayag at pumupunta sa iba't ibang panig ng mundo, barkong inu-upahan ng mga mayayamang mangangalakal upang dalhin ang mga ini-import na kayamanang kalikasan sa kani-kanilang bansa upang tunawin at hubugin sa mga iba't ibang pabrika, at maging isang produkto na bibilhin naman ng tao bilang mga consumers…………. may isang prebilihiyo sa kanilang propesyon na hindi kayang pantayan ng mga ibang propesyon, liban lamang kung ikaw ay ipinanganak na may ginto sa bunganga ………at ito ay ang………TO SEE THE WORLD FREE……..ito ang palagi niyang katuwiran sa akin noon, at sa tuwing magbabakasyon siya ay sari-saring istorya ang ikinikuwento niya sa amin ni ARNEL, mga experiences na nagawa't nasaksihan niya sa kanyang pagtratrabaho bilang opisyal mandaragat pang-international, bilang opisyal ng barko ay malaya siyang nakakapamasyal sa mga lugar na kanilang dinadaungan kapag tapos na ang oras ng trabaho niya………hindi pa uso ang ECSTACY sa PINAS ay isang taon ng naikuwento sa amin ni

RICO iyun, mga pelikulang wala pa sa atin pero ikinikuwento na ang istorya dahil napanood na niya ito sa TATE, kung anong bagong uso ay siya ang nag-a-update sa amin, mapadamit, pabango o electronics......wala pang FAT WILLY'S 'nun pero naikwento na niya sa aming minsan gumimik siya sa lugar ng Tampico, Mexico ay nasaksihan at na-experience na niya ang shower dancing.....mas matindi pa nga iyong kwento niya, talagang WET 'N WILD, mismong sa loob ng madilim na hawlang aliwan ay naglalapangan, naglalaplapan at nag-do-do ang mga kabataan, walang paki-alam sa mundo, tanging pansariling kasiyahan lamang nila ang kanilang iniisip.........sabi niya, dito sa PINAS ay hindi pwedeng mag-tabi ang isang discohan ng mga kabataan at isang beerhouse na may nagsasayaw na hubad na babae, sa nasaksihan at nakita niya ay normal na lamang ito sa mga PUTI.....CANADA, USA, AUSTRALIA, EUROPE....

ang kwento niya, sa lugar ng BATON ROUGE, LOUISIANA sa TATE ay napuntahan at napasok niya ang isang club na ALL IN ONE PLACE......PENTAGON......kung tawagin niya ito........tagos-tagusan ang bawat kwarto......at bawat kwarto ay kanya-kanyang kamunduhan at kalaswaan......discohan ng mga kabataan sa unang kwarto, kapag tumagos ka sa kanang pintuan sa loob ay bilyaran na may bar at malaking widescreen na ang palabas ay kung ano-anong kahayupan, sa kaliwang pintuan naman sa loob 'nung discohan ayun sa kwento niya ay mga bandang tumutugtog ng mga awiting super-rock, mga awiting nagbibigay puri sa mga kampon ng kadiliman, ang mga kabataan at ibang parokyano ay sabay-sabay lumulundag at sumasayaw sa mga awitin, nakataas ang kani-kanilang mga kamay at animo'y sumasamba........ang kapaligiran ay wala sa mundong pag-iisip at ito'y punong-puno ng usok nina MARIE AT JUANNA ....nagpupunyagi ang kamun-duhan ....sa pang-apat na kwarto ay nude dancing club o stripshow na may LAP DANCING, hindi pa uso sa atin ito (baka ngayon mauso na kapag nabasa na nila ito, pero......hindi rin siguro...garapal at walang disiplina ang mga kustomer dito)......ang lap dancing ayun kay RICO ay depende sa istilo ng club, may mga club na dadalhin ka sa isang kwarto, may mga ibang club naman na lilipat lang kayo ng puwesto upang hindi nakakasagabal, at may mga club din na mismong doon na sa lamesa at upuan ng customer, sa ibang bansa, legal na propesyon ang pagsasayaw ng hubad sabi niya, may mga rights at batas na naaangkop para sa mga babaeng nagtratrabaho nito, at isa na rito ang hindi mo sila pwedeng hawakan habang ginagawa nila ang serbisyong binayaran at pinapagawa ng isang customer, ang kwento niya, iisa lang ang pakay ng lap dancing, and that is to arouse the customer, build that worldly desire in his manhood, ang istilo sabi ni RICO ay uupahan mo iyong babaeng mananayaw, depende sa oras at bayad, may taripa kumbaga sa mga mangangalakal o metro kung sa taxi, uupahan mo iyong babae na sasayawan ka mismo sa harapan mo, walang saplot liban sa kanyang THONG, gigilingan ang pagkalalaki mo, isasayad-sayad ang puwet, ite-tease ka sa pamamagitan ng dibdib nilang namumutok ng silicone, makakalimutan mo ang iyong mundo, mawawala ka sa katinuan, at para sa kanilang mga lap dancer ay isang malaking karangalan at parang isang tropeo kapag nakikita nilang nangingiwi ang mukha ng taong kanilang sinasayawan sa sarap ng pagnanasa't sakit ng puson, at kapag na-amoy nilang malapit ka ng mag-e-ejaculate ay agad huhubarin ang munting saplot na nakatakip sa makamundong langit, ipapatong ang isang paa sa balikat mo, ang makamundong kalangitan ay nakatiwang-wang at parang bungeng nakatawa, parang isang ngipin lang iyong perlas sa bukana na nakalitaw at tinata-   wanan ka sa ka-istupidohan at kamanyakan mo, walang ibang mangyayari kundi sasabog ang pagkalalaki mo at wala kang ibang choice kung hindi ang tumakbo sa kubeta........to relief and abuse yourself.......at iyon ang hinihintay na hudyat ng mga lap dancer , ang kanilang tropeo, pero doon sa club na napuntahan ni RICO sa Baton Rouge ay hindi raw ito tropeo sa mga lap dancer sabi niya, ito raw ay additional income, may porsiyento sila sa manager 'nung pang-limang pintuan na tatakbuhan 'nung nag-aapoy na customer at doon ay pi-pick-up ng babaeng nagbebenta ng laman at aliw, sabay tutungo sa kuwadrong kwarto na tama lang makahiga ang dalawang tao at doon idadaos ang isang dalawang minutong makamundong kaligayahan.......mga kapatid, napakalaswa at karumal-dumal na gawain ng isang taong may matinong pag-iisip, pero dahil nga sa takbo ng panahon at impluwensiyang nakikita at napapanood natin sa sine't telebisyon ay NORMAL LANG MAGPARAOS .....mga kapatid ,

nakakapangilabot ang eksena, pentagong kwarto, may kanya-kanyang pintuan pero tagos-tagusan , walang restriksiyon, kung legal na edad ka na katulad sa TATE na desi-otso anyos at wala ng makiki-alam sa buhay mo at sa gustung mong gawin, malaya kang makakapaglabas-masok sa mga makamundong hawla na punong-puno ng kasamaan. BAKIT KO SINASABI AT INILALAHAD SA INYO ANG MGA ITO..........isipin 'nyo na lamang ang epekto nito sa ating mga kabataan, sa ating mga anak
o magiging anak kung dito mangyari ang ganyang mga sitwasyon na bahay-aliwan ng kamunduhan, siguradong lahat tayo ay magsa-suffer, hindi safe ang ating mga anak.......kapatid na babae......maging ang asawa mo.....BAKIT?....paano kung ang isang customer ay nasa pang-apat na pintuan at gustong magparaos ng pagnanasa subalit may problema, wala ng perang pambayad sa pang-limang pintuan.......nadisgrasya na.....okey mag-se-self-abuse ......paano kung trip ay init ng babae.......anong resulta.........PANGHAHALAY.....mga kapatid, RAPE!........tignan 'nyo dito sa atin, naglipana ang pangmasang babasahin, REMATE, TIK-TIK, BULGAR, BONGGA......FHM (pangsushi-favourite), mga babasahing punong-puno ng kahalayan sa mundo, mga salitang gumigising kay PEDRONG MOLA.......kaya naman mga kapatid na hanggang ngayon kahit ibinalik na ang parusang bitay ay marami pa ring nang-a-abuso, maidaos lamang ang makamundong pagnanasa.......babasahin pa lamang 'yan......how much more kung 'yung tinutukoy ni RICO na PENTAGON........mga kapatid na narito, isipin 'nyo ang eksena, nakakapangilabot sa buhay natin bilang normal na tao't mamamayan..

" Minsan dumaong ang barko nila sa lugar ng DNEPROBUGSKY, UKRAINE. Ang bansang ito ay dating kasapi sa Union of Socialist Soviet Russia (U.S.S.R.) noong hindi pa ito nadi-dissolve, nang humina ang communist dahil sa perestroika ay nagkanya-kanya ang mga estadong nasasakupan dahilan upang magsi-sulputan ang mga bagong bansa na dating kontrolado ng Russia, isa na ngang sumulpot itong Ukraine sa may bandang Black Sea, bago ka makarating sa dagat ng Black Sea ay dadaan ka ng dalawang mahabang ilog na nagkokonekta sa tatlong dagat......ito ay ang mga Aegean Sea, Marmara Sea at

Black Sea......ang unang   ilog ay ang Dardanelles strait   na nagkokonekta sa Aegean sea at Marmara sea , at ang pangalawang ilog ay ang napaka-historical na Bosporus strait na nagkokonekta naman sa Marmara sea at Black sea, ang dalawang ilog na ito ang nag-separate sa kontenente ng Europe at Asia, napakahistorical na lugar dahil dito naganap   ang madugong labanan ng kristiyano at muslim, ito iyong panahon ng Holy War, panahon ng mga EMPEROR.   Paabanse ang mga Turko o Ottoman Empire para manakop papuntang Europe na sinalubong naman ng mga kawal ng Holy Roman Empire, ang christian faith defender, matagal ang labanang naganap,   maraming nalagas, maraming tao ang nagbuwis ng buhay.........."

".........ngayon mga kapatid, masuwerteng nakabiyahe at nakadaan ang barkong pinagtratrabahoan ng ating kapatid na si RICO sa lugar na ito, at sa kwento niya........it's worth the trip, you can view ruined   castle sa magkabilaang ilog, ang palasyong itinayo ni EMPEROR CHARLEMAGNE, ayun sa kwento ng ating kapatid ay isang napakagandang tanawin mula sa dagat, minsan iniisip daw niya na mas matalino ang mga tao noon, dahil paano nila nagawa ang mga extra-ordinaryong likha, mapa-arkitektura, engineering, painting o   kung ano-ano pa na noon ay wala pang modernong gamit o mga machineries.......at pansinin mo, maraming   idea at nilikha noong unang panahon na hanggang ngayon ay ginagamit at kamanha-manhang hindi mapantayan sa kagandahan.........pero sabi ng ating kapatid, kung anong husay at katalinuhan ng tao sa paglikha ng mga magagandang bagay ay ganoon din daw ang husay nito sa paglikha ng mga bagay upang mabulid sa pagkaka-sala ang mga tao, sa pananaw niya, ang salitang CREATE ang pinakamakapangyarihan sa lahat ng mga salita, sunod ang FAITH, pangatlo ang HOPE at pang-apat ang LOVE........nilikha tayo ng Diyos ayon sa kanyang wangis, kaya natural lamang na gayahin natin siya,   ang lumikha......na hanggang ngayon ay walang tigil ang tao sa pag-imbento, paabanse ng paabanse ang kaalaman at pamumuhay.......TO CREATE SOME-THING OUT OF NOTHING...........kaya nga nauso ang MAGIC...... pero hindi magandang gawain, ito ay huwad na likha, nawawala at ilusyon lamang........at dahil dumarami ang nag-iimbento,   mga bagong kaalaman, ay kaalinsabay din ang pagbaba ng MORALIDAD ng tao, dahilan na rin sa epekto ng pagbabago ng panahon at pagdami ng tao , at dahil sa may mga taong ganid at hindi makuntento sa kanilang nilikha ay marami ring tao ang naapektuhan, mga taong kapospalad na kailangang lumikha ng pagkakaperahan mabuti man o sa masamang paraan para lamang mabuhay sa mundong nilikha ng Diyos……..''

''………..ngayon mga kapatid, kung nawawala kayo sa istorya ko at parang halo-halo sa Chowking na kung saan-saan tumatagos ay dahil gusto kong isalarawan ang mundong ating ginagalawan…….ayon sa ating kapatiran na si RICO, napalitan ng lungkot at pighati ang kanyang tuwa't paghanga dahil nakadaan siya sa historical na Bospuros strait, nang minsan sa kanyang pamamasyal sa bayan ng Dneprobugsky, Ukraine ay nasaksihan niya ang isang kahalayan ng tao, dahil feeling TUroRISTA ay matiyaga siyang naglakad-lakad at namasyal, wala raw pinagkaiba, pumaroon at pumarito ang tao, EVERYBODY IS LOCKED-UP IN THEIR OWN BUSY WORLD…..habang naninigarilyo sa kanyang pagpapahinga sa isang park ay may lumapit na babae at nakikipag-kaibigan, hindi daw masyadong marunong sa wikang Ingles………….ito'y kanyang pinaunlakan, pinasigarilyo at nagkwentuTan ng ingles-barok at senyasan, bigla na lamang daw nagulat ang ating kapatid dahil ang tinutumbok na ng babae ay kung gusto niyang makipag-sex at bigyan lamang daw ng 10 US dollar, nanlumo raw sa lungkot ang ating kapatid, at ng sabihin niyang NYET, NO para sa lenguahe nila ay halos umiyak daw ang babae, kitang-kita sa mukha't mata ang lungkot, nagsasabing LUSYANG NA AKO, PAPAANO NA KAMI…………dumukot daw si RICO ng limang dolyar at inabot sa babae na biglang ikinatuwa at nagsabing PASIBA, PASIBA……o salamat, salamat……at sumenyas kay RICO na aalis lang siya sandali at babalik din, OK ang itinugon (universal language ng yes, sunod sa ahh, ohh, ohhh) wala pa raw diyes minutos ay bumalik na iyong babae at may kasama na isang babae rin, aalis na sana si RICO dahil baka dramahan na naman siya at maawa ay mabigyan na naman niya ng 5 dollars, pero parang mga tuyong dahong inilipad at nasa harapan na niya ang mga ito……..tinitigan daw ni RICO ang babae, HINDI ITO

BABAE..........ito ay BATA............sa tingin daw niya ay nasa trese anyos........may dinukot sa bulsa ang naunang babaeng kausap, isang picture ....ipinakita kay RICO, ANAK pala niya.....natuwa si RICO......KAPUSO PALA........natutuwa rin daw iyong nanay sa nakikita na akala'y nagustuhan ng ating kapatiran ang batang babae.........IBENEBENTA NA PALA IYONG BATA PARA MAKIPAG-SEX SA KANYA........hindi makapaniwala si RICO sa natunghayan..........mga kapatid, napakalungkot isipin na nangyayari ang mga ganitong sitwasyon, hindi lamang sa bansang Ukraine kundi sa iba't ibang panig ng mundo...........kaya nga ang salitang LOVE ay pang-apat sa mga bokabularyo niyang pinapaniwalaang mabisa at may anking kapangyarihan........nakakalungkot isipin na sarili mong anak ay iyong ibebenta sa kamunduhan para lamang mabuhay.......WALANG PAG-IBIG PARA SA SARILI , SA ANAK........AT SA DIYOS......"

" Ngayon mga kapatid, kung sa mga inilahad ko na yan ay di pa rin naantig puso ninyo at hindi nyo pa rin nakikita ang kasamaan ng mundo........heto pa, pakinggan ninyo itong kwento na ito na nagpaantig ng kanyang puso, at isa rin sa mga dahilan kung bakit nagbago ang pananaw niya sa buhay at ideneklara sa sariling....THE WORLD WAS CORRUPTED LONG BEFORE OUR TIME, THERE MUST BE A NEW SEED THAT WILL BRING A LIGHT, TO RENEW THE FAITH AND STRENGTHEN HOPE AND LOVE AGAINST THE WORLDS WICKED WAYS............"

".........minsan daw ay may nakatrabaho siyang isang Greek seaman na katulad niyang opisyal, at dahil ang ating kapatiran ay palakaibigan ay madali niya itong naging kaibigan, minsan inalok siya noong Greek ng isang bala ng DVD, okey raw ito.......superb, unbelievabe at extra-ordinary ......ang mga papuring binitawan ng kaibigang griyego, naintriga raw si RICO kaya kinagabihan ay agad niyang pinanood ito sa kanyang kwarto, naghanda pa ng popcorn...ini-lock ang pintuan para wala raw istorbo......noong isasalang niya ang balang DVD ay napansin niyang medyo kakaiba ang nasa front label, pagkasalang ng dvd ay pinindot ang play........pagkaupo raw niya ay nanlaki ang kanyang mga mata, hindi siya makapaniwala sa napapanood, karumal-dumal at nakakahindik, naghuhumagsik ang kanyang kalooban, GANITO NA BA KATALAMAK SA KASAMAAN ANG MUNDO?........tanong daw niya sa sarili......nangilabot at nanginig daw siya sa takot, ni-rewind sa umpisa at pinanood lahat ng laman, lumuluha raw siya sa nakikita, mas masahol pa sa INCEST O PIDOPILYA.....GANITO NA BA KABABA ANG TAO?.......usal daw niya ulit sa sarili........ WALA NA BANG IPINAGKAIBA SA MGA HAYOP.........WALA NA BANG MORALIDAD NA NATITIRA?........"

" LEVITICUS 18:22-23 "

"........ang lalaking-puti na artista sa pelikulang iyon, nakatayo at nakatuntong sa isang upuan sa likod ng isang BAKA, maaliwalas ang mukha, nakangiti at masayang tsinutsuktsak ang pagkababae noong hayop...nakakapangilabot mga kapatid......iyong BABAENG-TAO nagpapakangkang sa isang LALAKING ASO........ minsan pinapadilaan noong babaeng-tao sa lalaking -aso ang kanyang pagkababae.....kahindik- hindik na eksena mga kapatid........ang babaeng-tao pumuwesto sa ilalim ng lalaking-kabayo, hawak-hawak ang totoy-mola nito at hinahalik-halikan, at pagkatapos ay isinaksak sa kanyang butas.......karumal-dumal at nakakapanginig ng laman......iyong LALAKING-TAO hindi nakuntento sa baka....inabutan ng napakalaking BROILER, HYBRID siguro, hinawakan sa magkabilaang pakpak at biglang tinusok ng lalaking-tao na parang LALAKING-HAYOP ang butas-taehan noong MANOK......siyempre putak ng putak sa sakit ang manok sa nararamdaman, sa LALAKING TAONG-HAYOP, parang naka-divirginized.......SO TIGHT DAW........pero sa manok ay sumisigaw ito sa lalaking taong-hayop ng......QUACK.......FQUACK .....FQUUAAAK YOUU FUCK YOUUUU........FQUAAACCKKK YOOOOUUU........sa wikang PILIPINO.........PUTAAAAKK........PUTAAAK INAAA MOOO PUUUTAAAAAKKKKK INAAAAAA

NYOOOOOO......PUUUTAAAKK!

Nagtawanan at nagsihalakhakan ang mga miyembro, nabalik lahat sila sa kanilang diwa, hindi sila makapaniwala sa narinig na kwento.

"TOTOO BA ITO?.........O KATHANG ISIP LAMANG....." tanong ng isang miyembro

" EHEM........"

Tumingin si DODZ sa kanan niya at nakitang papalapit si RICO, nagpang-abot ang kanilang paningin, alam ni DODZ, gusto ni RICO na siya ang sumagot sa katanungang iyun.

" MGA KAPATID, HINDI PO TAYO NAGPUNTA RITO PARA MAGBOLAHAN, HUWAG NINYONG BIGYAN NG PUWANG SA PUSO NINYO ANG SALITANG DOUBT.....I-DELETE NINYO ITO SA INYONG BOKABULARYO, KAYA TAYO NANDITO AY DAHIL NAGBABASA TAYO NG SALITA NG DIYOS....... MALAYANG NAKAPAG-UUSAP, NAKAKAPAGKWENTUHAN AT NAKAKAPAG-PALITAN NG KURO-KURO, MGA KARANASAN SA BUHAY NA PWEDE NATING IBAHAGI AT MAG-SILBING ISANG ARAL O INSPIRASYON SA ATING PANG-ARAW-ARAW NA PAMUMUHAY........."

".......HUWAG NA HUWAG NINYONG HAYAANG MAMUHAY SA INYONG PUSO'T ISIPAN ANG PAGDUDUDA NG HINDI KAYO MAPAHAMAK, ITO ANG ISANG DAHILAN BAKIT MARAMING NASISIRANG MAGANDANG TAHANAN, GUMUGUHO ANG ISANG MATIBAY NA PUNDASYON......MY BRETHREN, DON'T EVER LET DOUBT LIVE IN YOUR HEART AND MIND.........WE GATHERED HERE BECAUSE WE BELIEVE AND TRUST EACH OTHER AS IT IS WITH OUR LORD GOD

ALMIGHTY, ABRAHAM NEVER QUESTION OR DOUBTED OUR LORD GOD'S FAVOR WHEN THE LORD ASK HIM TO SACRIFICE HIS SECOND SON ISAAC.......ABRAHAM TRUSTED THE LORD GOD ALMIGHTY WITH ALL HIS HEART AND MIND, HE DIDN'T THINK TWICE OR ASK WHY.....HE JUST ACCEPTED AND OBEYED WHAT THE LORD GOD COMMANDS HIM TO DO........IN THE SAME WAY.....I ASK AND URGE YOU MY BRETHREN...TO FOLLOW THIS KIND OF UTMOST FAITH............"

" MGA KAPATID.....LAHAT NG NARINIG NINYO KANINA AY TOTOO, ANG PELIKULANG IYON AY KINUNAN SA IBA'T IBANG PANIG NG MUNDO, BAWAT BANSA AY LOKAL NA AKTOR ANG GUMANAP NA BINAYARAN NG MGA TAONG-HAYOP NA GUSTONG GAWING MALA-HAYOP SA GAWI ANG SANLIBUTAN....."

At muli natulala, banaag ang kalungkutan at pangingilabot sa mukha ng bawat miyembro.

2305H. Oras ng e-check ni RICO sa relo 'nya, tapos na ang GUILT SHARING, masayang nagkwekwentuhan at nag-iinuman ang mga miyembro, lahat yata'y kumamay sa kanya, para siyang nagbibi-gay ng blessing, 'yung isang bagong dalo ay gustong mag-pa-autograph sa ABRAHAMIS PAMPHLET, hindi niya ito pinagbigyan, humingi siya ng dispensa, ipinaliwanag niyang hindi siya sikat na artista at pantay-pantay lamang sila sa loob ng kwartong 'yun, walang nakakahigit, walang propesyonal o di-propesyonal, walang bata o nakakatanda, lahat pare-parehas, iisa lamang ang pakay at misyon....... Ituro sa tao ang kautusan ng Diyos at ibalik ang mundo sa tamang kaayusan ng pamumuhay, humanga ang bagong dalo at sa puso niya ay respeto at kagalakan.

" O MGA BROD, GALIT-GALIT MUNA TAYO, SEE YOU NEXT SUNDAY NA LANG OKEY......HUWAG KALIMUTAN ANG ATING MGA KAUTUSAN. ISABUHAY NINYO ARAW-ARAW. "

Malakas na salita ni ARNEL sa mga kamiyembro. At kanya-kanyang nagpaalaman at nagsi-alisan ang mga miyembro.

2320H. "NEL MAUNA NA AKO SA INYO "

" SIGE BROD GOODNIGHT NA LANG, AYUSIN LANG NAMIN ITONG KWARTO "

" SIGE RICO, NEXT TIME NA LANG ULIT, INGAT " sigaw ni DODZ

* * *
" . . . SOMETIMES ONE LONGINGLY WONDER
OF SOME TWISTED REASONS IN LIFE
DREAMILY MAKES ONE UNKNOWINGLY HAPPY
INDISCERNIBLE YET ENORMOUSLY FULFILLING . . . "
* * *
M'onaC

(" DERECHO 7/11 BAGO UWI ")   sa isip ni RICO

" GOOD EVENING SIR " bati ng gwardya. " GOOD EVENING DIN SA 'YO BROD " umikot ang paningin, naghahagilap ng magandang makakain, may nakitang hotdog nasa grill, umorder ng dalawa " MISS SANDALI LANG HA " pagbalik may dalang dalawang gatorade at sampumg magnolia chocalate bottle " MISS ISAMA MO NA ITO SA BILL "   sa labas kumain si RICO, nakasandal sa kotse nang may marinig siyang sumisigaw " BALOOOOOT , BALOT KAYO RIYAN ". (" HMM NAKIKI-AYON ") tinawag niya iyong boy, at dali-daling isinubo ang natitirang kinakain, tamang-tama pagdating ng boy ay nakarecover na siya, muntik na siyang mabulunan, " GLUG…GLUG….GLUG " tunog ng langgok niya sa gatorade " BROD, KAIN AKO " " AREGLADO BOSS " at ibinaba agad ang basket ng balot, binuksan, umuusok-usok pa sa init, " PILI MO AKO NG MAGANDANG KLASE, AYAW KO NG MABALAHIBO " sabi sa magbabalot ni RICO na naglalaro ang isip " AKONG BAHALA BOSING, EXPERT TAYO RIYAN " " TALAGA LANG HA " naka-tatlo siyang kain " BROD BIGYAN MO RIN AKO NIYANG ITLOG POGO, LIMANG PLASTIC, ILAGAY MO SA SUPOT " " OK SIR " at doon pa lamang niya napansin na totoy pa pala iyong nagtitinda, nagmukhang mama, epekto na rin siguro ng pagtratrabaho bilang magbabalot, aniya sa sarili " ILANG TAON KA NA " " DOSE ANYOS PO " " GABI-GABI KA BANG NAGTITINDA " " OPO SIR, KELANGAN PONG KUMAYOD " " NAG-AARAL KA " " OPO DIYAN SA MAY TAMBO ELEMENTARY SCHOOL " " MGA MAGULANG MO " " LUMAKI PO AKONG WALANG TATAY, SI NANAY NANDOON NGAYON SA MAY MALAPIT SA NIGHTRIDER, NAGTITINDA NG SIGARILYO AT LUGAW, MAY BALOT DIN, MAY MALIIT SIYANG LAMESA SA GILID " " HMM, MAY MGA KAPATID KA " " DALAWA PO, AKO ANG PANGANAY, YUNG BUNSO AY ANAK NI NANAY DOON SA LALAKI NIYA NGAYON " " A-HA….CANO LAHAT NG NAKUHA KO, 74 BA " nagkuwenta ang bata " TAMA PO BOSS, 74 PESOS PO LAHAT " " HETONG 100, IYO NA SUKLI, 'ETO PA, SA IYO NA RIN ITO " " SALAMAT PO SIR " " INGAT KA SA PAGLALAKAD, WAG KANG DUMAAN SA MGA MADIDILIM NA LUGAR, NAGLIPANA DITO ANG MGA ADIK, BAKA HOLDAPIN KA'T IPAMBILI NG SHABU " " SIR SALAMAT SA GATORADE AT TIP " " AREGLADO, SALAMAT DIN SA IYO " (" LIFE IS SURVIVAL, GOOD OR VICIOUS WAY ") sa isip niya

" OH SHIT ME"

2345H. (" MARYLLE ")

[OH HI....ISANG RING PA LANG 'YUN HA....AH...HMMM.....DI MAKATULOG....MISSME?.. ME TOO.........WATCHING WHAT AH ..OK ...2200H ......BAKIT NGAYON LANG.....GIMIK NOOOOO.....NAG-ATTEND KASI AKO NG GATHERING....O...OO......IYONG IKINIKWENTO KO SA IYO........WELL OK NAMAN ....OLD FACES STILL THERE, AND SAW NEW FACES.......GETTING STRONG IT SEEMS, PAUWI NA NGA AKO, DAAN LANG 7/11, NANGINAIN .....NGEEEEEK....'KAW HA....MASAMA 'YAN... KAININ KITA RIYAN ....HE.HE.HE .....LALAKAS TALAGA AKO KAPAG ANO MO KAKAININ KO......SIKSIK BITAMINA, MAY CALCIUM AT IRON.....WHAT........BABY, BAKA MAADIK KA..'KAW RIN HANAP-HANAPIN MO......(" 2353H ")...BABY BYE-BYE NA....NAGMAMADALI?......DAPAT KASI BEFORE MIDNIGHT NASA BAHAY NA KO, LUNES NA MAMAYA, PANIBAGONG WEEKEND TAPOS PAKALAT-KALAT PA KO RITO SA LABAS.....OK THANKS.......SEE YOU......LIKEWISE......MWHAA "

(" FUCKING HELL, WHAT THE FUCK ARE YOU DOING RICO ")
Minura ang sarili.

* * *

"...SEX IS THE ULTIMATE PLEASURE ON EARTH,
AND SEX WITH LOVE IS THE SWEETEST OF THEM ALL..."
M'onaC
* * *

(GATHERING…......SHARING…......IMMORALITY…....GUILT
…..LOVE……FIRST LOVE………. MARI-
YLLE……..HEART……...JOY……...AHHHHH……….FUCK
ME……….. ")

Hindi muna bumaba si RICO sa kotse pagkaparada sa
garahe…….nag-iisip…..binabalikan sa diwa ang mga biglang
nangyayari sa kanyang buhay ngayon…….ang sorpresa ng
mapaglarong tadhana……iniisip at pinag-aaralan ang kanyang
mga susunod na desisyon at aksiyon na gagawin…….nawala na
ang antok at pagod niya….(" Umipekto siguro iyong kinain kong
balot at gatorade…maari…") sabay nangiti sa sarili, naglalaro
ang kanyang isip…….(" REDBULL………KEEPS YOU
HUMPING! ")

Nakatawag pansin ang biglang pagliwanag ng kanilang living
room na sinabayan niya kaagad ng baba sa kotse…….akmang
sususian ang pinto ng bumukas ito.

" O….GOOD MORNING LUVSKI……GISING KA PA? "

" BA'T NGAYON KA LANG? "   ipininid at sabay tungo't
umupong magkatabi sa sofa.

" AH…EH…DUMIRETSO MUNA AKO 7/11, BUMILI NG
MAGNOLIA CHOCOLATE PARA SA MGA BATA, TAPOS
MAY NAKITA AKONG MAGBABALOT KAYA KUMAIN
MUNA AKO, BUMILI RIN AKO NG ITLOG POGO PARA SA
MGA BATA, DI BA GUSTONG-GUSTO NILA 'YUN "

" AY…OO……O….ANO……..IPAGHAHANDA PA BA KITA
NG MAKAKAIN? "

" HMM…..HUWAG NA LANG……" nangisi sabay bumulong

" HEEEE……KARARATING MO LANG, KUNG ANO-ANO
ANG INIISIP MO "

" SIGE NAAA…….HUGASAN MO LAHAT……."

Sabay hilig ni RICO sa asawa at niyakap.

" MISS YOU "   bulong niya ulit

" KUMUSTA ANG MGA BATA? "

"   AYUN   TULOG   NA   TULOG…OKEY
NAMAN……..HMM……LARO-LARO…KAPAG   NAGISING
'YAN AT NAGHANAP NG GATAS………TUMIGIL KA SA
KALOKOHAN MO……"

* * *
" . . . A MUSHY MOUND OF FLESH
CLIFF OF EROTIC BLISS
IT'S HEAVEN IN EARTH
THE RHAPSODY OF CARNAL DESIRE . . . "
* * *
M'onaC

" DON'T WORRY.......AKONG BAHALA.........BASTA MAGLALARO TAYO "

" HEEEE " at tumayo't lumakad ang asawa

" HUGASAN MO LAHAT HA "

Pumaitaas asawa ni RICO sa kwarto nila, inayos naman niya sa refrigerator ang mga PALUSOT, este, pasalubong niya sa mga bata......(" SMOOTH NA SMOOTH......SANTANA ") lumakad papunta sa hagdanan at binuksan maliit na pintuan, isinilid ang tinanggal na sapatos, tuloy kuha ng paboritong sandals, regalo ng asawa, tumungo ulit sa sala, at habang nakahigang-nakaupo, isa-isang tinanggal ang butones ng polo-shirt, hinayaang nakabukas.......uminat.......tumayo bigla.......itinaas dalawang kamay sa ulunan, mag-kahawak , diretsong-diretso, nakataas at nakaturo sa langit, unat na unat, at unti-unti humarap sa kanan niya, ang dalawang paa nakatanim, hindi gumagalaw, tapos unti-unting bumalik pakaliwa naman, at ng maabot ang hangganan kung saan kaya niya ay sinunod-sunod, balik-balik, mga sampung beses, naglagatukan ang mga spinal joints (" HAY SARAP ") umupong-pahiga ulit sa sofa (" RELAX MUNA, LET HER WAIT AND BUILD THAT EXCITEMENT..........SA PUSON NIYA.........OPPPPS.....SA PUSO'T ISIPAN 'NYA PALA ")

Ipinikit ang kanyang mga mata, tumatakbo ang kanyang utak, naghahanap, animo'y parang computer, naghahagilap ng files, ng mga program......(" AHA.....BINGO.......EKIS ") at sabay tumayo, tinungo ang pintuan, tiningnan kung naka-lock ng maayos, at bago umakyat, luminga-linga.......

(" EVERYTHING IS UNDER CONTROL ") at pinatay ang ilaw sa sala.

Dumeritso muna sa kwarto ng mga bata, isa-isang hinalikan sa noo, banayad, halik ng isang amang nagmamahal, at sa kaunting liwanag na nagmumula sa lampshade, ay nagagalak ang kanyang puso, naaaninag niyang maaliwalas ang mukha ng mga batang natutulog, may ngiting nababanaag.

(" Salamat po panginoon, all the glory and thanksgiving belongs to you, amen ")

Nangiti siya pag-pasok sa kwarto nilang mag-asawa, pati siya nai-excite rin, wala ang asawa, at dinig niya ang lagaslas ng shower sa bathroom sa loob ng kanilang kwarto......(" hmm, baka kinakayod ang mga libag at nilalabatiba lahat ng butas ") biro sa sarili habang isa-isang tinatanggal ang mga kasuotan, binuhay ang stereo, hinagilap ang bala ni Kenny G na CD......SILHOUETTE........isinalang at pinatugtog, at pagkatapos ay tumungo sa salamin.........(" You're such an ASSHOLE ").....itinuro ang taong nakangiti sa may salamin, tinitigan niya ito, tinitigan pa lalo, at habang lalong tinititigan niya ay ganoon din ang pagtitig sa kanya, bigla siyang nangilabutan, wari'y nabasa niya sa mga mata nito ...." HUWAG KANG GUMAWA NG SARILI MONG MULTO "........(" Oh....shit me! ").....sabay alis.

Inilagay sa lalagyan ng labahin ang mga kasuotang ginamit at pinagtatanggal, kinapa bawat bulsa ng slacks kung walang naiwan o naipit na mga ebidensiya.......mga resibo........(" siyempre ")........at bigla....tumayo ang mga balahibo niya, nagulat, parang nakakita ng multo, hinagilap ang cellphone, pagkadampot ay ini-off agad......(" tawag.....text.....dis-oras........baby......delikado..") isinilid sa isang drawer.

(" SECURITY FIRST......LEAVE NO ROOM FOR ANY DOUBT ")
Gusto sanang manigarilyo, naalalang ayaw ng asawang naninigarilyo siya sa loob ng kwarto, tinungo ang maliit na ref, kumuha ng maliit na mineral water, pinahid ang kaba sa dibdib (" huwag kang gumawa ng sarili mong multo ") (" IT HAS TO

BE STOP SOMEHOW ") sagot niya sa sarili, nakatayong nag-iisip, hubad na hubad.

(" FIGHT NA ITO ")

Anas sa sarili pagkarinig niyang wala ng tunog ang shower room, dinampot kaagad ang isopropyl alcohol, binuhusan ang ari at pinahid-pahid......(" Ow shit....ang init! ") (" Better than UTI ").......depensa sa kaisipan, tamang-tamang pagbalik sa pinagdamputan ng alcohol ay lumabas sa shower room ang kanyang maybahay, humahalimuyak sa kabanguhan, ang kwarto nila'y naging hardin ng iba't ibang klaseng bulaklak....LILY, ROSE, DANDELION, ORCHID, POPPY, GERANIUM, MARIGOLD, LAVENDER, JASMIN, ILANG-ILANG, SAMPAGUITA ....(" OH KEBANGO ").......nagpawala at sumapaw sa amoy ng alcohol.

" ARE YOU READY? " tanong ng asawa na nakatayo sa gilid ng kama, suot ang pasalubong niyang nightie na nabili sa Newcastle, Australia minsan dumaong ang barko nila 'run.

(" Kaakit-akit ")

Nakatitig sa kanya ang asawa.........at sa kanyang pagkalalaking nakabuyangyang.

" OH LUVSKI, YOU'RE SO BEAUTIFUL.......A PERFUME OF MY DESIRE "

* * *
" . . . MY HEART MELTS WITH THY RADIANCE
LIKE ISIS, CYBELLE, BELTIS, APHRODITE, ISHTAR AND
VENUS
HEAVEN AND EARTH REJOICE AT ONCE
INFINITE BLISS, MILLION ECSTACY, ETERNAL DESIRE
LOVE AND ROMANCE THE COVENANT TUNE
FOREVER WE'LL DANCE WITH GLORIOUS ETERNITY . . .
*
* * *
M'onaC

" LUVSKI, I SAID ARE YOU READY? "

" AH….E…HMM…WAIT….. "

Tumakbo agad sa banyo, napahiya sa sarili, galing biyahe, uminom ng beer, kumain ng balot, nag-alcohol………amoy kankarot!

(" ANG BANTOT KO ")

Nananabik si MARI sa ibinulong ng asawa sa kanya kanina sa sala.

(" Alam ko na….hmm…EKIS……this will be another glorious moment for her to remember ")

Bulong sa sarili habang nag-sha-shower.

Paglabas at pagkasara ng pintuan ng banyo ay nasorpresa siya, bagay na ikinatuwa niya, nangitisa sarili, lalong naging romantic ang feeling niya sa nakitang ambience ng kwarto.

(" ROMEO, DON JUAN DE MARCO, CASANOVA ")

" OH YOU'RE SO SWEET AND ROMANTIC MY EVER
DEAREST "   papuri sa asawang nakatayo

(" BINGO......I CAPTIVATED HIM ")

Sa isip ni MARI. Alam niyang napakaromantiko ni RICO,
gustong-gusto ang ambience na dimlight, ala-palasyong kwarto
'nung unang panahon, ala-prinsipe, nangangamoy na scented
candles at incense........kaya habang nag-sha-shower si RICO ay
dali-dali niyang sinindihan ang mga kandilang   naka-ready at
nakapuwesto na sa bawat sulok ng kwarto nila, at pagkatapos ay
pinatay ang ilaw. Si RICO din ang nagkabit 'nun, katuwiran niya
ay pangblack-out, pero habang tumatagal ang pagsasama nila ay
napansin niyang lumalabas ang pagka-super-romantiko ni RICO
kapag kandila lamang ang ilaw tuwing mag-la-love making sila, at
kanina ng bulungan siya ni RICO ay paki-pakipot siya kunwari,
pero ang hindi alam ni RICO, nagagalak siya, siyempre, halos
tatlong araw silang hindi nagkita't nagkasama, umuwi si RICO ng
Pangasinan ng Friday morning dahil may inayos na papeles
tungkol sa lupa at manggahang isinangla sa kanya, kaya miss na
miss niya ang asawa, at natutuwa ang puso niya dahil alam niyang
na-miss din siya nito, at sa isip niya (" Walang milagrong
nangyari sa probinsiya, STRICTLY BUSINESS ")..........

(" Paliligayahin ko siya ngayon ") nakangiti siyang nakatitig sa
asawa.

Humakbang si MARI palapit kay RICO na nakatayo na sa gitna ng
kwarto, paanang kama.

" LUVSKI.....STAY WHERE YOU ARE, DON'T
MOVE.....YOU'RE A GODDESS IN MY SIGHT "

Tumigil si MARI sa paglakad, kanina pa nag-aapoy ang
kalamnan, kung pwede lang matupok ang kasuotan niya ay baka
kanina pa nagliyab ito sa init na kanyang nararamdaman, lalo pa't
ang pinakamama-hal na nakatayong may isang metro ang layo sa
kanya ay hubad na hubad sa kanyang paningin, nakatitig lamang
sa kanya, parang estatwang nililok noong unang panahon, ang
mga guhit ng muscles, ang abs.......napalunok siya, nag-
uumigting ang kanyang sandata, parang espada ng kawal Romano,
handang-handa para sumalakay, namumutok ang mga litid na
dinadaluyan ng dugo dahilan upang lumaki at tumigas ang
sandata......parang kanyon.

" OH, I'M HERE WAITING, TAKE ME, LOVE ME,
RAVAGE ME AS YOU PLEASE....."

At dahan-dahang lumapit si RICO, sumasabay sa mahinang
musikang tugtug.

...... DIM LIGHT......SCENTED CANDLES......KENNY
G.......WHEEEWW.......

Pumuwesto siya sa likod ng asawa, at sadyang ipinapahid-pahid
ang naninigas na sandata, pagkatapos ay umikot sa harapan,
tinitigan ang asawa.

" HAWAKAN MO NA ANG GUSTO MONG HAWAKAN
DAHIL KAPAG NAG-UMPISA NA AKO AY HINDI KA NA
MAKAKAHAWAK "

Umuungol si MARI, hindi niya maintindihan ang gustong mangyari ng asawa, binalewala niya ito, hinawakan ang sandata ng asawa, ang isang kamay humihipo-hipo sa iba't ibang parte ng katawan.

At lumayo ulit si RICO ng isang metro, nakatitig lamang, gustong humabol ni MARI.

" STAY….. DON'T MOVE MY DEAR, I'M 'GONNA MAKE LOVE TO YOU NOW, I'LL MAKE   THIS MOMENT A GLORIOUS ONE FOR YOU, HOLD ON, I'LL MAKE LOVE TO YOU SOON………."

" …..MAKE LOVE TO YOU LIKE A POET DOES….BUT DON'T EVER LAY HANDS ON ME "

At habang sinasabi niya ito ay isa-isang tinatanggal ang kasuotan ng asawa, nakapuwesto sa likod, ikiniskis bahagya ang sandata sa may likuran ng asawa.

" OHHH….RICO MY DEAR, I'M BURNING INSIDE, I NEED TO FEEL YOU, TOUCH YOUR   MANHOOD, OHHH PLEASE……..QUENCH THIS BURNING DESIRE NOW……….OHHHHHHHHHH"

At panty na lamang ang natitirang kasuotan ng asawa.

" PATIENCE MY DEAR, MY WORDS WILL BRING YOU TO EROTIC BLISS…..INTO REALM OF ECSTACY "

Nakaluhod na si RICO sa harapan ng asawa, ang hininga at bibig, kalahating dangkal ang layo sa pagkababae.

" OHHHHHHH, STOP THIS TORMENTING PLEASURE, I CAN'T WAIT NO MORE MY LOVE "

Hinawakan siya ni MARI sa ulo, pero pinagapang niya ang hininga paitaas at habang siya'y patayo ay sabay ding itinaas ang dalawang kamay ng asawa.

" ALL THE PLEASURES OF LOVE WILL BE YOURS, JUST OBEY WHAT I SAY, MY DEAR SWEET MOONCHILD…I WILL LOVE YOU LIKE A POET, BUT DON'T EVER LAY YOUR HANDS ON ME "

At sabay itinaas sa ulunan ang mga kamay ng asawa, unat na unat, magkahawak apat na kamay, magkakayakap, ang dibdib ng asawa ay lumiliyad, sumasayad-sayad sa kanyang matigas na dibdib, ang nipples ay tigang na,   ramdam niya ang katigasan, ang kanyang sandatang nag-uumigting ay itinutusok-tusok at ipinapahid-pahid sa ibabaw ng natirang kasuotan, at nakabalot sa nag-iinit na harapan ng asawa na ikina-uungol lalo ni MARI, nakapikit, ninanamnam ang nadaramang kasarapan at kaligayahan, ang namumugtong pressure na kanina pa nag-bi-build sa kaloob-looban niya.

"OHH…LUVSKI…MAKE LOVE TO ME….I'M GOING TO CUM….PLEASE…..."

Biglang naputol ang halik pero tila may bumubulong sa kanya.

(" ohhhh, ang mainit na hininga….")

" ……….COME SWEET MOONCHILD, FLY WITH ME, WE'LL BE LOVERS ALRIGHT, COME WITH ME, MY LOVE SO SWEET, I'LL BRING YOU HAPPINESS WAY BEYOND, I'LL BRING YOU LOVE SATISFACTION, RUN TO ME NOW

SWEET MOONCHILD, PLEASURE AND ECSTACY IS ALL YOURS, IT'S ALL IN MY WARM BREATH, IT'S ALL IN MY LOVING HEART, IT'S ALL IN MY BURNING SOUL "

Sumasayaw at lumilipad siya sa sarap, at bigla nawala ang boses, nahinto pati pagkiskis.

At naramdaman niyang nagbalik ang halik kasama ang dila, dinidilaan likod ng kanang binti niya.

" OHH ANG SARAAAAAAAAP "

Ang halik pumaitaas, sa likurang hita, pumaitaas pa lalo, sa kaitaasan ng puwetan.

At naramdaman niyang kumilos ang dalawang kamay ni RICO, hinihila paibaba ang kanyang huling saplot, dahan-dahan, at ang halik sinusundan ang pagbaba ng kanyang sapin-alindog na lalong ikinalakas ng ungol niya, ang halik at bibig…………..(" ANG DILAAAAAAAAAAA")

" OHHH…..LUVVVVVSKIIII IT'S SO GOOD "

At tuluyang naalis ang huling saplot, nakatayo siyang nakabukaka, mga lampas kalahating metro ang layo ng mga paa sa isa't isa, nakataas pa rin ang kanyang mga kamay, magkahawak, umuungol siya, naghihintay sa susunod na kaganapan.

Nakatayo na si RICO sa likuran niya, ang dalawang kamay nakahawak sa kanyang balakang, muli ang halik, ang bibig at dila, nasa batok niya ito, sa tainga, sa leeg, umuungol siya sa sarap, gumapang ang mga kamay ng asawa, pinisil-pisil ang kanyang dalawang suso, iniurong niya ang puwetan upang maram-daman ang sandata na kaagad namang inihagod ng asawa sa kanyang hiwa, napakainit, minsan pumapailalim pero hindi pumapasok, nasa ibabaw lamang ng hiwa ng pagkababae niya at urong-sulong na naglalaro, binubundol-bundol ang kanyang perlas, ang perlas ng kaligayahan.

" IPAAASOK MO NA.......PLEEEEASE......I NEED YOU
INSIDE....FILL ME NOW PLEASE "

Gumapang ang halik paibaba, dumaan sa tagiliran, sumuso
sandali, at naramdaman niyang lumuhod ang asawa, ang
dalawang kamay nakahawak sa magkabilaang pisngi ng puwetan
niya.

"
OHH....AHHHH....AHHHHHHHHHHHHHH....O..O..OHHH..O
OOOHH "

Halos mapugto ang kanyang hininga, (" ang dila....ang kamay..")

" OOOOHHHHHHHHHANGPPPUWWWWET KOOOOOOANG
SAAAARRRAAAAPPPPP "

Lalong dinilaan ni RICO ang hiwa ng puwetan ng asawa,
umuungol si MARI sa sarap, unat na unat ang mga kamay
PAPUNTANG LANGIT, lalo pang ibinuka ni RICO ang
dalawang pisngi, namilog sa luwa ang mga mata ni MARI.

"
AANGGGBBUUUUUTTTAASSSSSNNNGGGPPPUUUWWWE
EEETTTKKKKOOOOOOO "

Magkahawak pa rin ang kamay nila habang nakatayo,
hinahayaang sumayad ni RICO ang mga nipples ng asawa sa
kanyang dibdib, na wari niya'y talagang ikinikiskis ni MARI,
ramdam niyang may lumabas na rin sa kanya, paunang agos, (
'yung colorless sticky substance, 'kaw meron na rin) hindi
pinansin ni RICO ito, nag-concentrate siya, dapat
kontrolado, disiplina, huwag siyang maunang bumigay, dapat
ang asawa ang maligayahan at hindi muna siya, nag-isip siya ng
mga eksenang nakalulungkot.

(" Ang prinsesa ng Dagupan ")

"......luvvvvskiiiiii.........pleeeassee.......stop.......ohhh..........d
on't you torment meeeeeee......I'm gonna
cum.........pleeeeeeeease.........ohhhhhhhh "

* * * EUPHORIA * * *

" I WANT TO FEEL YOU INSIDE MY WOMB, MAKE LOVE
TO MY HEART, INSIDE MY SOUL "

" A MILLION PLEASURE, A TICKLE OF DREAMS, I'M
GOING TO MAKE LOVE TO YOUR HEART, WE WILL
BE UNITED AS ONE, HOLD ON, STAND FIRM, DON'T
MOVE, REMAIN YOUR HANDS UPWARD, REACH YOUR
JOY, REACH YOUR DREAMS, CLENCH YOUR HANDS
SKYHIGH, CLENCH YOUR FIST TO INFINITE BLISS,
FLY WITH YOUR EROTIC DESIRES, I WILL LOVE YOU
THE WAY A POET DOES, BUT DON'T YOU EVER LAY
HANDS ON ME "

" WHATEVER YOU SAY, I WILL OBEY YOU, JUST MAKE
LOVE TO ME THE WAY YOU WANT, THE WAY YOU DO,
THE WAY A POET DO, OHHH, HURRY, I'M WAITING, MY
STOMACH IS URCHING, ACHING WITH DESIRE, FILL
ME, FILL ME PLEASE.....MY LOVE......MY ONE....MY
HEART "

Sa narinig niyang 'yun, alam niyang kontrolado na ng asawa ang
pag-iisip, gaya ng ginagawa niyang pagkontrol sa kanyang isipan,
binitawan niya ang mga kamay ng asawa, nakaalalay pa rin ang
kamay niya sakaling ibaba ito at bigla siyang yakapin, tuloy pa rin
ang kanyang paghalik kung saan-saan, ibinaba niya ang kamay sa
may siko, itinulak ito paitaas, at nang masigurado niyang

sumusunod na ang asawa sa gusto niyang mangyari, ay saka pa lamang siya lubusang bumitaw.......lumayo ulit ng isang metro, tinitigan sa mata   ang asawa, nag-aantay, lumiliyad-liyad ang dibdib, matutunaw siya, ramdam niya ang titig ni RICO, at ibinuka niya ang kanyang mga mata......" OH   RICO.........I LOVE YOU "

" YOU'RE MY VENUS, MY APHRODITE, ALL PLEASURE WILL BE YOURS,   I'M GOING TO LOVE YOU LIKE................."

" ....A POET DOES, OHHHH, BUT DON'T EVER LAY YOUR HANDS ON ME "

Dugtong ng asawa,   ang mata nangungusap,   naghihintay. Lumapit ulit si RICO na ang kamay ay nasa likod, at sinimulan niya ang pakikipagtalik sa kanyang asawa, hinalikan sa labi si MARI na kanya agad sinagpang, nag-espadahan, dila sa dila, at mula sa pakikipag-espadahan ay gumapang paibaba ang halik ni RICO, sa leeg at batok nagtagal, ang kanyang kamay nasa likod pa rin, si MARI naman ay nakataas, umuunat sa sarap.

(" Kung ito ang umpisa ng sorpresa, ay susundin ko ang gusto mong mangyari, just make love to me my love ")   utos bulong sa sarili niyang naglulumiyab sa mga halik ni RICO.

Nasa likod na niya si RICO, ramdam ang sandata na ikinikiskis sa likurang hiwa niya, nag-uumigting, minsan ipinapasok sa pagitan ng kanyang hita at itataas, sumasayad sa kanyang pagkababae na nababalotan pa ng basang-basa ng sapin-alindog.

Lalo siyang napasigaw sa sarap ng maramdaman niyang dinadaan-daanan ng dila ni RICO ang kanyang hiwa, pinatuwad siya bahagya ni RICO, at doon lalong napaluwa ng malaki ang kanyang mga mata, tumitirik sa kasarapan at ligayang natatamasa, nang tuluyang siyang kainin ng asawa, nagmamakaawa siya sa sarap, sasabog ang kanyang katauhan, lalong sinipsip ang perlas ng kaligayahan.

"OOOHHHLUUVVVSSSKIIIIIIIIIIIIINNNOOOOOWWWWWW PLLLLEEEAASSSEE "

At naramdaman niyang may pumasok, na lalong nagpahiyaw sa sarap sa kanya, kumakamot,

"
                                        AMGONNA
CUM..AMGONNACUM….AMGONNA..AMGONNAAAAACC CUUUUMM "
Lalong binilisan ni RICO ang pagkayod sa G-SPOT ng asawa, alam mo 'yun…kung hindi…..mga 2 inches mula sa bukana o puwerta sa itaas na bahagi ng pagkababae.

Humihiyaw sa sarap si MARI, hindi na alintana ang mga makakarinig, nalunod at nawala na siya sa katinuan, anong sarap, hindi maipaliwanag, saan-saang direksyon gumagawi ang mga kamay, pero ito'y nakataas pa rin, minsan parang naka-EKIS siyang nakatayo't namimilipit ang katawan sa sarap.

"NAAAAAAAW………AMCUMMMMINNGGGGNAAAAAW WWWWWWWWW "

*** RAPTURE ***

Hiyaw ni MARI, nakabuka ang mga paa, ang dalawang kamay at nakatikom na palad ay unat na unat na nakaturo sa langit, magkahiwalay.

(" EKIS ")

Gusto ni RICO na mag-multiple orgasm ang asawa, maabot ang COSMIC BLISS, tumayong basang-basa ang bibig, hinayaan na niyang yumakap ang asawa, nasa kanyang leeg at braso ang mga kamay nito, nakatitig sa kanya……..nag-aantabay sa susunod na gagawin ni RICO.

" MAKE LOVE TO ME MY LOVER, MAKE LOVE TO ME MY POET, MAKE LOVE TO ME MY HUSBAND, MAKE LOVE TO ME MY DEAREST ONE "

Kumilos ang mga kamay ni RICO, natumbok kaagad ni MARI, itinaas ang kanang hita na sinapo ng kanang kamay ni RICO, itinaas...........at   dahan-dahang ipinuwesto......itinutok............hindi   nila   inaalis   ang pagkakatitig sa isa't isa.........at nagtuloy sa lagusan ang sandata......banayad.......napasinghap   sa   sarap   si   MARI, namimilog ang mga mata, minsan napapapikit, huminto sa pagpasok ng maka-kalahati ang PAGKALALAKI.

" MAKE LOVE TO ME LIKE A POET DOES "

Iniunos.

Napapikit na sa sarap si MARI, hinahabol ang hininga, sa bawat unos ay ibayong sensasyon.

(" Ang boses ")

" FLESH TO FLESH WITH OUR PASSION, INSIDE AND OUT SAVORING LOVE, I'LL BRING YOU TO HEAVEN, WE'LL BE ENTWINE AS ONE, I'LL BE YOUR ETERNAL BLISS, I'LL BE LOVING YOU UNTIL THE END ,   WE'LL BE SWEETHEARTS AND LOVERS FOR ALL SEASONS, WE'LL BE HUSBAND AND WIFE............WE'LL......."

" OHHH RICO, I WANT IT ALL, I WANT ALL OF YOU INSIDE ME, FASTER, PLEASE....FASTER, MAKE LOVE TO ME MY POET, MY ONE, MY DEAR,............OHHHHHHH "

"   WE   WILL   BE   ONE SOUL...........FOREVER............ETERNITY............ "

"
AAAAAAHHHHHHOOOOOHHHHHHHHHHHHAHHHHHOH
HHHOOOOOHHHHHH "

*** BLISS ***

At sabay nilang narating ang rurok ng pagtatalik, ibayong sarap at kaligayahan, kapwa hingalna hingal, habol ang hininga, mahigpit na magkayakap, lumuluha sa kaligayahan si MARI, nanatiling nakatayo at hindi alintana ang umaagos sa kanilang kasariaan.

" THANK YOU........THANK YOU FOR LOVING ME........"

***
... AND SEX WITH LOVE IS THE SWEETEST OF
THEM ALL ...
***

***
"... AMIDST CLOUDS OF REASONS
EVERYWHERE'S RAIN OF LONGING
FLOODING THE SENSE OF BEING
DOWN TO THE VALLEY OF FEELINGS ... "
***
M'onaC

[HELLO….YES…..AKO NGA PO……AH, GANUN BA…
PASENSIYA NA KAYO….NGAYON?, TULOG PA HO EH,
…………O SIGE, SASABIHIN KO NA LANG SA
KANYA……….ASAP!?!……..SIGE SASABIHIN KO HO NA
URGENT………REPORT ASAP……SIGE HO,
SALAMAT….BYE]

(" Naka-off siguro cellphone ni RICO kaya hindi siya ma-contact
ni Capt. Flores…..Bakit kaya siya pinag-rereport?…….URGENT
AT ASAP!?!……naku, naku……huwag naman sana….")

Luminga-linga sa sala. Tinignan ang oras…….1115H.

(" Nasaan ba? ")

Tumayo at lumakad papuntang kusina, pinagbilinan ang katulong
sa nilulutong pananghalian, pagdaan sa dining room, iginala ulit
ang paningin……(" Wala ")………Pumaitaas, abala ang mga
batang naglalaro sa kanilang kwarto ng lego, dumiretso sa
kanilang kwarto, pumagitna, umikot ang mga mata.

(" Saan kaya? ")

Naghagilap ang paningin, tiningnan ang mga bagay na
nakapatong.
(" San' kaya 'nya inilagay? ")

Tinitigan ang mga drawer, may nakitang isang nakauwang,
nilapitan at akmang bubuksan na sana ng bigla siyang kusang
natigilan, lumingon sa kama, tulog na tulog pa si
RICO…nakiramdam.

(" Teka, isa ito sa madalas naming pag-awayan, ayaw niyang
pinapaki-alaman ang kanyang mga gamit, gusto maayos palagi, at
siya lang ang pwedeng mag-ayos, wala ba akong karapatan mag-
ayos at paki-alaman ang mga gamit niya?… maselan sa gamit at

damit……..paglalaba, pamamlantsa, pagtupi at pag-aayos ay dapat nasa tamang sukat at puwesto…..hmm..teka nga ")

Tumalikod, lumapit sa kama at umupo, hinipo-hipo at nilamas-lamas ang batok ng idlip na asawa.

" HHMMMMMMMMMMM "

" LUVSKI, GISING NA……..MAG-A-ALAS DOSE NA……TANGHALI NA "

Tumihaya. Nilamas-lamas ang dibdib. Alam niyang gising na ang asawa. Bumaba ang kanyang kamay, pinaglaruan ang tatlong lawit, sinapo sa mainit na palad , saglit lang at ang isa'y para ng troso.

" HMMMM…LUVSSSKIII….eh….eh….isarado mo pintuan…. "

" HOY….MAMANG MALIBOG, BUMANGON KA NA….. " sabay tumayo si MARI

" ……..ISARADO ANG PINTUAN……HOY MAMA'….NAGLULUTO AKO, HINDI PWEDE "

" SIGE NAAAAAA…….PAYBMINITFINIT………"

" PAYB MINIT FINIT KA RIYAN….IYONG MGA BATA NANDIYAN SA KABILANG KWARTO AT KANINA KA PA HINIHINTAY GUMISING "

" O SIGE, SIGE….GIGISING-GISINGIN MO SI JUNIOR KO……..TAPOS BIBITININ….. "

" KE-AGA-AGA HIHIRIT, ANO KA BA……LIGO KA MUNA…………KANINA KA PA TINA-TAWAGAN NI CAPT.

FLORES……..NASAAN BA ANG CELLPHONE MO ? "

"HA…CELLPHONE?……CAPT.   FLORES?   A…EH….
UMMM……BAKIT DAW? "

"   MAG-REPORT   KA   RAW
ASAP……….URGENT……….TUMAWAG   KANINA   SA
LANDLINE, AKONG NAKASAGOT,   AKALA NASA
PROBINSIYA KA KAYA SA CELLPHONE MO SILA
TUMATAWAG, TAPOS NAGTRY DITO, SABI KO TULOG
KA PA "

" HMM, OKEY…SIGE…SIGE……….IYONG NILULUTO MO
BAKA NASUSUNOG NA "

" NASAAN BA ANG CELLPHONE MO? "

"   HAYAAN   MO,   AKO   NA   ANG
MAGHAHANAP……….B…B..BA..BAKA NASA KOTSE…"

" AKALA KO KASI NAWAWALA KAYA HINAHANAP KO,
BAKA KAKO NAPAGLARUAN NA NG MGA BATA, ALAM
MO NAMANG KALILIKOT NA NG MGA 'YAN…….O SIGE,
BUMANGON AT   MALIGO   KA   NA………O PAPAANO
………. BABABA NA AKO…."

" HAMO ITO, PAGKATAPOS GISINGIN PAGKALALAKI KO
SABAY TATAKBUHAN."
Nangiti si MARI, naalala ang sorpresa sa kanya ni RICO kaninang
umaga.
" ANTAY KA MAMAYANG GABI, AKO NAMAN ANG MAY
SORPRESA SA IYO..HI, HI," sabay lumabas ng kwarto

Tayo agad si RICO, binuksan ang drawer, kinapa ang cellphone sa ilalim ng nakatuping mga underwear niya, at nakahinga ng maluwag.

"(HUWAG KANG GUMAWA NG SARILI MONG MULTO)"

"(OO NA, OO NA)" sabay kinuha ang cellphone, ini-on at nagpipindot agad, inilagay sa vibration mode, ini-off lahat klase ng ringer at tone, pinalitan pangalan ni MARYLLE ng MARIO at nagsend ng sweet   nothings.

Pagkatapos mananghalian at nakapagpahinga ay nilaro-laro ni RICO ang mga bata, at ng makatulog ang mga bata ay saka nag-usap silang mag-asawa. Sinabi niyang idedeploy na siya.

" PAANO YAN, INE-EXPECT TAYO NI DAD NA MAGBAKASYON SA BAGUIO SA SUSUNOD NA BUWAN. "

" OO NGA EH,   NAKAPAG-PROMISE DIN AKO SA PANGASINAN NEXT WEEKEND, KAYA LANG MUKHANG MAPUPURNADA   LAHAT   PLANO   NATIN ......ASAP......URGENT.....IBIG SABIHIN NIYAN WALA SILANG IBANG MAKUHANG OPISYAL. "

" KAILAN KA BA MAG-REREPORT SA AGEMAR? "

" BUKAS NG UMAGA, MARTES BUKAS DI BA? "

" OO "

" LUVSKI " nakatitig si RICO sa asawa, nakangisi.

" ANO YUN? "

" YUNG PROMISE MO KANINA….PWEDE BA I-ADVANCE NA NATIN NGAYON, PARA BUKAS MAKAGISING AKO MAAGA…..HE, HE, HE…."

Kinikilig. " HMMMM, PWEDE RIN, PERO……"

" PERO ANO "

" PERO……AKO ANG MAGTRATRABAHO "

" O SIGE, PWEDE BANG MAG-REQUEST "

" ANO YUN "

" GUSTO KO YUNG MGA PABORITO KO, KARAOKE, 69 AT 88 "
" OK DOKI, APPROVE…..HI,HI,HI,HI,HI "

* * *

1130AM. Oras sa cellphone niya ng i-check at tignan kung may messages siya. (3) Kalalabas pa lang niya sa kanyang Manning Agency ng makaramdam siya ng gutom."(HMMM, MAKAKAIN NGA MUNA)" nag-isip "(AH ALAM KO NA.)"

May senti raw sa kanya ang kainan na iyon, dahil naaalala iyong time na una siyang nag-trabaho pagkatapos maghigh school at lumuwas ng MANILA para mag-aral ng kolehiyo. Shakey's Taft pa raw dati ang kainan na iyon, ang kauna-unahang gimikan sa Manila na kanyang napasukan at nilustay ang kauna-unahang sahod na kanyang kinita bilang part-timer sa Cindy's Recto. Maagang namulat sa kamunduhan, Shakey's Taft, Arizona, Barako at Encounter, mga lugar na pinasyalan nina RICO at ng kanyang mga katrabaho sa Cindy's noong gabi na iyon, ang pera na pinagpaguran niya ng isang buwan ay sa isang gabi nalustay sa makamundong kaligayahan, maling umpisa sa buhay-MAYNILA ni RICO, nakalimutan niya ang prinsesa ng Dagupan, nakalimutan ang ipinangakong pag-ibig.

* * *
" . . . A LONELY MAN IS A LONELY MIND
A LONELY MIND IS A LONELY HEART
A LONELY HEART IS A LONELY SOUL
COLOR YOUR LIFE ALL ROUND
IT ALL DEPENDS ON WILL TO SIN . . . "
* * *
M'onaC

" SIR, HETO NA PO IYONG INORDER NINYO. "

" THANK YOU " at habang kumakain ay isa-isang binasa ang mga mensahe sa cellphone.

[hi luvski, miss you, ingats, pasalubong kids. C U] LUVSKI save message, ok
[Mate, anong balita, kep n touch, ALA BA GIMIK] DAN message delete, ok
[HI BABY, WHAT'S UP, Y R U NT TXTING, I B N MLA WED, may ayusin me insurance firm MKTI, stay 1 night there, MISS U SO MUCH, HOPE 2 C U , BYE.LUV U] MARIO

" (HE, HE, HE) " natawa sa kalokohan niya. Pipindutin na sana Message delete.......

" OPPS, MARIO, SHIT ME, TEKA " ini-scroll ulit "(LUWAS, WEDNESDAY, MAKATI, STAY 1 DAY, HOPE 2 C U)"

"(DAMN IT)" "(ETO NA NGA BA SINASABI KO EH)"

Pagkatapos kumain ay umorder ng isang mug na beer at nanigarilyo, nag-iisip, parang computer na nagtratrabaho utak niya, nagproprogram ng susunod na gagawin, mga desisyon at ikikilos sa mga susunod na araw.

"(PUNTA PRC MAMAYA, BUKAS NG UMAGA MAGPAMEDICAL SA MAKATI MEDICAL TOWERS, SI MARYLLE NASA MAKATI, THURSDAY PAPELES AGENCY, FRIDAY WITH FAMILY, AT SUNOD NA ARAW, KALAS, BYEBYE PHILIPPINES)"

" HMM, PWEDE.......YEAH.........PWEDE KONG ISINGIT " Bulong niya sa sarili.

[BROD ALIS NA KO, SAT 8AM JOIN SA VNCOUVER CNDA, EMER'CY, WALANG IBANG OPISYAL NA MAKUHA, AKO LANG NASA MANILA NA MALAPIT, C U BYE] at itinext sa mga kaibigan.

[HI THERE, TNX, MIS U 2, KIS SA KIDS, PASALUBONG OK. LUVU C U] send.ok.

[HI BABY SORI F ONLY NW TXT BAK, WHERE WIL U STAY WED NIGHT, TXT BAK ASAP, SO I CAN PLAN MY SCHED, MISU2.TCARE.BYE] send.ok.

Sumenyas sa dalagitang nakaantabay sa di kalayuan, " ScHIT PLEASE"
Nakabayad na siya pero di pa umaalis, "(1245H)" nanigarilyo isa pang stick, at ng maubos ay tumayo't dumiretso ng lavatory room, tawag ng kalikasan, nag-ayos sa sarili, at sa kanyang paglabas ng lavatory room ay nakasalubong niya iyong dalagitang nag-serve sa kanya.

" SIR, THANK YOU PO SA TIP "

Tumango at nginitian lamang niya ang dalagita "(GANYAN DIN AKO NUN)" sa isip niya.

* * *

Pauwi na siya galing PRC sa Morayta, nasa gawing US Embassy sa may Roxas Blvd, at   habang nagmamaneho ay sari-sari ang sumasagi sa isipan niya, sumulyap sa relo, "(MAG-A-ALAS TRES PA LANG NG HAPON, HMMM, PWEDE PA)"

Dumaan siya ng Harrison Plaza at namili ng mga babauning gamit sa pag-alis, dinamihan makapal na medyas, yun ang importante sa kanya, "(KEEP YOUR FEET SECURE)" bumili ng sweatshirt at jogging pants, naghanap ng 'long jones' pero wala siya makita, 10 pirasong plain white t-shirt, boxer shorts, mouthwash, toothpaste, vitamins, nailcutter, lipgloss, cottonswabs, at kung ano-ano pang pangpersonal na gamit.   Dumaan din siya ng Rustans, bumili ng half pack beer in cans na San Miguel, isang Champagne bottle na Carlos Rossi, at isang J 'n B JET.

Sunod-sunod ang text message niyang dumating ng papalabas na siya ng Harrison Plaza tungo sa kanyang sasakyan, at sa isip niya, "(DOON KO NA LANG SASAGUTIN, PAHANGIN MUNA)"

Imbes na kakaliwa siya sa Roxas Blvd galing Vito Cruz ay dumiretso siya sa F.A.T. at ipinarada sasakyan sa isang lugar, tanaw ang mga maraming taong namamasyal, lumipat sa passenger side, at ibinaba ang upuan na para siyang nakahiga, kinuha ang asong stuff toy sa likurang upuan at ginawang unan, nagsindi ng sigarilyo sabay kuha ng cellphone sa bulsa.

[brod, gudluck, akong bahala sa GATHERING, see u nxt year, ingat palagi at always LIGHT YOUR FIRE] ARNEL   message delete.ok.

[insan hanap mo ko VOLKS HISTORY MAGAZINE, andoon si hitler, patunayan kong may nagawa siyang kabutihan sa tao kahit anong sama niya, siya may idea PEOPLE'S CAR....VOLKS....C U, asahan ko yan..NGATS] DODS   reply message.ok.

Hinithit muna sigarilyo, nag-isip.

"(KAHIT ANONG SAMA NG ISANG TAO AY MAYROON AT MAYROON PA RIN ITONG ITINATAGONG KABUTIHAN SA PUSO, KAHIT NA GABUTIL NA MAIS LAMANG, KABUTIHAN PA RIN IYON)"   Humithit ulit.

[OK I'LL FIND 1 4 U, IPA DOR 2 DOR KO AGAD PAG NAKABILI KO, C U NXT YER, WAG PABAYAAN GATHERING, TEKKER] send.ok.delete.ok.

[hi asan kana. Pasalubong daw sabi kids....luv u....ingat sa pag uwi]   LUVSKI
[OKI DOKI, D2 KO FAT, PAUWI NA, DUMAAN KO HARRISON PLAZA, MATRAPIK, BUMPER 2 BUMPER, MAY SORPRESA ME SA U,   BYE, C U, MUAAAAAAAAAAAHHH] send.ok.delete.ok

[HI BB, GUD 2 HEAR FRM U, SA TIMOG KO STAY, LAPIT CIRCLE, AUNT'S HOUSE, SO WATS UR PLAN, KOL OR TXT BAK, C U OK, LUV U] MARIO   "(fuck me)" anas sa sarili.reply.ok.

Tumayo si RICO, uminat, itinaas ang dalawang kamay, nagstretching, naglagatukan likod niya, pinatay sigarilyo at isinilid sa cigarette butt bin sa kotse, pag-upo muli ay wala sa loob na kumuha ng isang latang beer sa plastic bag na mga pinamili niya at aktong bubuksan na sana ng "(OH SHIT ME,

MAGPAPAMEDICAL PALA AKO BUKAS NG UMAGA, I HAVE TO ABSTAIN FROM ANY SPIRITS AND SEX, DAMN IT)" Ibinalik ulit sa lalagyan ang beer na kinuha, may nakitang kendi sa coin bin, "(TOPIKO)" "(PWEDE NA)".

[HI BB, PIK U UP WED NYT MGA 7PM, TXT ME D ADD WHERE U STAY OR F ITS OK, PIK U UP SA PADIS POINT TIMOG, MISU, BYE]   send.ok.delete.ok.

"(FATE IS SOMETHING WE CURVE IN OUR OWN HANDS)"
"(SOMETIMES, LIVE LIKE A KING)"

"(LIFE IS A PROBLEM, IT'S THE SALT OF LIFE)"

"(THE COLORS OF LIFE DEPENDS ON THE WILL TO SIN)"

"(A MAN IS NOT FREE UNTIL HE IS MASTER OF HIMSELF)"
"(HUWAG KANG GUMAWA NG SARILI MONG MULTO)"

"(OO NA, OO NA…….IT HAD TO STOP SOMEHOW)"

Bumalik siya sa pagkakahiga sa ibinabang upuan ng kotse, ipinikit ang mata, pinaglalakbay ang kanyang diwa, ibinuka ulit, pinindot ang car stereo, nakasalang pa FIREHOUSE cd, "(PLAY)"….

"…………..I GUESS THE TIME WAS RIGHT FOR US TO SEE, WE TAKE OUR TIME AND LIVE OUR LIVES TOGETHER DAY BY DAY…………………………...

……………………IF YOU EVER WONDER, WILL YOU BE THERE FOR ME, IF YOU EVER WONDER,

YOU'RE   THE   RIGHT   ONE   FOR ME………………………………………………………………
…………

....................I FINALLY FOUND THE LOVE OF A LIFETIME..................."

At sa isip niya ang mga katanungang iyon, nasaan si MARYLLE noong time na umuwi siya pagkagradweyt upang hanapin ito at nasaan siya noong time na inanunsyo ang kasal niya.

At muli parang computer nagtrabaho utak niya, dinadaanan bawat program, bawat files, bawat folder, mga nakaraang bahagi ng buhay niya, balintataw sa kanyang brain-drive.

HELP.OK.
OPEN.BRAIN ENCARTA.OK.
SEARCH FILE.RICO .
ALL TOPIC.OK.
FULL NAME.RICO BLANCO GONZALES.
BIRTHDATE.MARCH 20, 197X
BIRTHPLACE.PASAY CITY
ZODIAC SIGN.PISCES
CHINESE SIGN.RAT
CHRISTENED.CATHOLIC
RELIGION:NO RELIGION
FAMILY HISTORY
GRANDFATHER INFLUENCE.JEHOVA'S WITNESS

ELEMENTARY SCHOOL YEARS
HIGH SCHOOL YEARS
ENROLLMENT.1ST YEAR.SJCS.BOMBAY
1ST YEAR.ACADEMIC.BARKADA
2ND YEAR.ACADEMIC.BARKADA
BORN AGAIN INFLUENCE.JIL
3RD YEAR.ACADEMIC.BARKADA
        JUNIOR/SENIOR PROM
        WOMEN ACQUAINTANCES
        BARKADA GIMIK
        DARKDAYS
4TH YEAR.ACADEMIC.BARKADA
        BARKADA GIMIK

WOMEN DALLIANCES
VIRGINITY
BARKADA ESCAPADES
BAPTIST INFLUENCE
INTRAMURALS
JUNIOR/SENIOR PROMS
TADHANA
FOUNDATION DAY.KILIG NG PUSO
GRADUATION DAY.KILIG NG PAG-IBIG
IST YEAR COLLEGE.
PART TIME.CINDY'S
DARKDAYS
WOMEN ACQUAINTANCES
KAMUNDUHAN
2ND YEAR COLLEGE.198X
DARKDAYS CONTINUE
BORN AGAIN INFLUENCE.JIL KKB.VAB
MORE WOMEN
199X.ACADEMY.PMMA.
2 MONTH CADET PROVISIONARY TRAINING
OATHTAKING
IST YEAR ACTIVITIES.LIFE IS HELL.
APPRENTICESHIP.199X.MV SANTA ANA
LIFE AT SEA

WOMEN.LOTS OF WOMEN

SUPERKAMUNDUHAN

199X.THIRD YEAR.2ND CLASS

BACK TO ACADEMY

UP BLISS.UP DILIMAN

LAMAT.ABORTION

NS 33.TERNATE.KILIG NG PAG-IBIG

199X FOURTH YEAR.1ST CLASS

ACTIVITIES
MORE WOMEN

GIRLFRIEND
GIMIKS
NS 43.SANGLEY POINT

GRADUATION DAY

SHIPBOARD CAREER

MV PRIDE VENTURE L.POMI

ASUKA ROAD.TOHKEN

RUBIN OAK.NAVIX

ORCHID RIVER.MITSUI

PACIFIC MASTER.SOUTHFIELD

TADHANA
FRIDAY
SATURDAY
GATHERING
AGEMAR
PRC
HARRISON
FAT
KOTSE
NAKAHIGA
"(SHIT ME)"

"(NASAAN BA SIYA NOON AT NASAAN AKO?)"

At bigla siyang bumangon, "(AH FUCK ME)" "(PAST IS PAST)" "(DI KO NA PWEDENG IRE-WIND YAN, TAPOS NA KABANATA NG BUHAY KO, CLOSEDBOOK)" "(ANG IMPORTANTE AY NGA-YONG ORAS NA ITO, ANG MGA SUSUNOD NA ORAS, ARAW, BUWAN AT TAON)"

"(LIFE MUST GO ON, DON'T LIVE WITH THE PAST, DO THE RIGHT THING)"

* * *

" . . . FOR SUCH CRUELTY OF FATE
JUST GO ALONG ENDLESSLY
THIS SPACE IS FULL OF PROMISE
ALONG THE WAY ARE SURPRISES
OF LONELINESS AND HAPINESS . . . "

* * *

M'onaC

" MASARAP BA YUNG PASALUBONG KO? "

" SIYEMPRE MASARAP, PASALUBONG MO EH, DAMI NGA NAKAIN SINA KAMBAL, SAAN MO BA BINILI 'YUN? "

" SA MAY NAIA ROAD, PAGKALIWA KO GALING ROXAS BLVD, DI BA MAY KFC DYAN "

" AY OO, MARAMI BANG KUMAKAIN DUN "

" DAMI DIN,........AHEM.... LUVSKI, PAKIHIMAS AT HIPUIN MO LIKOD KO "

Pumuwesto si MARI sa kama at hinimas-himas likod ni RICO.

" ANO BA YUNG SORPRESA MO SA AKIN " tanong ni MARI sa asawa

Tumihaya si RICO, tumitig sa asawa, tuloy-tuloy pa rin himas ni MARI sa dibdib.

" BUKAS MAY MEDICAL AKO, AT SA HAPON AY BALAK KONG UMUWI NG PANGASINAN, ALAM MO NA, HABILINAN SILA AT TULOY MAKAPAGPAALAM NA RIN "

" MAKAPAGPAALAM? "

" AH YEAH, DI KO PA PALA NASASABI SA IYO, MAMI-MISS MO NA ULIT AKO "

" DON'T TELL ME, TAMA ANG HULA MO "

" YAP, KAYA MINAMADALI PAPELES KO "

" ANO BA YAN, MAHIGIT ISANG BUWAN KA PA LANG, AALIS KA NA NAMAN "

" WALA AKONG MAGAGAWA, PINAKI-USAPAN AKO NG OPISINA EH, WALA RAW SILANG MAKUHANG IBANG OPISYAL NA PWEDENG IPALIT, EMERGENCY PA NAMAN "

" KAILAN ALIS MO, ILANG BUWAN KONTRATA "

" BITIN NA NGA ORAS EH, SA SABADO NG UMAGA ALIS KO, ALAS OTSO FLIGHT, SA VANCOUVER, CANADA JOINING PORT KO. PANGALAN NG BARKO AY MANNA, MV MANNA, AT ANG KAPITAN AY PILIPINO, SI CAPT. BOLASOC ATA, TAGA PANGASINAN DIN "

" AH GANUN, HABOL PA BA PAPELES MO? "

" INE -EXPEDITE NA LAHAT PAPERS KO, SO TOMORROW AFTERNOON UWI KO PROBINSYA, DIRETSO NA KO LUVSKI HA, DI NA KO DADAAN DITO OKEY "

" AH...EH..O DI SIGE, YONG MGA GAGAMITIN MO, NAKAHANDA NA BA "

" AH YEAH, OKEY NA, INIHANDA KO NA KANINA, PERO IYONG MGA GAGAMITIN KO AT BABAUNIN PAALIS PARA SA BARKO AY PAKIHANDA, DI BA BINIGYAN NA KITA NG LISTAHAN DATI, IYONG PABORITO KONG PANG-FLIGHT PAKIPLANTSA NA RIN HA " "(PSSSST, WAG KANG GUMAWA NG SARILI MONG MULTO)"

" OO SIGE, HANAPIN KO IYONG LISTAHAN, ITINABI KO IYON " malungkot boses ng asawa

" DON'T WORRY LUVSKI, SANDALI LANG IYON, BESIDES KAILANGAN DIN NATING MAG-IPON HABANG BATA PA MGA KIDS PARA SA PAG-AARAL NILA "

" OO NA, NEXT YEAR IPAPASOK KO NA SILA SA NURSERY "

" KAYA NGA EH, ALAM MO NAMANG CONTRACTUAL LANG KAMI, KAPAG NANDITO NA, WALA NG PUMAPASOK NA PERA SA ATIN, KAYA NGA NAG-IINVEST AKO DUN SA PANGASINAN SA MGA LUPA AT MANGGAHAN "

" SAKRIPISYO NA NAMAN TAYO, AKO NA NAMAN DADDY AT MOMMY "

" LUVSKI, SOMETIMES WE HAVE TO SACRIFICE A LOT IN ORDER TO ACHIEVE OUR DREAMS AND GOALS IN LIFE "

" I WANT YOU TO STAY MORE, BUT WHAT CAN I DO, EXCEPT TO UNDERSTAND AND BEAR WITH YOU THIS SACRIFICES.....I LOVE YOU LUVSKI "

" I LOVE YOU TOO "   at humiga na sa dibdib ni RICO ang asawa
" SANDALI LANG LUVSKI, ICHE-CHECK KO LANG ANG IBABA, TAPOS TULOG NA TAYO "

Bumaba si RICO, pumunta ng garahe, kinuha ang cellphone sa loob ng kotse at nagsend   ng sweetnothings kay MARIO, at saka ini-off.

* * *

" MGA SIR, KUNG HINDI PA KAYO TAPOS SAGUTIN ANG MGA KATANUNGAN SA INYONG PYSCHO TEST PAPER AY BALIKAN NINYO NA LANG MAMAYANG HAPON AFTER LUNCH, ALA-UNA UMPISA NG OFFICE HOURS " sabi ng Psychologist na in-charge sa pyschotest

Mag-aalasdose na ng tanghali ay hindi pa niya natatapos ang tatlong daan na katanungan sa psychotest. At paanong di niya matapos-tapos, eh, ang concentration niya ay nahahati sa mga iniisip niya pang mga plano para sa gabing iyon, kinakabisado bawat detalye, bawat aksyon at kilos na gagawin niya, dapat planadong maigi, detalyado at plantsado, dapat malinis na malinis ang trabaho para iwas bulilyaso,   tapos "(BORNIK)"   kung pwede lang siyang humalakhak doon ay gagawin niya, naalala kasi niya si DANNY ng minsan sabihin siya ng " BUNUTIN MONG BORNIK MO ", gusto niyang tanungin kung ano iyon kaya lang di na niya natanong dahil biglang tumawag asawa niya,   at tapos kanina sa kanyang Physical exam bago magpsycho test ay narinig na naman niya ang katagang iyon " BORNIK " sa doktorang in-charge. Sa pagpasok daw ng naunang nakapila sa kanya para magpa-physical exam ay ganito raw eksena.

" OK PAKITANGGAL ROBE"   " OK, NGANGA "   " OK, TINGIN SA ITAAS" " OK, TAAS DALAWANG KAMAY "   " OK, HINGA MALALIM, TULOY-TULOY " " OK, TUMAYO DIYAN AT HARAP SA AKIN"   " OK "   " HMMMM, OK, TAAS BUNTOT, HMMM, OK " " HAAAAY OK, TALIKOD " " OK "   " OK, HAWAKAN PUWET "   " OK, BUKA PAA KAUNTI "   " OK "   " OK " "OK SIGE DAHAN-DAHANG TUMUWAD AT IBUKA ANG PUWET "   " O.........AAAAAAYYY.......BOOORNIIIKKK " " OK "   " OK " " OKI NA "   " HAAY NAKU, ANG KAPAL TALAGA " paglabas noong naunang tao sa kanya ay tumatawa-tawa raw si Doktora, " OK, HI, HI , HI......BORNEXT "

Hindi raw alam ni RICO kung tinatawag ba susunod sa pila o hindi.
" NEEEXT "

" GOOD MORNING HO DOKTORA "

Sumulyap ang doktora. "ANONG GOOD SA MORNING?" tanong ni doktora, humahagikhik pa.

" AH EH, DOC, THE SUN IS UP, THE SKY IS BLUE, MORNING IS GOOD EVERYTIME I SEE A LOVELY LADY LIKE YOU, MAAM?" sagot ni RICO

Tumigil sa kakahagikhik ang doktora, tumitig kay RICO, at ngumiti ng ala-claudine, demure na demure, " HMMM, THANK YOU " anas ng doktora

"(BINGO)"   " BAKIT HO BA KAYO HUMAHAGIKHIK DOKTORA? "
" HI, HI HI, KASI IYONG SINUNDAN MO, HI, HI,....HI, ANG KAPAL NG BORNIK, HI, HI, HI, " parang kinikilig pa si doktora.

Hindi tumawa si RICO, hindi niya alam kung ano ang bornik, nanatiling nakatitig kay doktora na para bang nagtatanong, "(ANO YUN)" na napick-up naman kaagad ng doktora " eh di ano pa pogi, iyong buhok napaka-kapal, yung buhok sa bukana at pagitan ng puwet niya, hi, hi, hi " at nakisabay na rin siya sa pagtawa, iyon pala yun, bornik, buhok sa pagitan ng puwet.

Maganda si doktora, sa tantiya ni RICO, mga edad trentay singko pataas pero batang tignan, maganda katawan, sa isip niya ay masabaw at maasim-asim pa, lalo na at mukhang malinis tingnan, SUSHI dating, sarap kainin.

"(OH SHIT ME, JUNIOR BEHAVE)"   "(BEHAVE OK)" "('WAG MO AKONG IPAPAHIYA)" "(SHIT ME, TALAGA NAMAN OH)"   "(OH SHIT, SHIT TALAGA, COOL KA

LANG, COOL, COOL OK)"

" SIGE TANGGALIN MO NA ROBE MO " utos ng doktora

Nanatiling nakatitig lamang siya, hindi gumagalaw.

" I SAID REMOVE YOUR ROBE " utos uli ng doktora

" (MAPILIT, HINDI NAPICK-UP TITIG KO, OK DI SIGE)"

" O TANGGALIN MO NA AT MARAMI PANG NAKAPILA " at sa paglingon ni doktora ay….. " AAAAAYY… AVE MARIANG KABAYO, PUNONG-PUNO KA NANG LITID….AAAAYYY…….. GRAAASYAAAA……………." sabay takip ng bibig at nanlalaki ang mga mata

"(SABI NG BEHAVE EH, JUNIOR TALAGA O, PINAHAMAK MO NA NAMAN AKO)"

" AAAAAAAAAAYYYY DIYOS MIO……..LAYUAN MO AKO………LAYUAN MO AKO……… ANOOO BA IYAN…….HAAAAAYYY….GRAAAASSYAAAAA……BIHIS KA NA, BIHIS KA NA….HAAAY " at lumabas ang doktora sa cubicle dala-dala isang basong tubig " HAAAAYYY, NILALAGNAT AKOOO, LALAGNATIN AKOOOOO, AAPUYIN AKO, HAAAY UMAAPOY AKOOOO , HAAAAAY "

" SIR, KANINA PA KAYO TAWA NG TAWA, HINDI PA BA KAYO TAPOS DIYAN ? "

" AH, EH,….." at luminga-linga sa mga katabi, mag-isa na lang pala siya, tingin sa relo.1205H.

" MAM PWEDE HO BANG ITULOY SA-GU-TIN ITONG MGA KATANUNGAN, PARA HINDI   NA AKO BABALIK DITO

MAMAYA, KAUNTI NA LANG KASI EH "

Nag-isip.Tumitig.Ngumiti.

" HMM, O SIGE SIR, PERO KAPAG DUMATING IYONG FRIEND KO DITO, PASENSYA KANA KUNG MAINGAY KAMI, KASI DITO KAMI KUMAKAIN AT NAGPAPAHINGA, INI-LA-LOCK LANG NAMIN PINTUAN "

" OK, NO PROBLEM, AKO NGA DAPAT HUMINGI PAUMANHIN SA INYO DAHIL MAKAKA-ISTORBO YATA AKO SA ORAS NG PAHINGA NG BOYFRIEND MO "   "(AHEEEM PASARING)"

" AY HINDI SIR, OK LANG YUN, AT ISA PA, DALAGA IYUN, WALA PA RING BOYFRIEND   KATULAD KO "

"(ABA, NAGPASARING DIN, ABER, MAKARTAHAN NGA IKAW AT KAIBIGAN MO, HMMM IKAW PWEDE KA NA SA...... KUNG SA LUCKY NINE, PWEDE KA NA SA ...SA...SA....SAIS........RICO, UMAYOS KA,   ABA, BUTI NGA'T NABIGYAN KO SIYA NG SAIS, ALANGANING GOOD, PERO GOOD   NA RIN)"

" GUSTO KO AYOS NG BUHOK MO AT SAKA OKEY IYANG DAMIT MO, BAGAY SA IYO, LUMALABAS PAGKA-SEKSI MO, IYAN BA ANG USO NGAYON "   buladas ni RICO, flirt talaga.

" HI, HI, HI, SI SIR NAMAN, THANK YOU "

At magdadaldal pa yan ng kung ano-ano, pero pag inirapan ka, deadmahin mo na rin.

" TALAGA SIR, BAGAY SA AKIN, BINILI KO ITO SA SM WEST, SA MAY SURPLUS, OKEY   PALA SIYA "

"(NGEEH)"

" ALAM MO BUKOD SA MAGANDA KA, MABAIT KA PA, SALAMAT AT PINAYAGAN MO AKONG TAPUSIN ITONG AKING SINASAGUTAN. "   hirit ulit ni RICO

"(KINIKILIG)"

" WALA IYUN, DI BA EXPEDITE KA, NABASA KO DOON SA FLOWCHART MO……"

"(SHIT ME, ALA NG SIR, KA AT MO, IPINANTAY NA ANG EDAD, TEKA NGA…)"

* * *

Patay kang bata ka! Iyan ang ating bida, mahilig magpapasok, alam ang weakness ng mga kababaihan. Gustong-gusto nila pinupuri sila, at napapansin mo ang mga bagay na nakasuot sa kanila, siyempre, kung ano ang nakasuot sa kanila ay gustong-gusto nila iyon, dapat ina-appreciate natin iyun,   ngayon   kung talaga namang di mo type, eh huwag mong bibiglaing sabihang, " oy pangit ka, este, pangit   naman yan " siyempre kahit sino, ayaw makakapakinig ng salitang pangit, madidismaya yun, ang siste   diyan ay purihin mo muna, ipadama mong trip mo rin, tapos saka mo sabihang " pero alam mo, mas okey at maganda ka kapag ganito…….lalong lilitaw kagandahan mo…"   o di ba, siyempre, pinuri mo nung una,   tapos nagsuggest ka pa para lalo siyang gumanda,   wow, hanep sa magnet di ba, tiyak sa susunod na araw, kung ano sinabi mo ay gagawin nun, gusto mo pang malaman ang sikreto sa diskarte, heto pa......

Ang babae pare, ayaw ng pini-pressure yan, hayaan mo lang siya, pagbigyan mo sa kagustuhan, kumbaga dapat siya ang reyna, siya ang nasusunod, I-pamper mo, padalhan mo ng mga sweet nothings na messages, mga regalong wala sa lugar o oras, huwag kalimutan mga important dates, particular sila diyan, birthdays, valentines, araw na nagkakilala kayo, etc, etc, senti ang mga iyan, dapat advance ka palagi sa kanya, sensitive kumbaga, treat her like a queen kahit na buong allowance o sahod mo maubos sa isang date lang sa kanya, effective yan, sasagi sa isip niya na you will do anything for her, laglag yan, liban lang kung talagang suwitek nililigawan mo, kung hindi pa rin nalaglag matamis na oo, wag mawalan ng pag-asa, padalhan mo ng sorpresa, isang dosenang bulaklak na red roses, bouquet type o nakabasket with matching chocolate cake flavor, gabi-gabihin mo dalaw, medyo nakapolo at slacks para disente dating, kagalang-galang, iyong dalaw na from Monday to Sunday, pero wag mong itataon sa kainan ha, 7 days a week yun iho, pero huwag na huwag kang tatambay hanggang alas-dose sa bahay nila, palalayasin ka na ng lolo't lola nun, isa pa, never, as in never kang maninigarilyo sa loob ng bahay nila, TKO yun, mga alas-diyes paalam ka na, feeling niyan responsible person ka at understanding, ngayon kung aayain mo ng date, dapat ipagpaalam mo sa mga magulang , at kung anong oras sinabi mong ibabalik siya ay talagang ibalik at uwi mo siya sa oras na iyon, ipakita mong you're a man of your words, parating nakaalalay, ipadama mong secure at protected siya sa iyo, sakripisyo iho, sunduin sa school o pinagtratrabahoan, napakaimportante niyan sa isang dalaga, kaibiganin mo mga kaibigan niya dahil sila ang magsasabi sa iyo ng mga nadarama ng nililigawan mo, sila ang informer mo ngayon, pogi points, pero ibig sabihin din nun, sakit sa bulsa, siyempre minsan kailangan mo rin magpa-impress, aba'y kung gigimik kayo at sankaterba friends niya eh di yari ka, anyway, magpakatotoo ka brother, humble yourself and you'll gain their trust, sabihin mo na lang chip-in kayo kung talagang gipit ka, at least you're being true and honest with yourself, minsan ayain mo rin kumain sa mga class na resto nililigawan mo, hindi iyong puro JOLLIna McDOngal lang, alam mo bakit, kapag ang babae pinakain mo ng maayos sa mga class o sushi na lugar, iba ang feeling niyan, proud siya sa iyo, tatatak sa isipan niya na hindi mo siya gugutumin. At ngayon pare kung nagawa mo na lahat ito at hindi pa rin nalaglag ang matamis na OO pero tinatanggap ang mga gift mo, sumasama sa iyo sa kainan o gimik ng libre, pero hindi nagpapasundo sa school o pinagtratrabahoan, ay pare disgrasya, I-untog mo na ulo mo sa pader, dahil isa lang ibig sabihin noon, pare PANGET ka, ngayon kung suwitek lang talaga nililigawan mo at nira-ride-on ka lang ay magpasalamat ka pare dahil hindi ka pangit.

Pare tip lang, bago mo gawin ang lahat ng mga sinasabi ko ay ito muna ang gawin mo, step no. 1, pasakalyehan mo muna babaeng type mo, at pag-aralan ang mga isinasagot at ikinikilos sa tuwing mag-uusap kayo, makikita mo yan pare sa kanyang mga mata at gawi ng mga kamay, expression niya sa mukha, diyan pa lang pare mapag-aaralan mo na kung papasa ka o hindi, huwag masyadong garapal, hayaan mo siyang mag-isip sa iyo, makinig ka lang, let her talk at pag-aralan mga sinasabi niya, sa mga sinasabi niya at pananalita, mahuhuli mo kung lulusot ka o basted aabutin mo, tanungin mo ng tanungin tungkol sa sarili niya, gustong-gusto ng mga babae pinag-uusapan buhay nila, huwag na huwag kang kokontra sa kanyang mga pananaw sa buhay, umayon ka lang, pare tandaan mo itong tip no. 1 ko " Learn to listen and you'll know the secrets ", ngayon pare tapos na unang move, pero nakita mong tagilid ka pa ay huwag mo nang pag-aksayahan ng panahon at oras, maraming naghihintay, ang pag-ibig kusang dumarating, ang sa iyo ay naghahanap lamang ng kilig ng puso, hayaan mo iyang kilig ng pag-ibig, mayroon at mayroon kang katapat at tinatawag na soulmate.

Ngayon pare kung nakita mong kinilig at sa tantiya mo ay lulusot ka, step no. 2 ka ngayon pare, kumbaga sa giyera ay 'know your enemy', pumunta ka ng National Bookstore, maghanap ka ng librong Horoscope ni Linda Goodman o di kaya kahit na anong libro tungkol sa Chinese horoscope (12 sign), ito ay mga librong sinulat ng mga taong gumugol ng oras para pag-aralan ang bawat karakter o pag-uugali sa isang zodiac sign ng isang tao, kaunting investment pare pero shoreball ito, patok na patok. So okey assuming nakabili ka na, alamin mo ngayon zodiac sign ng iyong nililiyag, at maglie-low sa diskarte, bigyan mo ng mga 2-3 days bago umatake ulit, 'create a fantasy in which her feelings will flow, create a sense of intrigue and curiosity in herself', pamisteryoso effect ka muna, lutuhin mo iyong curiosity niya sa iyo at habang siya'y nag-iisip tungkol sa iyo, kung talagang iniisip ka, ay basahin at pag-aralan mo ngayon ang karakter at pag-uugali niya sa binili mong libro, dre, hindi ito iyong mga nababasa mo sa mga tabloid o komiks na horoscope, kalokohan iyon, dito sa librong binili mo ay nakasaad diyan ang kapasidad ng isang tao, ang kanyang gawi at ugali, mapag-aaralan mo ngayon ang pag-uugali noong nililigawan mo, ang kanyang mga likes and dislikes, weaknesses, kung kayo ba ay nababagay sa isa't isa o hindi, pare sundin mo itong sinasabi ko at tiyak magtatagumpay ka, hindi lang sa PAG-IBIG, pati na rin sa lahat ng aspeto ng buhay mo, makikilala mo ang iyong sarili. Ngayon kung napag-aralan mo na ang zodiac sign ng iyong nililigawan, tawagan mo siya ngayon o di kaya sunduin bigla, at kapag sa pagkikita ninyong muli ay nagbitaw siya ng salitang ganito 'akala ko nakalimutan mo na ako', pare nasa 60% ka na noon, wala ka pang ginagastos ha, bakit?, intindihin mo naman tanong pare, 'akala ko nakalimutan mo na ako', that means iniisip ka rin niya at dahil sa kulang ang impormasyon niya sa iyo, dito na papasok ang step no. 3, I-apply mo na ngayon iyong mga nabasa mo tungkol sa kanya, doon ka ngayon magconcentrate, if she like flowers, padalhan mo, if her character is outgoing, ayain mong mamasyal, kung homebirds, dalawin mo sa bahay palagi, kung mahilig sa poems o lovenotes, gawahan mo, ang point dito pare, nasasatisfy mo ang fantasy at intriga sa utak niya, dating noon, nagma-match kayong dalawa, sa isip niya ngayon ay baka ikaw na ang soulmate niya, dre, dito ka na ngayon hihirit, habang mainit-init pa sa utak at puso niya ang mga ginagawa mo ay magpropose ka na agad, at kapag sinagot ka ng 'ang bilis naman, kelan lang tayo nagkakilala', pare, titigan mo ng malagkit at sabihang di na uso libereta ngayon, puro atm na at credit cards, doon din tayo pupunta, give me a chance', ngayon kung nagpakipot pa rin sa unang proposal mo, balik ulit sa tip no. 3, huwag ka muna magpakita ng mga dalawang araw, pero, padalhan mo ng mga lovenotes o text messages, create a vacuum in her mind, then sa susunod na pagkikita ninyo ay ayain mo siyang mamasyal o kumain o gumimik, bahala ka na sa diskarte, hintayin mo iyong tamang tiyempo, iyong tamang oras, parang leon na naghihintay, matiyaga, at kung nakakita o nakahanap na ng butas ay pasukan agad, ulitin ang proposal, sigurado laglag na iyan, hindi ka na pakakawalan niyan, tapos magdedemand agad iyan, ganyan lang sila, 'gusto ko ganito, gusto ko ganun', umoo ka na lang, importante laglag na OO.   Pare may mga babaeng clever, tatanungin ka at susubukan, 'ano bang pakay mo sa akin', tricky yan pare, wag mong sagutin ng 'mahal kita' o 'syotahin', pare laglag ka   diyan,   ang   isagot   mo   ay   ito, 'relasyon….relationship…..tayo…..kung pwede', walang kiyeme, may puwersa at nakatitig sa kanya, huwag na huwag mo siyang ipre-pressure, at sabay dugtong 'hindi ko pa masasabing mahal na kita, dahil iilang araw pa lang tayong magkakilala, pero if we'll give each other a chance to know each other better, then perhaps…..(tigil)…….try natin….malay natin magwork-out…." pare ang trick niyan, siya ngayon ang magdedecide, parang sa iyo, ok   lang   hindi   ka   niya   tanggapin.   'I-try….love….chance….relationship….to know better……caring', pare diyan nag-uumpisa iyan, walang pressure, mararamdaman mo na lang nakahilig na yan sa iyo. OO na rin yun, sabay yakap at hawak ng kamay niya, bulungan mo ng 'salamat sa pagtitiwala', wow pare scripted na scripted di ba, try mo.

Ngayon pare, pagkatapos mong gawin ang mga ito at wa-epek pa rin, pero sa tingin mo sa sarili mo ay may hitsura ka naman, pare, hindi lang disgrasya, may diperensya, umuwi ka muna sa bahay mo at dumiretso sa kwarto, hubarin mo lahat ng kasuotan mo, manalamin ka at inspeksiyonen ang sarili kung ano ang kulang sa parte ng katawan mo, ngayon kung nakita mo na bawat parte ng katawan mo ay nasa tamang kinalalagyan at hindi ka mukhang alien, ito ang sunod na gawin mo, amuyin mong sarili mo baka MABANTOT KA o may B.O. ka, kapag meron, TUMPAK, TKO talaga yan dre, nakakawalang-gana!

("Hoy kanina ka pa kuwento ng kuwento diyan di pa tapos eksena sa psycho" " ay okiii, soriiii ")

" 1230H. EHEM, TAPOS NA AKO MISS"

" HAAAAY SALAMAT " lumapit at kinuha ang testpapers

" BAKIT WALA PA IYONG KAIBIGAN MO " tanong ni RICO

" NAGTATAKA NGA AKO BAKIT WALA PA SIYA EH, USUALLY MGA GANITONG ORAS   AY NANDITO NA IYON "

Biglang bumukas ang pintuan.

" HAAAY NAKU, NILALAGNAT AKO"

" AYYYYYY SANTAMARIANG NAKABUYANGYANG, HAAAAYY SI TOTOY MOLA "

"AH EH MISS SIGE TULOY NA AKO, TAWAG NA LANG AKO .....SIGE...BA...BA...BYE"

At dali-daling lumabas ng kuwarto si RICO, namumutla ang mukha.

" O BAKIT NABIGLA KA, PARA KANG NAKURYENTE AT NAKAKITA NG........"

" HAAAAAAAAYYYYY NAKUUUUUU, LALABASAN AKOOOO, LALABASAN, HAAAYYY"

* * *

Nakaramdam ng gutom si RICO habang nagdra-drive papalayo ng Makati Medical Towers, at sa isip niya ay sa bandang Greenbelt Park na lang siya maghahanap ng makakainan, kabisado niya ang lugar, naging tambayan din niya ang park noong panahong hindi pa siya pumapasok sa academy. At sa pagmamaneho ay may natanaw na fastfood chain, nangingisi sa eksena kanina.

"(PWEDE NA PARA MABILIS, MAKABALIK NG MANILA AGAD)"

Ipinarada sasakyan at luminga-linga, Tinungo entrance ng Mcdo, Umiikot ang kanyang mata, nag-oobserba sa mga taong nakapaligid at nasa loob ng Mcdo.

"(NORMAL)"

"(HMMM, MAGADING 'YUN AH, AT YUMMIE PA, HMM, YUMMIE-YUMMIE)"

"(OK ISANG ITO, SOPHI-LADY DATING, WOW, PERO TEKA, OH SHIT ME, KULUBOT, MAY WRINKLES, OK KA NA SANA, HE,HE,HE, MAASIM-ASIM PA NAMAN)"

"(WOW HANEP SA MAGNET, PERKPEK, YUM-YUM TALAGA, NGEEEHHHH, FAKEPEK PALA, DI TALO, ANO BA YAAAANNN, BALIGTAD NA TALAGA MUNDO, LAWIT MO UY)"

" GOOD AFTERNOON SIR, CAN I WRITE YOUR ORDER "

Nakangiti.Nakatitig.Nag-iisip.Naglalaro utak ni RICO.

"(HERE I GO, HERE I GO, ARE YOU READY?)"

" AMMM……..K…. KOD DYA GE ME A COCK BIGGIE EN A HAAM-BOOBS-GER , PLEASE "

" SORRY SIR, I BEG YOUR PARDON, COULD YOU PLEASE REPEAT YOUR ORDER "

"(HE,HE,HE, ITO NA NGA SINASABI KO EH, AHHHH EHH IEEE OHHH UOOHHH)"

" AH YA RYT, LYK TO HAV A COCK BIGGIE EN A HAAAM-BOOBS-GER, PLEASE "

"(HE,HE,HE SHIT ME)"

" AH, YOU MEAN SIR, 1 COKE LARGE AND 1 HAMBURGER "

" YEP……..GOTCHA….U GOTTIT "

" WOULD THAT BE HAMBURGER WITH CHEESE SIR "

"(HANEP SA MAGNET, SINABI NA NGANG HAMBURGER LANG EH, NAGTANONG PA, DI SANA INORDER KO HAM-BOOGER WID CHIZ ESCUDERO HEHEHE)"

" CUM AGAIN "   malagkit na titig.matutunaw ang dalagita.

" AH EH SIR, WITH OR WITHOUT CHEESE "

" NOOOWW, WIDDAOW CHEEZZZ "

" OK, WOULD THAT BE ALL SIR "

" YEEEP, DA WO BE OL "

"(Grabe naman mamang ito, sayang pogi pa naman, bulol 'ata)" sa isip ng dalagita habang inaayos ang order ni RICO sa tray.

" OK SIR, HERE'S YOUR RECEIPT AND CHANGE, THANK YOU, ENJOY YOUR MEAL, COME AGAIN "

"(ANAK NG TEPAKLONG, DI PA NGA NAKAKAIN EH, COME AGAIN NA)"

" OKEY, THANK YOU…….YOU KNOW YOUR VERY PRETTY, PALAGAY KO MADADALAS PAGKAIN KO DITO "

" AY YY, HINDI PALA KAYO BULOL SIR, HI,HI,HI,HI "

"NOOOOO, HE,HE,HE…NAGLALARO LANG AKO, AH EH MISS, MAY BOOBGER KA "

At sabay tumalikod si RICO, gustong tumawa, pumuwesto malapit sa counter. Kita niyang nakatingin sa kanya ang dalagitang nagserve, inalok ng hawak na BOOGER, he,he,he. Ngumiti ang dalagita, di ata napick-up, akala 'ata bOObs 'nya, inalok ng booger, tumawa pa, pinipigilan ni RICO tumawa, bakit?   EHH booger, alam   mo   ba   iyon,   di   ba kooooooooolaaaaaaannnnnngggooooooooooottttttttttttt 'yun !!!

* * *

" . . . HAD SEEN THAT DEMON SOMEWHERE
GOT TO BE THE KING OF THE HOUSE
DEAR LOVE ONE'S AT STAKE
HAD TO FIGHT THIS DEMON MYSELF
FIGHT THIS DEMON I HAD SEEN . . . "

* * *

M'onaC

Nakatitig at nakangiti sa kanya ang tao sa harapan, at habang tinitignan niya ito ay lalong ngumingisi at tumititig sa kanya. " nakakaloko ito ah " ang sabi niya sa sarili, ibinaling ang ulo sa kanan, at saka tinignan sa dulo ng kanyang mata ang tao, nandoon pa rin sa harapan nakatitig, pero ngayon hindi na nakangisi, parang galit, ang kilay nagpapang-abot...." aba, hinahamon yata ako "....... Ibinalik ang tingin at tinitigan din niya ng masakit, kung anong puwersa ng titig niya ay ganoon din ang ibinalik na titig noong tao, umayos siya, pinaaliwalas mukha, nandoon pa rin ang tao, hindi umaalis pero maaliwalas na rin mukha, maya-maya nakita niyang sumenyas ang ulo, tumutungo-tungo, parang pinapalapit siya, " o, sige " nilapitan niya ang tao dahan-dahan, at sa paglapit niya nang makita ang pagmumukha ng tao ay nanginig ang buo niyang kalamnan, nangilabot siya sa nakita, nagsalita ang tao, at habang nagsasalita ng " huwag kang gumawa ng sarili mong multo " ay nag-iba ang anyo nito, ang mukha, ang muk…ha….." ang aking mukha, ang aking mu…mukha….may…..may su….su…..may sungay ang aking muk….ha…aaaaa"

KRIIIIIIIIIIIIIIIIIIIIIIIIIIIIIINNGGGG……KRIIIIIIIIIIIIIIIIIIIIIIIIII IIIIIIIIING…………

"AAAAAAAAAAAAAAAAAAAHHHHHHHHHHHHHHHHHHH HHHHHHHHHHHHHH"

KRRRRRRRRIIIIIIIIIIIIIIIIIIIIIIIIIIIIIIIIIIIIIIIIIIIIIIIIIIIIIIINNGGGG GGGGG

" OH SHIT ME, I'M DREAMING......BINABANGUNGOT AKO "   at bigla siyang lumuhod sa kama, " oh mighty god, yahweh shalom, yahweh sheedai, el elohe adonai, creator of heaven and earth,   the alpha and omega, praises be to you oh lord, your greatness shines, full of love, have mercy on me "

Humiga ulit sa kama at binalikan sa diwa ang panaginip, malakas ang kabog ng dibdib niya, naghahabolan ang hininga, nakita niya ang sarili sa salamin at sinabihan siyang huwag gumawa ng sariling multo, tapos ang anyo niya.

" OH GOD, MERCY "

Nakita niyang nagmukha siyang demonyo.

Bumangon at tinungo ang executive ref, kumuha ng maliit na mineral water, ininom ang laman, kalahati, umikot ang mata, namataan ang cellphone sa sidetable, tinungo ito at tiningnan.

"(1800H.2 MESSAGES.)"

At naalala niya nang mag-check-in siya kaninang hapon pagkagaling Makati ay naghabilin pala siya sa nakaduty na babae sa information desk sa lobby ng hotel na e-wake-up-call siya ng alas-sais at baka hindi siya magising sa pagpapahinga niya.

"(TIMING ANG WAKE-UP CALL NA IYON AH, MUNTIK NA AKO.........AHHH.....SO WHAT)"

Naglakad papuntang labas, sa may terrace ng kwarto overlooking Manila Bay. Nag-aagawan ang liwanag at kadiliman noong oras na iyon.

" KAYGANDANG TANAWIN "   sabi niya sa sarili

Palubog ang araw, at unti-unti sa paglubog ng araw ay nasaksihan ng kanyang paningin ang isa-isang pagkabuhay at pag-ilaw sa iba't ibang sulok ng kamaynilaan, poste, building, barko, sasakyan at mga punong binalotan ng kawad na may ilaw.

" NAPAKAALIWALAS. KAYGANDA. THANK YOU OH LORD, BLESS YOU "   inusal sa sarili

Bumalik sa loob ng kwarto, umupo at nagdial ng 0 sa telepono.

" YES MAY I HELP YOU "

" HI, I'M IN ROOM SIXTYNINE, THANK'S FOR THE WAKE-UP CALL "

" WELCOME SIR, IT'S MY PLEASURE, AM GLAD YOU'RE FINE "

" YEAH, AH…I'LL BE DOWN IN ABOUT 20 MINUTES, SO COULD YOU PLEASE ARRANGE MY CAR TO BE READY AT THE FRONT LOBBY AROUND….HMMMM…SAY ABOUT 1830H..MY CAR VALET TICKET NUMBER IS 88 "

" CERTAINLY, I WILL DO THAT FOR YOU SIR "

" OK THANKS, I'LL SEE YOU DOWN LATER "

" OKAY SIR, THANK YOU "

Pagkababa ng telepono, dinampot agad cellphone, ini-scroll at binasa ang dalawang natanggap na mensahe. "(hmm, wala ng oras kung sasagutin ko pa)" Nagdial.

[OH HI BABY, MUSTA,PAGOD…HMM…PAANO YAN,DINNER DATE … YEAH …. ARE YOU OKAY …OKEY GOOD, AKALA KO DI NA MATUTULOY DATE NATIN…YEAH, YEAH….KUNG BUKAS NA, SA LOOB MALAPIT SA PINTUAN, IF NOT SA HARAPAN…..NO…DON'T WORRY…WALA PANG 8PM DIYAN NA AKO, WHAT TO WEAR…I GUESS, I'LL LEAVE THAT TO YOU…HMM…O SIGE, SEMI-FORMAL WILL DO….OR……COME AS YOU ARE NA LANG…HE,HE,HE….OK BABY…SEE YOU LATER…BYE NOW….SHOWER PA AKO, BAKA MATRAPIK PA SA ESPANA AT QUIAPO, OKEY, BYE BABY……..MISS YOU TOO….. SEE YOU ALRIGHT …….OK….BYE]

At dali-daling tumakbo sa shower room ang kuneho, este, si RICO pala.
1829H.

" GOOD EVENING, HERE'S MY ROOM KEY "

" GOOD EVENING TOO SIR, YOU LOOK HANDSOME IN THAT DRESS "

" ARE YOU FLIRTING WITH ME, HE,HE,HE NO, JUST KIDDING, THANK YOU REALLY "

" IS MY CAR READY "

" AH YES SIR, ALREADY PARK AT THE FRONT "

" OK THANK YOU….HMMM……BY THE WAY…YOU REALLY LOOK PRETTY AS WELL "

Ngumiti ang babae, abot hanggang tainga.

" THANK'S FOR THE COMPLIMENT SIR "

" I'LL BE BACK, I'LL SEE YOU AROUND ALRIGHT, SEE YOU "

At ngising asong tumalikod si RICO, palabas ng hotel lobby. Flirt ka talaga.Haliparot.

" GOOD EVENING SIR, YOUR CAR IS READY "

" THANK'S BROD "

* * *
" . . . THE JOY OF SEEING EACH OTHER
CAN YOU NOT FEEL THE PAIN
THOUGHTS THAT WILL SURELY COME
THE PAIN OF LOSING EACH OTHER . . . "
* * *
M'onaC

Pagparada ng kotse ay agad bumaba si RICO, at pagkalock ng pintuan ay dali-daling nagtungo sa harap ng Padi's point, napansing bukas na, itinulak ang pintuan at pumasok, mga tatlong hakbang at tumigil, iginala ang paningin, paikot sa loob, wala pang masyadong tao, maliban sa bartender na abala sa gawain, "(HMMM, SA LABAS NA LANG AKO MAGHINTAY PARA

DIRETSO NA)"

Tamang-tama paglabas niya ay nakita niyang may pumaradang kotse na puti sa kalye, tatalikod sana siya para kumambyo, kaya lang natigilan siya, nakita niyang bumaba si MARYLLE, at nakita na rin siyang nakatayo, kaya pagsibad ng kotseng sinakyan ni MARYLLE ay sa kanya na ito nakatingin, nakangiting kumakaway, "(SHIT ME, HULI)" habang papalapit si MARYLLE ay humahagikhik ito, at sila'y nagbese-beso.

" HI BABY, MUSTA YOU, MUAAAAHH......MISS YOU " bati ni MARYLLE

" YEAH, HI, MISS YOU TOO BABY....OK LANG......ON TIME KA HA "

" WELL MALAPIT LANG BAHAY NG TITA KO RITO, AT IYONG NAGHATID SA AKIN AY IYONG BESTFRIEND KONG ANAK NIYANG BABAE, KASING-EDAD KO RIN "

Asiwa si RICO. Nagsisidatingan na ang mga parokyano, dumarami na rin mga nakatambay, parang may sumusundot kay RICO, asiwa siya sa posisyon. Bumulong si MARYLLE sa kanya.

" BABY, WALA KA BRIEF ANO "

" SSSSSSHH, WAG KA MAINGAY, HE,HE,HE "

" MALAYO PA AKO, HALATA KO NA EH "

" BABY DO ME A FAVOR, HALIKA MUNA RITO SA GILID KO AT KAKAMBYO LANG AKO "

" BABY ANO KA BA, SALAMIN NASA HARAPAN NATIN, SEE THROUGH YAN "

" AH YEAH OK, SHIT ME, ...O SIGE, MAUNA KANG LUMAKAD, PAGTAKPAN MO MUNA AKO   HANGGANG SA KOTSE "

" HI,HI,HI,HI   PINAGHANDAAN MO TALAGA AKO BABY, PARA ANYTIME, ANYWHERE,   ALWAYS READY HI,HI"

" SSSSHH, BABY TUMIGIL KA, BAKA LALONG TUMIGAS, MABUNDOL KO PA LIKOD MO "

" HI...HI...HI...HI...HI....HI...."

* * *

Style ni RICO iyon, sinadya talagang hindi magbrief, lalo't gusto niyang ma-excite ang babae, siyempre, kapag nahalata ng babae na wala kang brief, ang concentration niyan, doon. Mahilig mag-slacks si RICO ng malalambot na tela, kaya kapag hindi nag-underwear ay sigurado bakat ang ano niya, tapos mag-ta-tuck-in pa, para lalong pansinin, mahilig siya sa ganoong diskarte, katuwiran niya, hindi ka naman papansinin ng lalaki, mga babae lang ang papansin diyan at kasama na rin siyempre mga fafa, ang point ni RICO, to create a vaccum into which a woman's fantasy and curiosity will flow, kapag napansin ng babae na may bukol ka sa harapan, medyo, magigitla yan siyempre, pero afterwards, kapag nakarelax na yan, nanakawan ka niyan ng tingin to confirm what she saw, she has to satisfy her curiosity, ano ba, naka-brief ba o hindi, o malaki lang talaga, sari-saring katanungan na kailangan ng sagot, na magpapaandar at magpapa-excite ng imahenasyon ng isang babae, balikan mo eksena nina RICO at MARYLLE kaninang nagkita sila, doon pa lang kinundisyon na ni RICO imahenasyon ni MARYLLE.

" HAAAAY SALAMAT, DITO MALAYA AKONG KUMAMBYO "

" ANONG KAMBYO, HI,HI,HI, FLAGPOLE'S UP BA……HI,HI,HI,HI "

Ngumiti lang si RICO, sabay pinaandar sasakyan, at bago tuluyang umatras, hinalikan sa labi at noo si MARYLLE.

" SAAN MO BA AKO IKAKAIN BABY, PAMAYNILA NA ITO AH "

" DOON SA BABA, HE,HE,HE……….BABA NG MAYNILA "

" BABY KUNG ANO-ANO INIISIP MO HA "

" WELL, SA ROXAS BOULEVARD TAYO……….ACTUALLY MALI NGA DISKARTE KO EH, DAPAT NAGPA-RESERVE NA AKO NG TABLE NATIN PARA OKEY NA, ANYWAY I'M SURE MAYROON TAYONG MAUUPUAN DOON………... KAYA LANG, LET'S HOPE MALAPIT SA BINTANA "

" SAAN MO BA AKO TALAGA DADALHIN? "

" SA ALAPAAP……..BABY "

• **

" . . . A DREADFUL DREAM YOU CAME
BEWITCHING IN A MORNING CALM
FULL OF FRAGRANCE AND PULCHRITUDE
A CARING NAIAD WITH CHARM . . . "
*** *** ***
M'onaC

" GOOD EVENING SIR………….MAM "

Iniabot ang susi sa valet parker, sabay hawak sa kaliwang kamay ni MARYLLE at tinangan papasok ng hotel.

" SIR CAR NUMBER NINYO "

" AH YEAH THANK YOU '

" BABY ANONG PANGALAN NG HOTEL NA ITO "

" DIAMOND HOTEL, WHY ARE YOU ASKING "

"NOTHING, JUST WANT TO KNOW,….YOU KNOW, TO REMEMBER… HMMMM…WOW "

" GOOD EVENING SIR, MAM "

" HI IT'S ME AGAIN, I TOLD YOU, I'LL BE BACK, RIGHT? "

" YES….YES SIR.." 	at akmang ibibigay na sana ang room key niya ngunit tinitigan niya ito at sinabayan ng bahagyang ngiti, sabay sabing….

" THIS IS MY DINNER DATE, MARYLLE, AND WE'LL GOING TO HAVE A DINNER DATE AT SKYLOUNGE, IS IT OPEN NOW? "

" AH YES SIR, IT'S ALREADY OPEN, IT'S IN 27TH FLOOR "

Malamlam ang mga mata. Butata. At ngumiting pilit, wala sa loob, parang iyong sinasabihan ka ng photographer na 'say cheeze' pag nagpapapicture ka, subukan mo, harap ka sa salamin at tignan mo ang sarili kung ano hitsura kapag nagsay-cheeze ka, ang sagwa di ba, masagwang ngiti talaga.

" OKEY, THANK YOU " 	firm na titig iniwan niya, at sabay humarap kay MARYLLE

" SHALL WE. " 	At dahan-dahan silang naglakad patungo sa elevator.

* * *

" MAY I HELP YOU SIR "

" YEAH, TABLE FOR TWO PLEASE "

" WILL YOU PLEASE FOLLOW ME SIR, MAM "

" WAITER, EXCUSE ME "

" YES SIR "

" COULD YOU ARRANGE US A TABLE NEAR THE WINDOW OVERLOOKING MANILA BAY, SO WE CAN SEE THE SCENERY DOWN BELOW "

Sandaling luminga-linga ang waiter.

" WAIT A MOMENT SIR, I'LL BE BACK IN A MINUTE " at tumalilis ang waiter

" BABY, ANG GANDA NAMAN DITO, PARA KANG NASA KALANGITAN, ANG GANDA NG CEILING, PARA TAYONG NAKALUTANG SA UNIVERSE "

" YEAH, GLAD YOU LIKE IT, DI BA SABI KO DADALHIN KITA SA ALAPAAP, GABI NGA LANG "

"OHH BABY, IT'S PERFECT..........FEEL KO NGA NASA ALAPAAP AKO…..ANG GANDA "

" THIS WAY SIR, PLEASE "

At sinundan nila ang waiter, pagdating sa lamesa ay iniurong kaagad ng waiter ang upuan.

" HERE'S YOUR CHAIR, MAM "

" THANK YOU "

" EXCELLENT, THIS IS PERFECT " sabi ni RICO na hindi umupo kaagad, pinagmasdan ang view sa bintana, pagnakay humarap kay MARYLLE at nagtanong.

" ARE YOU ALRIGHT IN THERE, BABY, OR YOU WANT TO SWITCH POSITION "

Sandaling luminga-linga si MARYLLE, ang waiter nakaabang kung siya'y tatayo o hindi.

" NO I THINK I'M ALRIGHT IN HERE "

At saka pa lamang umupo si RICO.

" WHAT'S YOUR MAIN COURSE FOR TONIGHT? " tanong ni RICO sa waiter

" SIR WE ARE SERVING 3 SPECIAL COURSE FOR TONIGHT, ONE IS JAPANESE STEAK, MIZUNO STYLE, THEN NO. 2 IS BRAIDED LAPU-LAPU, AND LAST ONE IS AMERICAN CUISINE "

" HMMM OKEY " nag-isip sandali " DO YOU SERVE BUTTERED LOBSTER WITH LEMON "

" WE CAN CERTAINLY ARRANGE FOR THAT SIR "

" AHA..OK....BUT PLEASE GIVE US YOUR MENU BOOK FIRST AND GET ME A DOUBLE SHOT BRANDY, COLD WATER ON THE SIDE AND ONE GLASS OF PINA-COLADA FOR THE LADY " na habang sinasabi ay nakatitig kay MARYLLE

" RIGHT AWAY SIR "   at bago umalis ang waiter ay iniabot muna ang menu booklet

" BABY, NAPAKAROMANTIKO NAMAN ANG LUGAR NA ITO "

" KAYA NGA KITA DINALA DITO DAHIL ALAM KONG MAGUGUSTUHAN MO ANG AMBIENCE, ISA PA, BAGAY NA BAGAY SA IYO ANG LUGAR, TUMITINGKAD ANG IYONG KAGANDAHAN, PARA KANG ISANG HUMAHALIMUYAK NA BULAKLAK SA GITNA NG HARDIN "

Abot hanggang tainga ngiti ni MARYLLE, nalulunod siya sa mga papuri ni RICO.

" HERE'S YOUR PINA-COLADA MAM,   AND SIR, YOUR BRANDY "   bungad ng waiter na ikinatigil ng usapan nila.

" THANK YOU "

" THANKS "

" MY PLEASURE……..MAM…..SIR " sabay umatras ang waiter ng kaunti at nanatiling nakatayo, nakaantabay, naghihintay sa order nila.
" BABY, CHEERS TO LIFE " pagpupunyagi ni RICO

" CHEERS……….CHEERS TO LIFE "   ulit ni MARYLLE

AT iniangat ni RICO ang hawak na baso na may lamang brandy na sinabayan naman ni MARYLLE at kapwa itinaas bahagya ang kanilang mga baso, kalevel ng baba, inamoy-amoy muna ni RICO ang brandy bago tuluyang ininom ang kalahati, nanatiling nakatitig kay MARYLLE na sinuklian naman ng matamis na ngiti at kaakit-akit na titig.

***
" . . . SO MUCH FOR LONGING
A COLD WIND OF NO END
COSMIC HOPE ABOUNDS
A CLOUD OF NO RAIN . . . "
***
M'onaC

Pagkalapag ng baso nila ay nilingon ang waiter, na na-intindihan agad pakay ni RICO.
" YES SIR, CAN I WRITE YOUR ORDER NOW "

Bahagyang tumingin sa waiter at ibinaling agad kay MARYLLE ang paningin.

" BABY WHAT DO YOU LIKE TO EAT "

" AH…..HMM….I'LL LEAVE IT TO YOU NA LANG BABY "

" OKEY " sabay lingon sa waiter

" YES SIR "

" YEAH, 2 PLATE OF AMERICAN CUISINE, TENDERLOIN STEAK PLEASE "

" WOULD THAT BE RARE, MEDIUM OR WELL-DONE, SIR "

" I LIKE RARE FOR ME " at tumingin kay MARYLLE " HOW ABOUT YOU BABY "

" WELL-DONE FOR ME PLEASE "

" YES MAM ....AND HOW ABOUT YOUR DRINKS SIR "

" DO YOU HAVE CARLOS ROSSI HERE "

" YES SIR WE DO HAVE THAT WINE HERE "

" PERFECT, OK THEN, 1 BOTTLE OF CARLOS ROSSI "

" IS THAT ALL SIR "

" HMMM, WAIT, AH YEAH, COULD YOU GET ME AND MY LADY A SHRIMP COCKTAIL TO TOY WITH, WHILE WE ARE WAITING FOR OUR DINNER "

" YES SIR, I WILL ARRANGE THAT FOR YOU "

" WOULD THAT BE ALL SIR "

Sandaling nag-isip si RICO.

" YEAH, I GUESS THAT'S ENOUGH FOR NOW "

At sabay iniabot sa waiter ang menu booklet.

" BY THE WAY, WHAT KIND OF SOUP ACCOMPANY THIS SPECIAL COURSE HAS "

" AH YES SIR " na parang nagitla ang waiter " SIR YOU CAN CHOOSE FROM ANY OF CRAB   SOUP,   CHICKEN

ASPARAGUS SOUP AND SHARK-FIN SOUP "

" SHARK-FIN SOUP WILL DO FOR US THEN "

" OK SIR, I WILL ARRANGE IT ALL FOR YOU " sabay yumuko't tumango ng kaunti, tumalikod papalayo sa table nila

" CHEERS BABY……………FOR US…….FOR LIFE…..FOR LOVE……."(TO END) " "

" CHEERS MY SWEET BABY…………..FOR LOVE……………" tugon ni MARYLLE

* * *
" . . . GHOST OF HAPPY YESTERDAY
CAN'T INFLAME THE SONG
OF THE THINGS REMEMBERED
IFFY POINT OF VIEW'S CRIES . . . "
* * *
M'onaC

" BABY……… ANG SARAP MONG MAPANGASAWA…….I WISH……I WISH……"

Hindi tinapos ni MARYLLE, nababasa ni RICO ang mga mata nito, dapat sila ang nasa simbahan noong panahon na iyon.

" LIFE IS FULL OF SURPRISES, BABY, WE REALLY CAN'T FORETELL WHAT'S GOING TO HAPPEN NEXT... " napatigil si RICO sa pagdating ng waiter

" HERE'S YOUR APPETIZER......SIR, MAM , SPECIAL SHRIMP COCKTAIL "

" THANK YOU " at pag-alis ng waiter

" AKO RIN, I WISH TO BABY............I WISH.............(LOVE OF A LIFETIME) "

Nawala ang ngiti sa mukha ni MARYLLE na nahalata ni RICO.

" HERE BABY, TIKMAN MO ITO, MASARAP NA APPETIZER IYAN " at iniabot ni RICO ang isang baso ng cocktail shrimp kay MARYLLE

" THANK YOU......ALAM MO ANG GANDA-GANDA DITO, KAYGANDANG PAGMASDAN ANG VIEW SA LABAS, PARANG MGA BITUING NAGKIKISLAPAN ANG MGA ILAW, PAANO MO NALAMAN ANG LUGAR NA ITO...............SIGURO MARAMI KA NG NAI-DATE DITO "

Tanong ni MARYLLE na medyo nakangiti na, tinikman iyong cocktail shrimp.

" HMMM GOOD........ I LIKE IT "

" HONEST TO GOODNESS " sagot ni RICO na tinikman din kaunti yung appetizer

" IKAW PA LANG...I MEAN...SA DINNER DATE....YAH...ACTUALLY KAYA NALAMAN KO ITO BECAUSE OF A DEAR FRIEND WHO ALSO INVITED ME

HERE, PERO HINDI DINNER DATE IYON, NAGPERFORM SA PAGKANTA RITO IYONG ISANG KAIBIGAN NILA, TAPOS IYON, KARAY-KARAY AKO NOONG FRIEND KO AND ATTENDED THE SHOW, HE,HE,HE "

" FRIEND MO, OOWWWSS, O ISA SA MGA NAGING GIRLFRIEND MO "

Ngumiti si RICO. " WELL, SHE'S A PART OF WHAT WE CALLED CYCLE OF LIFE, NA KAHIT ANONG GAWIN NATIN AY WALA TAYONG MAGAGAWA DAHIL ITINAKDA NA NG TADHANA "

Napatigil siya, nagbago ulit ang anyo ng mukha ni MARYLLE, damage has been done, hindi na niya mababawi ang binitawang salita.

" AM I ALSO A PART OF THIS WHAT YOU CALL CYCLE OF LIFE, RICO "

Nakatitig si MARYLLE.

"(ANG MATA…NANGUNGUSAP ANG KANYANG MGA MATA)"

" OH BABY… I DON'T MEAN ANY HARM, OPPURTUNITY ONLY COMES ONCE, AND IF WE DON'T DO ANYTHING WHEN IT COMES, WE'LL NEVER KNOW WHAT IT'S LIKE….LIKE THIS.. LIKE WHAT WE ARE DOING TOGETHER TONIGHT "

" NAPAKAHIWAGA MO RICO, MARAMI AKONG GUSTONG ITANONG SA IYO, KAYA LANG…. NATATAKOT AKO NA MALAMAN ANG MGA KASAGUTAN, I THNK IT'S BETTER LEFT UNSAID THAN HIT BACK AT ME, LIKE A BULLET……….IN MY HEART "

Nagkatitigan sila, inaarok ang isa't isa, pilit nilang binabasa ang mga nasa isipan.

" (DOES SHE KNOW I'M MARRIED,......OR DID........DAMN IT...) "

" (OH RICO......JUST LOVE ME.....THAT'S ALL I CARE..........JUST LOVE ME.....) "

* * *

" ... WONDER IF THERE'S ANOTHER CHANCE
WILL IT HAPPEN ONCE AGAIN
THE MAGIC WE BOTH SHARED
WOULD IT BE THE SAME TO COME ... "
* * *
M'onaC

" EXCUSE ME SIR, CAN I REMOVE THESE GLASSES "
tanong ng waiter

" YES PLEASE......WE'RE THROUGH WITH IT "

At pagkatapos tanggalin ay nagserve na ng 1st serve, vegetable salad, binuksan ng waiter ang red wine at nilagyan bago nilang baso.

" HAVE A NICE EVENING SIR " pahabol ng waiter bago umatras at iniligpit naunang gamit

" BABY, ARE YOU ALRIGHT "

" OHH BABY, MY HEART MELTS WITH PLEASURE, TO BE WITH YOU ON SUCH A BEAUTIFUL AND WONDERFUL NIGHT "

" THAT IS SO SWEET OF YOU, LET US START THEN " sabay senyas sa veggies

At pagkatapos sa veggie salad, isinunod ang shark-fin soup nila.

" HOW'S YOUR SOUP, OK BA LASA "

" OK LANG, MEDYO PUNGY SWEET……..WELL IT TASTE GOOD "

"(PUNGY SWEET?……ANO YUN?…………PARANG ANO….?)"

" OK YAN, PAMPALAKAS, HE,HE,HE "

" PAMPALAKAS SAAN…………...HI,HI,HI "

"(AHA, NAE-EXCITE KA HA……SIGE HETO PA)"

" PAMPALAKAS SA MGA KASO-KASOHAN NATIN, KAYA NGA GINAGAWANG VITAMINS ANG SHARK-FIN EH "

" OH YEAH, GUMAGAMIT NGA MOM KO NG GANONG KLASENG VITAMIN, KATUWIRAN NIYA, NAKAKAPAGPABAGAL DAW PAGTANDA, I DON'T KNOW SAAN NIYA NAKUHA IMPORMASYON "

" WELL I GUESS THAT'S TRUE, WHAT VITAMINS ARE FOR, BUT TO REVIGOUR OUR BODY, AND IN SOME CASES, LESSEN AGING, ISN'T IT? '

Nakikinig lang si MARYLLE, naglalaro isip, paunti-unti inuubos ang kanyang soup.

" WELL BABY, DOES IT MEAN KAPAG NAGBA-VITAMIN KA NUN AY TALAGANG BUMABAGAL PAGTANDA MO………AY……….APEKTADO RIN BA SEX DRIVE MO……..HI,HI,HI, "

" BABY, PAGTANDA ANG TINUTUKOY KO HINDI SEX DRIVE "

" OWWS, LET'S BE HONEST WITH IT, WHY DO PEOPLE CRAVE TO LOOK YOUNGER ALWAYS, I THINK, SEX COMES WITH IT……TO LOOK ATTRACTIVE…AND BE ABLE TO STAND OUT, LOOK, THEY EVEN INVENTED MEDICINE FOR IMPOTENCY, THE PURSUIT OF ULTIMATE BLISS "

" VIAGRA BA BABY TINUTUKOY MO, …HINDI VITAMIN IYON, GAMOT IYON……NG MGA TAONG LUPAYPAY NA "

" HI,HI,HI, HINDI KA BA GUMAGAMIT NOON "

" WHY? AM I OLD ENOUGH PARA GUMAMIT NOON…….NO, I'M STILL HORNY AS HELL "

" OH YEAH, WELL, LET SEE WHAT CAN YOU DO ABOUT IT "

" BABY, MIND YOUR FOOD OKEY, KUNG ANO-ANO INIISIP MO "

" OW COME ON.I AM JUST TALKING, NORMAL WOMAN WITH A NORMAL LIBIDO "

"(AH GANOON, HMM, OKEY…….SIGE TAKE THIS)"

Naglaro isip ni RICO, inubos agad ang kanyang soup.

" BABY YOU KNOW WHAT…………….." nakangisi si RICO

" WHAT "

"……ANG ERECTION NG ISANG LALAKI AY DAHIL SA MGA DUGONG DUMADALOY SA LITID NG ARI, NGAYON KUNG PABAYA ANG ISANG LALAKI , LIKE KAIN NG KAIN NG MGA FATTY O GREASY FOODS, LIKE BABOY, CHICKEN SKIN OR ANYTHING THAT IS HIGHLY CHOLESTEROL THEN IT CAN CAUSE IMPOTENCY, NAIIPON IYONG MGA CHOLESTEROL SA VEINS O ARTERIES SA LOOB NG KATAWAN NATIN, DAHILAN PARA MABLOCK ANG DINADALUYAN NG DUGO, BUMABAGAL CIRCULATION SA BLOOD VESSEL NATIN, RISKING ONE'S HEALTH WITH HEART RELATED DISEASES, DAHILAN PARA HUMINA SEX DRIVE NG ISANG LALAKI…….KAPAG HINDI DUMADALOY O NAKAKA-CIRCULATE NG MAAYOS ANG DUGO SA MGA UGAT, THEN HIHINA RIN ANG DALOY NG DUGO SA LITID NG ARI………………..."

" WHAT ARE YOU TALKING BABY, HI,HI,HI " tanong ni MARYLLE, namamangha

"………….WELL, LIKE YOU, AM JUST TALKING TOO……….HE,HE,HE "

"…………KAPAG MALAKAS MANIGARILYO AT HINDI PA NAG-E-EXERCISE ANG ISANG LALAKI, RESULTA, HUMIHINA ANG KATAWAN, IYONG MGA CHOLESTEROL LALONG NAMUMUO SA VEINS AT ARTERIES, NA

NAGIGING CAUSE NG HEART SEIZURE OR HEART ATTACK......WORSE, MALAKI EPEKTO SA SEX DRIVE, I DON'T USE VIAGRA......FOR NOW......HE,HE,HE......BUT I AM SURE OF THIS, BALANCE DIET, GOOD EXERCISE, SOUND MIND AT IYONG TINATAWAG KONG "URGE" O "ITCH", SOLVE NA ANG PROBLEMA NG IMPOTENCY "

" BALANCE DIET, EXERCISE.....HMMM, OKEY.......URGE?, ITCH?........ANO YUN "   na habang tinatanong ni MARYLLE ay nakatitig at isinusubo ang spoon soup na parang nang-aakit.

"(OH BABY.............ANG DILA.............WHEWWW...)"

"WELL 'YUN IYONG TINATAWAG KONG FIRE IN ONE'S DESIRE...............ANYWAY, I TELL YOU THIS.....WE EAT TO LIVE, NOT LIVE TO EAT...........THAT'S VERY IMPORTANT "

" AND WHAT ABOUT THAT? "

" KUMAKAIN TAYO PARA MABUHAY, HINDI IYONG KAIN LANG NG KAIN, MAY MGA TAMANG PAGKAIN PARA SA IYO O SA ISANG TAO, AT KAPAG IYAN ANG SINUNOD NATIN, I'M SURE WE'LL HAVE A HEALTHY LIFE THEN ......TAPOS SASABAYAN PA NG GOOD EXERCISE, HINDI KO NA KAKAILANGANIN MGA APHRODISIACS NA 'YAN, FOR ME IT GOES LIKE THIS, HEALTHY HEART, BODY AND MIND, THE BEST APHRODISIAC IT IS.... LET THE BLOOD FLOW........FOR SURE ERECTION WILL ALWAYS BE MY BEST FRIEND........HE,HE,HE......"

"BEEEYBEEEEE, WHEW, YOU'RE SUCH A......GROSS....AH, EWAN .....HI,HI"

" WHAAAT?......JUST TALKING BABY....., ONE MORE THING, I THINK, TO HAVE A SUPERB SEX LIFE....... I SUGGEST THE BEST EXERCISE WOULD BE.............."

Binitin ni RICO, inabot ang baso ng red wine, inamoy-amoy, nakatitig kay MARYLLE.

" WELL.......WHAT.........WHAT IS IT " kinikilig na tanong ni MARYLLE, nakangiti

Nanatiling nakatitig si RICO, ininom ang red wine, pinawi ang uhaw, ang init ng katawan.

" YEAH, I GUESS THE BEST EXERCISE OUT THERE......IS......"
Hindi inalis pagkakatitig kay MARYLLE.
".........SEXERCISE..........HE,HE,HE "

" YUKKK, BABY,.........I NEVER THOUGHT MAY PAGKA-MANYAKIS KA PALA, HI,HI,HI ...SAAN MO BA NATUTUNAN ANG LAHAT NG MGA ITO, ANG DAMI MONG ALAM....YOUR WEIRD "

" NOT SO BABY....NORMAL GUY WITH A NORMAL LIBIDO....JUST LIKE YOU...."

Nakangisi si RICO, alam niyang naglalaro na ang imahenasyon ni MARYLLE.
" I'M A PISCEAN BABY, MYSTERIOUS IT IS, BUT I'M A GOOD LISTENER, OBSERVER, LEARNER......AND A VERY VERY GOOD FOLLOWER...."

"(LEARN TO LISTEN AND YOU WILL KNOW THE SECRETS IN LIFE)"

Sumenyas si RICO sa waiter para I-serve na ang main course.

" HMMM, ANG BANGO, LOOKS DELICIOUS, AND WOW, IT'S REALLY TENDER "

Bigkas ni MARYLLE ng kumakain na sila.

"OKEY NGA BABY EH, MASARAP AT MALAMBOT, ANG SARAP-SARAP KAININ "

" BABY DEAR, FILL YOUR STOMACH FIRST BEFORE YOUR FANTASIES "

"(OPPS, SHE'S RIGHT)"

" THIS WINE TASTE GOOD " papuri ni MARYLLE

" OH YEAH, GLAD YOU LIKE IT, ALAM MO BANG WINE IS GOOD FOR THE HEART….ESPECIALLY THE RED WINE "

" IS THAT SO " sagot-tanong ni MARYLLE

"WELL IT IS,.. TOTOO ……LOOK AT THE EUROPEANS, OR PERHAPS, PARTICULARLY THE FRENCH, THEY RARELY EAT WITHOUT THEIR WINE, AND LOOK WHAT'S THE RESULT,   FRANCE IS ONE COUNTRY BURNING WITH FIRE, ALWAYS READY TO EXPLODE WITH DESIRES, WARM-BLOODED PEOPLE, HIGHLY CHARGE SEXUALLY ACTIVE…MIND AND HEART CONFORMS WITH UTMOST PLEASURE IN LIFE…….THE SWEETEST OF THEM ALL…. "

" BABY AKALA KO BA GOOD FOR THE HEART, EH BAKIT IT SOUNDS LIKE, GOOD FOR SHAGGING……….I MEAN ……WHATEVER…….IKAW HA, PURO KALIBUGAN INIISIP MO "

" NO, WHAT'S WRONG WITH WHAT I JUST TOLD YOU, WINE IS GOOD FOR THE HEART, IT REDUCES THE TOXINS ACCUMULATED INSIDE OUR BODY, SOME KIND OF OXIDANT WHICH OUR BODY NEEDS.......AT SIYEMPRE, A GOOD HEART MEANS A HEALTHY BODY, A HEALTHY BODY MEANS A HEALTHY SEXUAL LIBIDO..........NOT UNLESS YOU'RE SOME KIND OF ABNORMAL OR FRIGID, OR PERHAPS SOMEONE WHO IS REALLY COLD ...LIMPY..............."

" EH IKAW GINAGAWA MO RIN BA "

" MAHIRAP GAYAHIN BABY, UNLESS YOU'RE REALLY THAT RICH, MAUUBOS SAVINGS   KO   KAPAG TUWING KAIN KO MAY RED WINE....HE,HE,HE "

" WELL, BETTER A HEALTHY LIFE WITHOUT MONEY THAN A HEALTHY POCKET WITH AN UNHEALHTY LIFE " sagot ni MARYLLE

" CLEVER GIRL, I LIKE THAT, AT THE END OF THE DAY, MONEY CAN'T BUY EVERYTHING, WHEN WE'RE SIX FEET UNDERGROUND,   EVERYTHING   WILL   BE MEANINGLESS " ayun ni RICO

" BABY MAYROON DIN TAYONG WINE DITO " hirit ni MARYLLE
" ALAM KO IYANG NASA ISIP MO, WINE NA GALING SA NIYOG...TUBA YUN, LAMBANOG, HE,HE,HE.......SAKIT SA PUSO AABUTIN MO ROON......" sagot ni RICO, tumatawa

Hindi na humirit si MARYLLE. " O BABY, EAT KA NA, KANINA KA PA NAGKWE-KUWENTO "

* * *

" . . . THINGS WON'T BE THE SAME
THIS BURDEN RUNS IN MY VEINS
CAN'T LET GO OF THE FLAME
INCH BY INCH I'M SINKING IN PAIN . . . "

* * *

M'onaC

" NABUSOG KA BA "

" OO BABY, BUSOG NA BUSOG, MY STOMACH……….MY MIND……….MY HEART….I AM REALLY VERY VERY HAPPY, AM NOT EXPECTING THIS KIND OF ROMANTIC DINNER, I MEAN……..THIS TREATMENT YOU ARE SHOWING ME, YOU ARE ONE OF A KIND………RICO…….FULL OF SURPRISES …………YOU'RE FULL OF LIFE……..SOMETIMES I WONDER…………….." Tumigil si MARYLLE sa pagsasalita, tumingin sa bintana saglit……

" YAH, WHAT IS IT……" pahabol ni RICO

"……..OH NOTHING……LIKE I HAD SAID….. YOU HAVE A FULL AND COLORFUL LIFE "

" I CAN'T COMPREHEND WHAT ARE YOU TRYING TO CONVEY, BUT ANYWAY, THANK YOU FOR APPRECIATING ME, FOR BEING WITH ME TONIGHT "

" CHEERS FOR THE PLEASURE OF OUR COMPANY, CHEERS FOR EACH OTHER "

At itinaas ni MARYLLE ang kanyang kopeta na sinabayan ni RICO.

" WAITER " medyo umepekto na ang wine kay RICO

" YES SIR "

" BROD, PAKITANGGAL LAHAT NG MGA GAMIT NA PINAGKAINAN LIBAN SA BASO NAMIN, TAPOS DALHAN MO KAMI NG SCENTED CANDLES, AT ISA PANG ALESSANDRA DE ROSSI "

" AH EH SIR, WALA KAMING ALLESANDRA DE ROSSI, CARLOS ROSSI LANG HO "

" WALA,.......HE,HE,HE...... O SIGE, ISA PANG CARLOS AGASSI..."
" AH EH BOSS, CARLOS ROSSI PO "

Tumatawa si MARYLLE sa ginagawang pagbibiro ni RICO, enjoy siya sa kalokohan.
" AHHH, CARLOS ROSSI, OKEY, ISANG BOTELYANG CARLOS ROSSI PA, PLEASE "

" RIGHT AWAY BOSS "

Humahagikhik si MARYLLE. At habang tinatanggal at nililinisan table nila ay tumayo si

RICO, pumunta sa likuran ni MARYLLE, inilapat kamay sa balikat at pinatayo ito.

" COME ON BABY, LET US DANCE……. GUSTO KO IYONG KANTA "   na lalong ikinagalak ng puso ni MARYLLE

"…………………..HOW DO I…….. COULD LIVE WITHOUT YOU…………………………..IF I HAD TO LIVE WITHOUT YOU……………………."

* * *

" . . . SLEEP IN THE BED OF LIES
WHERE SHATTERED DREAMS CRIES
ALONG THE EMPTY ROADS
YOU'RE THE REASON WHY . . . "

* * *

M'onaC

"…………IF I HAD TO LIVE WITHOUT YOU……WHAT KIND OF LIFE WOULD IT BE……………AND I …………………….. .I NEED YOU IN MY ARMS………………………"

Nangingilid ang luha ni MARYLLE habang nakikipagsayaw kay RICO, nakahilig ang ulo sa balikat, ang kanta, ang lyrics, nakikiayon sa kanyang nadarama.

"…………………….HOW DO I EVER, ………...EVER SURVIVE………………………."

"(PAANO NA ANG PAG-IBIG KO SA PARA SA IYO RICO)"

"(I HAVE TO TELL HER THE TRUTH...............EVERYTHING)"

Tumigil at nagsipalakpakan ang mga ibang sumasayaw, pero para sa kanilang dalawa ay hindi pa tapos ang kanta, magkayakap pa rin sila, ninanamnam ang bawat emosyong bumabalot sa kanilang katauhan sa oras na iyon, sumasayaw pa rin silang magkayakap at hindi alintana ang ibang tao, para sa kanila, ang mundo nila'y nasa ALAPAAP, nalulunod sila ng kanilang pagmamahal sa isa't isa.

"........... HOW DO I .... .COULD LIVE WITHOUT YOU........................"

Inulit ng singer ang kanta, naiintindihan niya ang nadarama nina RICO AT MARYLLE, ang mensahe at lyrics, naiintindihan niyang napakaimportante ng gabing iyon para sa dalawang nag-mamahalan.

"..........IF I HAVE TO LIVE WITHOUT YOU.........WHAT KIND OF LIFE THAT WOULD BE "

Muli nagsipalakpakan ang mga ibang panauhin pagkatapos ng kanta, hindi na para sa singer, kung hindi para sa kanilang dalawa, na-touch sila sa emosyon at ka-sweet- an nina RICO at MARYLLE, naging aware lang ang dalawa na sila ang pinapalakpakan ng batiin sila ng singer.........at nagsabing....

" LIKE WATER, LOVE WILL ALWAYS FIND IT'S WAY "

Nakangiting yumuko ng kaunti si RICO sa singer, respeto at paghanga, at sa mga naroon, sa kanilang pag-upo ay magkatabi na ang kanilang upuan, sadyang inayos ng waiter, may scented candle na ang lamesa nila, at nilagyan din ng isang bulaklak na rose.

" BABY, MAY LUHA KA"   napuna ni RICO dumadaloy sa pisngi ni MARYLLE

" YEAH, TEARS OF JOY....BABY, I NEVER FELT SO HAPPY IN MY LIFE FOR SO LONG, SO COMPLETE......I WANTED AND LONGED FOR YOU IN A LONG TIME...FOR YOU TO BRING ME SUCH KIND AND GENTLE HAPPINESS....OH BABY....IF ONLY.....IT COULD HAD BEEN US..."
2300H.

Niyakap niya si MARYLLE, nakahilig ito sa dibdib niya, habang nakapikit ito dahil lumuluha,sinenyasan ni RICO ang waiter, at nang malapit na ang waiter ay..............

" BABY, SANDALI LANG HA, MAY SASABIHIN LANG AKO SA WAITER...."

Umayos si MARYLLE, kinuha ni RICO ang panyo sa bulsa, at iniabot kay MARYLLE.

" BROD, PAKITAWAG SA NAKADUTY SA INFORMATION DESK NA IPAHATID DITO ROOM KEY KO, NO. 69, AND THEN ALSO, IYONG BILL KO RITO "

" YES SIR OKEY "

Naririnig ni MARYLLE ang usapan nila at nagtatangis ang kalooban niya.

" WAITER, ITONG HINDI NAMIN NAUBOS NA WINE, PWEDENG IPAHATID NA LANG SA ROOM KO.......ROOM 69 "

Ngumiti ang waiter, tumango, at tumalikod.

" ARE YOU ALRIGHT BABY "   tanong ni RICO kay MARYLLE

" YEAH I'M FINE, DON'T WORRY ABOUT ME "

Wala pang diyes minutos ay bumalik na iyong waiter.

" SIR HERE'S YOUR ROOM KEY " at kaalinsabay ay inabot na rin ang bill book

" AKO NA RIN SIR MAG-A-ARRANGE PARA DALHIN SA ROOM NINYO ANG NATIRANG WINE "

Tahimik lamang si MARYLLE, gusto pa sanang magtagal doon, pero sa narinig niyang usapan ng waiter at ni RICO ay alam niyang gusto na siyang ilipat ni RICO sa private na lugar, batid niya ang pakay ni RICO, nagtatalo ang kanyang kalooban, ayaw niyang matapos ang gabi, ayaw niyang marinig at malaman ang hinihintay niyang bala na tatama sa kanyang puso, ayaw niyang matapos ang nagaganap na kaligayahan sa buhay niya. Dinukot ni RICO ang wallet at kinuha isang credit card, dinukot din mukha ni ninoy at sabay inipit sa billbook, tiniklop at iniabot sa waiter.

Walang imik si MARYLLE, lumalakas kabog ng dibdib niya, hindi maintindihan ang kalooban niya, na-e-excite ba siya o hindi, walang kilig siyang nadarama, bagkus, nangingibabaw ang takot at pag-aalala..

* * *

" . . . WANT TO KILL THIS TREACHEROUS FEELING
THIS GROTESQUE FEELING OF LOVE
DECEIVING MYSELF OF NOT WANTING YOU BACK
COULDN'T DO NOTHING BUT SUFFER THE AGONY
THE TORMENT OF KILLING YOU IN MY HEART . . . "

* * *

M'onaC

" LET'S GO BABY " anyaya ni RICO pagkakuha ng receipt at ng credit card

Wala silang imikan na pumasok sa kwarto, dumeritso si MARYLLE sa banyo, kailangan niya ng pampalakas loob, ang kaba ng puso, kanina pa siya pinahihirapan, binuksan naman ni RICO ang pintuan ng terrace at nagpahangin, nagsindi ng sigarilyo, tinignan cellphone, walang mensahe.

"(O DIYOS KO, PALAKASIN MO PO ANG AKING KALOOBAN, IKAW ANG TANGING NAKAKA-ALAM NG LAHAT, BATID MO ANG BAWAT PUSO'T ISIPAN NG ISANG TAO, TULUNGAN MO AKO SA KRISIS NA ITO SA AKING BUHAY, MAHAL NA MAHAL KO PO SI RICO, HUWAG MO NA PO ULIT HAYAANG MAWALAY SIYA SA AKIN, ITO PO AKING ISINUSUMAMO'T IDINADALANGIN, TATANGGAPIN KO PO ANG HAMON NG PANAHON, MAHALIN LAMANG NIYA AKO. . . AMEN "

"(HUWAG KANG GUMAWA NG SARILI MONG MULTO)"

Ilang araw na rin siyang binabagabag ng mga kataga at salitang ito, mahal niya si MARYLLE, pero malinaw pa sa sikat ng araw, IMMORAL ang kanyang ginagawa, ADULTERY, FORNICATION, pang-PITO SA SAMPUNG UTOS NG DIYOS MAYKAPAL, palaging binabasa at ipinapaalala sa GATHERING.

Siya ang nagpasimuno at nagpa-umpisa, at ngayon tinupok ng apoy, ng pita ng laman ang kanyang pananampalataya, ang palagi nilang sinasabi sa gathering ay nasa lalaki ang ikakasira o ikawawasak ng magandang samahan ng isang maayos na pamilya o tahanan. Pinagmasdan niya ang Manila Bay, may mga barkong nakadaong at naka-angkla, ilang araw na lang ay aalis na rin siya para mag-trabaho sa mga katulad nito. " OUCH " napaso siya sa upos ng sigarilyo, hindi niya napansin sa kanyang malalim na pag-iisip, lumakad pabalik sa kwarto, at sa pagbalik upang hagilapin ang ashtray ay nagitla siya sa paglalakad......" MARYLLE " nakatitig sa kanya si MARYLLE, nakabihis na, nakasuot ng nightgown, at naka-upo sa paanan ng kama.

" KANINA PA KITA PINAGMAMASDAN, ANG LALIM NG INIISIP MO…WHAT'S BOTHERING YOU RICO " nakatitig na sinabi ni MARYLLE

Hindi umimik si RICO, itinuloy ang lakad at inilagay ang sigarilyo sa ashtray, at habang naglalakad pabalik kay MARYLLE ay tinanggal sa pagkaka-tuck-in ang suot niyang long sleeve polo at isa-isang tinanggal ang butones, hinayaang nakabukas ang kasuotan, sinusundan siya ng paningin ni MARYLLE.

"(ANG KANYANG MGA MATA…..NANGUNGUSAP ANG KANYANG MGA MATA.WALANG NINGNING…..MALAMLAM)"

"(OH RICO, PLEASE DON'T TORMENT ME THIS WAY, GOD KNOWS HOW MUCH I LOVE YOU "

" BABY, TELL ME WHATS ON YOUR MIND " binasag ni MARYLLE ang katahimikan

"(IT IS BETTER LEFT UNSAID THAN HIT ME LIKE A BULLET IN MY HEART………BUT…..NO……..THIS IS THE NIGHT…………….FOR EVERYTHING…….MISERY NO MORE)"

Uupo na sana si RICO sa tabi ni MARYLLE nang biglang……..

DING-DONG……DING-DONG…..DING-DONG……………

………at naalala ni RICO iyong wine nilang natira…….." BABY SANDALI LANG " at tumuloy-tuloy sa paglalakad si RICO, tinungo ang pintuan ng kwarto, bahagyang binuksan at sinilip kung sino ang tao, nang makitang dala-dala ng roomboy ang kanyang ipinaghabilin ay saka tuluyang binuksan ang pintuan.

" AKIN NA….AKO NG BAHALA…."

At iniabot sa kanya ng roomboy ang tray na naglalaman ng kanilang wine, pagkaabot ay nagpasalamat at ipininid ang pintuan. Naalala ang waiter, isinama pa kasi iyong scented candles sa table nila at iyong bulaklak na isang tangkay ng rose. Inilapag sa lamesa, at tumingin kay MARYLLE na nanatiling nakatitig pa rin sa kanya, parang nag-aantay, ang mga mata nagmamakaawa ng kasagutan.

"(ALAM NA KAYA NIYA, BAKIT HINDI SIYA NAG-O-OPEN, O NAGTATANONG)"

Pareho silang nagpapakiramdaman, sinindihan niya ang scented candles, at pagkatapos ay dinampot ang bulaklak na rose, inamoy-amoy habang naglalakad, tinabihan si MARYLLE.

" FOR YOU DEAREST…."

Tuluyang napahagulhol sa iyak si MARYLLE, yumakap ng mahigpit kay RICO, na sinuklian din niya ng yakap , hinimas-himas ang buhok ni MARYLLE, inilapag ang rose sa kama.

" OH RICO, I DON'T WANT TO LOSE YOU AGAIN "

" BABY, SOMETIMES THERE ARE REASONS IN LIFE IN-WHICH WE CAN NOT EXPLAIN BUT WE ARE ENORMOUSLY HAPPY "

" HU, HU, HU….KASAMA BA ITO SA MGA SINASABI MO RICO…."

" OO BABY "

Lalong umiyak si MARYLLE, alam niya ang tumbok ng salita ni RICO.

"(I HAVE TO TELL HER EVERYTHING....END ALL THIS)"

" TAHAN NA, TAHAN NA BABY.......I'M STILL HERE "

Kumalas sa pagkakayap si MARYLLE, bahagyang bumuka ang robe niya, namumukol ang kanyang dibdib, gusto sanang abutin ni RICO.

" BABY, PROMISE ME WE'LL STAY LIKE THIS FOREVER.....KEEP EACH OTHER "

Sabi ni MARYLLE na nakatitig sa kanya, medyo nakarecover na.

" I CAN NOT PROMISE BABY, BUT ONE THING I DO KNOW FOR SURE, I WILL ALWAYS BE AROUND "

" OH RICO, MAHALIN MO LANG AKO, SAPAT NA SA AKIN IYON, HANDA KONG TANGGAPIN ANG LAHAT, MAHALIN MO LANG AKO "

Nanatiling nakatitig si RICO, nag-iisip, sa wari niya ay mahirap magbitaw ng salita na pagdating ng panahon ay hindi niya kayang panindigan.

" BATID NG DIYOS KUNG GAANO KITA KAMAHAL, PERO,.....PERO HINDI TA....TAMA ITONG   GINAGAWA NATIN MARYLLE.........KASALANAN ITO SA DIYOS "

" TANGGAP KO NA ANG LAHAT RICO, UNA PA LANG KITANG MAKITA AY MINAHAL NA KITA, NAGBABAGO NGA ANG PANAHON AT MAY MGA BAGAY O SITWASYON NA HINDI NATIN KAYANG KONTROLIN O

IBALIK, PERO MAARI NATING SABAYAN, AT TANGGAPIN NG BUONG PUSO DAHIL SA PAG-IBIG "

" ANONG IBIG MONG SABIHIN, BABY "

" ALAM KONG NAGHIHIRAP DIN KALOOBAN MO, AT NAIINTINDIHAN KO DAHIL GANOON DIN KASAKIT ANG NADARAMA KO......HANDA AKONG MAGPAKASAKIT PARA SA IYO....MAHAL KITA RICO, GAGAWIN KO ANG LAHAT HUWAG KA LAMANG MAWALAY ULIT SA AKIN.."

Nangangatal ang boses ni MARYLLE, gustong pumatak ang mga luha.

" OHH BABY, HINDI KO NAIINTINDIHAN ANG SINASABI MO "

" LAST SUNDAY SA BEACH-COTTAGE, NAGULAT KA NG LUMABAS AKO HABANG NAG-TE-TEXT KA, INILAPAG MO AGAD ANG IYONG CELLOPHANE, I THOUGHT SOMETHING FISHY SA IKINILOS MO...SORRY RICO...WHILE YOUR TAKING A BATH, PINAKIALAMAN KO ANG GAMIT MO.."

" OH BABY " napatungo si RICO, nagnanangis kalooban

" ....HINDI KITA MASISISI KUNG HINDI KA NAGSASABI SA AKIN SA IBANG ASPETO NG BUHAY MO, HINDI RIN KASI AKO NAGTATANONG......ALAM MO KUNG BAKIT......KASI NATATAKOT AKONG MALAMAN NA MAY MAHAL KA NG IBA........NA ANG IPINANGAKO MONG PAG-IBIG PARA SA AKIN AY INIUKOL AT INIALAY MO NA SA IBANG BABAE, TAKOT AKONG MARINIG SA BIBIG MO "

Bahagyang tumigil si MARYLLE, titig na titig kay RICO, pakiramdam niya'y matutunaw siya.

"..............NABASA KO ANG MENSAHE MO SA ASAWA MO.........." dugtong ni MARYLLE

Nagulat si RICO, bigla itong tumayo, lumabas sa terrace, napahagulhol na sa iyak si MARYLLE.

"(HUWAG KANG GUMAWA NG SARILI MONG MULTO)"

"(DO THE RIGHT THING)"

"(DO NOT COMMIT FORNICATION)"

"(LOVE WILL ALWAYS FIND IT'S WAY)"

"(LET TIME DECIDE)"

"(STOP YOUR DESIRES)"

Nakatanaw sa Manila Bay si RICO, hindi siya makapaniwala sa narinig, hindi alam kung ano ang sasabihin kay MARYLLE, at bigla naramdaman niyang yumakap si MARYLLE , nasa likuran niya, ang ulo nakahilig, humihikbi-hikbi.

" RICO, HANDA KONG TANGGAPIN ANG LAHAT, MALAYA NA AKO........ANG HINIHILING   KO LANG SA IYO AY MAHALIN MO RIN AKO, KAHIT KAPIRANGGOT NA PAGMAMAHAL, SAPAT NA SA AKIN IYON, TITIISIN KO ANG HAMON NG PANAHON "

Nagtatalo ang isipan ni RICO, magiging isang kabiguan din ba siya sa buhay ni MARYLLE, ang babaeng unang nagparamdam sa kanya ng KILIG NG PAG-IBIG, mahal pa rin niya ito, pero may ibang nagmamay-ari ng kanyang puso, ang kanyang matapat na asawa, na tulad ni MARYLLE, ay nagparamdam din sa kanya ng KILIG NG PAG-IBIG.

"(NASA LALAKI ANG IKAKASIRA NG ISANG PAMILYA)"

At naisip niya ang kanyang mga anak.

"('LALAKI SILANG BUO ANG PAMILYA, MAY MAGULANG NA SUSUBAYBAY AT GAGABAY SA KANILANG PAGLAKI......PANGAKO)"

Hinarap niya si MARYLLE, niyakap at hinagkan sa noo, nanatiling nakapikit at nakayakap pa rin sa kanya si MARYLLE. Ang buwan, mga bituin, mga ilaw sa kamaynilaan, tunog ng makina ng mga kotseng nagsidaraan sa Roxas Boulevard, ang kanilang saksi at karamay sa mga oras na iyon sa kanilang pighati sa puso.

"(I CAN NOT HURT HER, SHE HAS SUFFERD ENOUGH PAIN IN HER LIFE, I CAN'T BE ANOTHER ONE)"

"(IT IS BETTER LEFT UNSAID...............)"

"(9 MONTHS CONTRACT)"

"(LIFE IS FULL OF SURPRISES)"

"(YEAH RIGHT, TIME WILL DECIDE FOR HER, IT'S BETTER NOT TO SAY ANYTHING AND NOT HURT HER AGAIN.......I WILL USE TIME.............)"

Naglalaro ang isip ni RICO, ayaw niyang masaktan ang damdamin ni MARYLLE, malapit na siyang umalis, baka kung ano pa ang gawin ni MARYLLE kung puputulin na niya ang pakikipag-relasyon sa kanya, at sa isip niya ay hintayin na lamang ang panahon na siyang magdikta sa kanilang kapalaran.

" BABY, SA SABADO NA ANG FLIGHT KO "

Biglang umangat ulo ni MARYLLE, inapuhap ang mata niya, hinawakan ng dalawang kamay nito ang mukha ni RICO.

" OH BABY PLEASE, DON'T SAY THAT…DON'T TELL ME SUCH THINGS….SAMPUNG TAON KONG HININTAY ANG PAGKAKATAONG ITO, AT BATID KONG NASUKLIAN NG NAPAKA-SARAP NA KALIGAYAHAN ANG PAGHIHINTAY KO, I NEVER FELT SO HAPPY LIKE THIS IN MY ENTIRE LIFE……PLEASE DON'T TELL ME……IIWANAN MO NA ULIT AKO "

" BABY IT'S REALITY, ITO ANG REALIDAD, I HAVE TO LEAVE FOR WORK, THAT'S MY BREAD AND BUTTER, IF YOU ARE WILLING TO SACRIFICE, AY GANOON DIN AKO, I'M WORKING AWAY FROM HOME BECAUSE OF LOVE, HINDI IPINANGANAK NA MAY GINTO SA BUNGANGA, AT ITO ANG NAPILI KONG PROPESYON BECAUSE I KNOW WITH THIS, I CAN PROVIDE MY NEEDS, NOT ONLY FOR MYSELF, PATI NA ANG MGA MAHAL KO SA BUHAY……AT KASAMA KA ROON, I HAVE TO SACRIFICE….PEOPLE INVOLVE ARE ALL SACRIFICING……NOT ONLY US…"

"(MAHAL SA BUHAY…AT KASAMA KA ROON…SACRIFICE…PEOPLE INVOLVE)"

Sa mga salitang narinig ay pumintig ulit ang puso niya, sapat na para kay MARYLLE ang mga salitang iyon, alam niyang mahal pa rin siya ni RICO.

" OH RICO, SALAMAT…..SALAMAT AT KASAMA AKO SA MGA TAONG MAHAL MO SA BUHAY, SAPAT NA PARA SA AKIN IYON "

Sa narinig ni RICO, alam niyang kahit papaano ay na-diffuse niya ang tensiyon, alam niyang safe na ang pag-iisip ni MARYLLE dahil sa assurance na kanyang sinabi.

* * *

" . . . SHOULD HAVE BEEN A GOOD ONE
IF IT'S BEEN ANOTHER WAY AROUND
TRAPPED IN MY OWN FOLLY
I'M DROWNING TO MISERY . . . "

* * *

M'onaC

Biglang hinapit si MARYLLE at pinaikot ni RICO ang katawan upang si MARYLLE ay   nasa harapan niya, yakap-yakap ng dalawa niyang braso't kamay.

" LOOK BABY, NAPAKAGANDANG TIGNAN NG MANILA BAY "

Hindi muna umimik si MARYLLE, bagkus humawak sa mga braso't kamay ni RICO.

" ANG MGA ILAW NA NAGKIKISLAPAN, KASAMA NA ANG BUWAN AT MGA BITUIN SA KALANGITAN, SILA ANG TESTIGO SA GABING ITO SA AKING TUNAY AT TAPAT NA PAGMAMAHAL SA IYO RICO, TANGING HILING AT DASAL KO SA POONG MAYKAPAL NA SAAN KA MAN NAROROON AY INGATAN KA NIYA PALAGI, GAYA NG PAG-IINGAT KO SA AKING PUSO PARA SA IYO…"   pahayag ni MARYLLE kay RICO, nawala na ang lungkot at takot.

" THANK YOU BABY, SALAMAT SA IYONG PANG-UNAWA "

" WHAT TIME IS YOUR FLIGHT AT ANONG AIRLINE BABY SASAKYAN MO "

May galak na tanong ni MARYLLE. Natuwa si RICO sa tinuran ni MARYLLE, alam at batid niyang sa pananalita nito ay nanumbalik na ang sigla at ningning sa mga mata nito, ang nakaraan ay nabaon na sa ala-ala, at napalitan ng bagong pag-asa, at bigla may naisip siyang kakaiba.

" BABY DO YOU LIKE POEMS " tanong ni RICO

" WELL, I GUESS, SOMETIMES, LALO NA KAPAG MEDYO INTERESTING ANG MENSAHE "

" HOW WILL YOU KNOW IF IT'S A GOOD ONE THEN "

" OF COURSE, A GOOD POEM SHOULD HAVE A LIFE IN IT, IT TELLS OF ONE'S EMOTION, THAT COULD RELATE TO A READER IN A WAY OR ANOTHER, PERHAPS PROFOUND IN MESSAGE IN SUCH A SHORT LINES, EMPHASIZING IT'S UNIQUENESS, THE CORE OF IT'S SOUL "

" WELL SAID BABY, I LIKE THAT ANSWER, WHAT YOU HAD JUST TOLD ME MEANS A LOT......YOU KNOW WHY? "

" NO....WHAT ABOUT IT........WHY? "

" BECAUSE I'M GOING TO RECITE YOU A POEM FROM MY FAVORITE POET M'ONAC, AND IT'S MY FAVORITE ONE, I GUESS YOU WILL LIKE IT, IT'S FOR YOU REALLY "

" WELL, OKAY…..LET ME HEAR IT…..SOOTHE MY HEART BABY "

" ARE YOU READY TO LISTEN BABY "

" YEAH..I AM LISTENING "

" OK….HERE IT GOES….. THE TITLE IS……………………"

" PAST "
by: M'onaC

TIME TICKS AWAY UNDONE
THE SORROWS AND JOY GONE
YESTERDAY BRINGS NOTHING
ALL IT SEEMS A DREADFUL GLANCE
COME UNTANGLE EVERYTHING
LET PAST BREATH ANEW
WHATEVER THAT WAS DONE
NOT MUCH IN HAND
SO MUCH STORY TO TELL
WHISPERING IN SILENCE
MEMORIES COMES IN PAIN
NOTHING MUCH TO OFFER
NO ROMANCE TO CONTEMPLATE
SOMEHOW IT HAS TO END
TOMMOROW COMES WITH PROMISE
AGAIN TO RACE WITH TIME
THEREAFTER TO PLAY WITH FATE
HURRY COME UNDONE!

Hindi napigilan ni MARYLLE ang mapaluha, tama si RICO, para sa kanya nga ang tulang iyon, punong-puno ng buhay, nagbibigay pag-asa, may bukas pang darating….. may bukas pa para sa kanila ni RICO.

" HEY, WHY ARE YOU CRYING '

" OH I'M SORRY BABY, I CAN'T HELP MYSELF…..IT WAS A WONDERFUL POEM, IT'S SO POWERFUL THAT I WAS OVERWHELMED BY IT'S CANDOR, SIMPLE WORDS YET SO MOVING AND FULL OF LIFE, I WAS GREATLY TOUCHED……REALLY "

Pinawi ng halik ni RICO ang pisnging luhaan ni MARYLLE, marahang mga halik, hanggang magpang-abot ang kanilang hininga, at tuluyang naglapat ang mga labi, matatamis na halik sa isa't isa, nagbibigay ligaya sa kaibuturan ng kanilang puso, at iyo'y damang-dama ni MARYLLE.

" OH BABY, IT'S SO SWEET OF YOU…..I'M ALL ON FIRE…."

" SSSSHHHHH……BE STILL, LET US CHERISH THIS WONDERFUL NIGHT "

" YEAH…WISH TIME STOPS HERE NOW…PRESERVE US LIKE THIS FOREVER "

" BABY………WHO IS THE AUTHOR OF THAT POEM YOU HAD RECITED "

" WHY YOU WANT TO KNOW "

" NOTHING, I GUESS I LIKE HIS POEM, PERHAPS I SHOULD FIND HIS WORKS AND READ "

" OH YEAH, OKAY…. CAN'T REMEMBER THE FULL NAME, HIS LAST NAME IS CANO I THINK, BUT HE USE M'ONAC AS HIS PSEUDO NAME, AND YOU CAN FIND HIS COMPOSITIONS, HIS POEMS IN POETRY.COM WEBSITE, AH WAIT, I REMEMBER NOW, HIS FULL NAME IS MARLON GONZALES CANO, SEARCH POETRY.COM WEBSITE, YOU'LL FIND HIM THERE, BEAUTIFUL AND POWERFUL WORDS, AND OF COURSE, MILLIONS OF POETS AROUND THE WORLD HAD THEIR POEMS POSTED IN THERE, I GUESS YOU'LL FIND IT INTERESTING AND ENJOYABLE SCROLLING, READING POEMS WRITTEN WITH SUCH PASSION "

" DO YOU WRITE POEMS BABY " tanong ni MARYLLE

" SOMETIMES, I LOVE POETRY, POETIC PERSON AM I "

" AHA, SO YOU DO POST YOUR POEMS TOO IN THERE "

" NAAAH, NOT YET…OH BABY….LET US NOT SPOIL THE NIGHT, IT'S FULL OF PROMISE, COME…COME INSIDE…LET'S GO BACK INSIDE…I WILL BE YOUR LOVER ALRIGHT…THE DELIGHT IN YOUR ARMS…I WILL BRING YOU HAPPINESS…JOY BEYOND…TOGETHER WE WILL BE ENTWINE AS ONE…. FLESH TO FLESH……SOUL TO SOUL…SAVOURING LOVE…SWEET AS HONEY IN OUR LIPS……UNQUENCHABLE FIRE IN OUR BELLY….COME….LET US DASH INSIDE…OUR BED IS WAITING, WAITING TO BE BURN…COME LET US SCORCH THE NIGHT…CONSUME THAT LOVE IN OUR HEART, AROUSE THAT PART IN-BETWEEN….I PROMISE WE'LL BE AS ONE……THE NIGHT WILL REJOICE WITH US….COME, NOT LONG NOW….WE WILL REACH THAT UTMOST BLISS…THE SWEETNESS AS ONE……COME HURRY…INSIDE……..LET FIRE CONSUME THAT LOVE-NEST INSIDE….."

" WOW…BABY…I DON'T KNOW WHAT TO SAY…YOU REALLY HAVE THAT POET'S SOUL   INSIDE   YOUR HEART ……THAT WAS AWESOME……OHH LET'S GO INSIDE…..I'M….OHHHHHHH…OH   BABY….HURRY…I'M DRIPPING WET……SO WEEEEEETTT NOWWWW…"

At nagtawanan silang dalawa, tinangan ni RICO si MARYLLE pabalik sa loob ng kwarto, at pagkapasok ay bumitaw si RICO, dumiretso sa may lamesa, umupo naman si MARYLLE sa paanan ng kama.

Pagharap ulit ni RICO, hawak-hawak ang dalawang basong nilagyan ng red wine ay napatigil siya sandali,   nakita niyang inaamoy-amoy ni MARYLLE ang bulaklak na rose, may ngiti ang mukha,   nagsilabasan   ang   mga   dimples,   ang   mata nagluluminingning, at saka pa lang ipinagpatuloy ang lakad ng napatingin sa kanya si MARYLLE, napakatamis at kaakit-akit na titig. Iniabot ang isang baso.

" CHEERS……DEAREST….TO LIFE….."

" CHEERS…..BABY……TO YOU….TO LIFE.." sagot ni MARYLLE
At sabay na ininom ang laman ng baso.

***

" . . . SMASH MY WAILING SILENCE
NOTHIND STANDS AMIDST MISERY
LOVE IS A SWEET MADNESS
DEFYING ALL BARRIERS THERE IS
WAY BEYOND UNFORGIVEN DREAMS
AMIDST HOPE OF ENDLESS PROMISE
COMES SURPRISES OF HAPPINESS AND LONELINESS .
. . "

***

M'onaC

Umuungol siya, pakiramdam niya'y nag-aapoy ang kapaligiran, nag-iinit ang kanyang pakiramdam, pinagpapawisan ng todo, basang-basa na siya, patuloy siyang umuungol…………..

"HMMMMMM" patuloy ang ungol "HMMMMM " palakas ng palakas, at bigla.

"(OH SHIT ME)"

Biglang naalimpungatan si RICO, basang-basa ang higaan ng kanyang pawis, tahimik ang paligid liban sa ingay sa labas, at bigla siyang kinabahan.

" (BAKIT NAPAKATAHIMIK)"

Patay ang aircon, bukas ang pintuan sa terrace, lalong lumakas kabog sa dibdib niya.

"(NASAAN SI MARYLLE, WALA SIYA SA TABI KO)"

Napabalikwas siya sa pagkakahiga, naghahabulan ang kabog sa kanyang dibdib.

"(O GOD, MERCY, PLEASE DON'T…..HUWAG SANA)"

Tinungo ang pintuan, nakapadlock sa loob.

"(OHH GOD PLEASE)"

Naisip ang terrace, tinakbo niya ito, halos lundagin bawat hakbang, at pagkarating ay tumingin kaagad sa ibaba.

"(NORMAL, O SHIT ME…WHERE ARE YOU…BABY…WAG, O GOD, MERCY…ANG BANYO, TAHIMIK…..BAKA NAG-SUICIDE…..OH BABY..PLEASE..DON'T YOU DO IT… "

Tinakbo ulit ang banyo, mas mabilis kay schumacker, binuksan bigla ang pintuan, nabigla sa nabungarang eksena.

" BEEEYBEEEE …GET OUT……. GET OUT "

Ang kanyang REYNA, naka-upo sa TRONO.

"(NGEEEEHH)"

"(HE,HE,HE, NADALI KA BA?)"

" OPPPSS, SORRY…"

Sabay dahan-dahang ipininid ang pinto, natawa sa sarili, gustong humalakhak, isigaw ng malakas "(HUWAG KANG GUMAWA NG SARILI MONG MULTO)"

Tinungo ang closet, nag-hanap ng tuwalya, nakita niya sa salamin ang kanyang hitsura, parang si Adan na naglalakad ng hubad sa mundong ibabaw, nagtapis siya sa baywang, isinara ang glassdoor sa terrace at binuhay aircon, pagkatapos tinungo closet, hinagilap slacks, kinapa ang wallet at cellphone, nandoon, dinukot ang cellphone, 1030H, naglakad pabalik sa pintuan ng banyo, nanatiling nakatayo at nakiramdam.

" BABY MATAGAL KA PA BA "

" YEAH, MAGSHA-SHOWER PA AKO AFTERWARDS "

" MGA ILANG MINUTO KA PA BA DIYAN "

" MGA 30 MINUTES PA SIGURO BABY, BAKIT?.....GAGAMIT KA BA TRONO "

" NO, NO....SIGE TAKE YOUR TIME LANG, HINDI NAMAN AKO NAGMAMADALI "

" OK BABY.......THANKS "

Bumalik si RICO sa kama, binuhay ang television, naghanap magandang palabas, at pagkatapos ay nagdial sa kanyang cellphone.

[GOOD MORNING MAM, SI MR. RICO GONZALES ITO, IS CAPT. FLORES AROUND.......OK...HOLD ON...SIR, GOOD MORNING, ANONG BALITA...OK THAT'S GOOD, WALANG PROBLEMA SA MEDICAL...OK...SIR.....AHA,

TULOY NA TULOY NA SA SABADO…..SIGE SIR REPORT AKO BUKAS PARA SA FINAL BRIEFING AT CONTRACT SIGNING OK SIR, AREGLADO …WALANG PROBLEMA, NAIINTINDIHAN NAMAN NI MISIS…SHE'S FINE…O SIGE SIR..BUKAS NA LANG, BYE]

Nagdial ulit.

[O BUNKMATE MUSTA….ME OKAY LANG…TULOY NA AKO SA SABADO SO NEXT YEAR NA LANG ULIT…..THANKS…..IKAW RIN INGAT PALAGI…..ANO PAKI-ULIT, WHAT…BAGO YATA SA PANDINIG KO IYON, WELL I AM HAPPY FOR YOU, IT'S ABOUT TIME…OKAY….. SI ARNEL, SA KANYA KA MAKIPAGCOORDINATE, DO YOU HAVE HIS NUMBER…….OKAY THAT'S GOOD…..TUWING SUNDAY GATHERING, 2200H SA PARANAQUE, YEAH, ASK ARNEL OR DODZ ABOUT IT OKAY……..SEE YOU NEXT YEAR….OKAY….BYE]

Nagdial ulit.

[HELLO…O MA, SI RICO ITO, OKEY LANG KAMI….MUSTA KAYO DIYAN, VERY GOOD….TUMAWAG AKO PARA MAGPA-ALAM….BAKIT…..PAALIS NA AKO SA SABADO……YES….TULOY-TULOY NA….OO NGA PO EH, SANDALI LANG IYONG BAKASYON KO PERO OKEY LANG, ….SAAN SI DAD, SI KIM….NASA BUKID…SCHOOL…O DI SIGE, PAKISABI NA LANG SA KANILA…AND MAMA, CAN I ASK A FAVOR…TUMAWAG NA BA SI MARI DIYAN, WALA LANG, JUST ASKING OKEY .KASI GANITO…BLAH,BLAH,BLAH…THANKS ….ASAHAN KO BYE]

Nanatiling nakatitig sa television, iniisip ang katatapos lang na usapan nila ng kanyang Mama sa isip niya't katuwiran ay hindi naman mabigat hinihingi niyang pabor, pagtakpan siya at sabihing galling siya roon sakaling magtanong ang asawa, sabihing pabalik na siya ng Manila.

Nagtatalo ang isipan niya kung tatawag o magte-text. Bandang huli ay nagpipindot.
[HI DEAR, PABALIK NA AKO, BANDANG TARLAC, SORRY KAGABI KUNG DI AKO NAKA-TEXT O NAKATAWAG, NALASING KASI AKO, ANYWAY SEE YOU, LOVE YOU, KISS MO AKO SA MGA KIDS, MUAAAH] send message.ok.

"(OH IT'S KILLING ME…)"

* * *

" . . . NOW I AM HERE PURSUING WHAT IS RIGHT
SEARCHING FOR WAYS THAT WOULD HOLD ME SO TIGHT
TO FACE THE FUTURE I WILL ALWAYS BELONG
AND TO EMBRACE THE MOMENTS I DEARLY LONG . .
. "
* * *
M'onaC

Nagdial ulit, sa room telephone, '0'.

" GOOD MORNING TOO "

"YEAH, ROOM SIXTY NINE…CHECK OUT…YAH THAT'S RIGHT…ALAS DOSE "

" OK….THANK YOU….."

Pagka-check-out sa Diamond Hotel, nag-lunch sila sa Aristocrat, bago tuluyang inihatid si MARYLLE sa bus station, at habang nakaupo sila sa may waiting area, hinihintay ang paparadang air-con bus na sasakayan ni MARYLLE pabalik ng Dagupan City, ay may sumaging katanungan sa isip ni RICO, kagabi pa sana niya itatanong kaya lang hindi tumutugma sa hinihintay niyang timing, at kagabi nag-iyakin blues pa, at ngayon bigla-biglang sumulpot sa isip niya.

" BABY "

" YES "

" CAN I ASK YOU SOMETHING, I HOPE IT WON'T OFFEND YOU, PERO GUSTO KONG MASATISFY ANG AKING SARILI…..I'M JUST CURIOUS…..SORT OF "

" YEAH, WHAT ABOUT IT "

" DO YOU REMEMBER, SA BEACH COTTAGE, NOONG BIGLA KANG MAGISING AT UMIYAK BECAUSE YOU HAD A NIGHTMARE, I WAS ALREADY AWAKE THAT TIME, PINAGMAMASDAN KA, I THOUGHT YOU'RE JUST DREAMING, PERO BAGO KA NAGISING AY NAGSALITA KA, SINABI MONG…."WAG PO, WAG PO…..AT HAYOP….HAYOP KAYO"…WHAT WAS YOU DREAMING

ABOUT THEN, SINONG TINUTUKOY MO…..BABY "

Inalis ni MARYLLE ang pagkakatitig kay RICO, ibinaling sa harapan, tagusan ang tingin, inaarok ang isip niya, at ibinalik ang paningin kay RICO, nakatitig, kinuha ang mga kamay ni RICO, hinawakan ng mahigpit, iniangat at hinalikan, at pagkatapos……

"PAGKATAPOS MANGYARI ANG MGA KAPAITAN SA BUHAY KO, ANG PAGPAPAKASAL NG HINDI KO KAGUSTUHAN, ANG MAAGANG PAGKAMATAY NI DAD, TAPOS ANG HIWALAYAN….PARATI AKONG NANANALANGIN AT NAG-AASAM NA MAKITA KA ULIT, GABI-GABI, PARATI KONG PINA-IIKOT SA ISIP KO IYONG FIRST TIME NA NAGKAKILALA TAYO AT NOONG MAGSUMPAHAN TAYO SA SIMBAHAN, PARANG TAPE, NIREREWIND KO PALAGI SA AKING ISIPAN HANGGANG SA AKO'Y MAKATULOG, AT ISANG ARAW AY NAPAGOD SIGURO ANG ISIP KO, NANAGINIP AKO………."

Medyo huminto sa pagsasalita si MARYLLE, kinuyom ni RICO ang palad nito.

"……….SINISINTURON AKO NI DADDY, AYAW KONG MAGPAKASAL SA LALAKING IYON, NAGTAGUMPAY SILA, AT SA DULO NG PANAGINIP, NAKITA KO SINA DADDY, MOMMY AT IYONG LALAKI, MASASAYANG NAG-UUSAP, GAYA NOONG UNA SILANG NAGKAKILALA SA BAGUIO SA ARAW NG GRADUATION KO, MULA NOON, MADALAS NA AKONG DALAWIN NOONG PANAGINIP NA IYON "

Niyakap ni RICO si MARYLLE.

" OHH BABY, DON'T WORRY, I'LL PRAY FOR YOU ALWAYS "

" SALAMAT RICO "

At bigla, kumalas sa pagkakayakap si MARYLLE, nagniningning ang mga mata.

" PERO ALAM MO BABY….."

" YEAH ANO IYON "

"LAST NIGHT, NANAGINIP ULIT AKO, NAKITA KO SI DAD, KUMAKAWAY SA MALAYO, NAKANGITI AT NAKITA KO RIN SI MOMMY, NAKASUOT NG PUTING GOWN, NAKAUPO SIYA......"

Muli tumigil si MARYLLE sa pagsasalita.

" HMM TAPOS "

" ....NAKITA KO ANG AKING SARILI, NAKASUOT PANGKASAL, AT SA TABI KO...IYONG LALAKI.......IYONG LALAKING NAGPARAMDAM SA AKIN NG KILIG NG PAG-IBIG, NAKITA KITA SA TABI KO, RICO, KAHIT MAN LANG SA PANAGINIP........ANG SARAP NG PAKIRAMDAM.......KAHIT MATULOG AKONG MATAGAL BABY, GAYA NI SLEEPING BEAUTY, OKEY LANG SA AKIN, BASTA ANG EKSENA SA PANAGINIP KO PALAGI AY IYON LAMANG..........HI,HI,HI "

Nangiti si RICO, natabing na ang kabiguan at kapaitan sa buhay ni MARYLLE.

" I'LL ALWAYS BE AROUND BABY "

" OKEY LANG SA AKIN IYON RICO, KAHIT MAY PAMILYA KA NA AT MAY NAGMAMAY-ARI NA NG PUSO MO, BASTA ANG ALAM KO MAYROON PA RIN AKONG PUWANG SA PUSO MO AT MAHAL MO PA RIN AKO "

Hindi nakaimik si RICO.

* * * THE CONSEQUENCES OF PROMISES * * *

"(O SHIT ME, I'LL ALWAYS BE AROUND, PROMISE AT ASSURANCE)"

" BABY PUMARADA NA IYONG BUS "

" AH …O…OKAY " malumanay na sagot, gusto niyang umiyak, magkakahiwalay na sila.

" ARE YOU OKAY " tanong ni RICO

" YEAH, YEAH…I'M FINE……SO PAPAANO…..YOU'LL KEEP IN-TOUCH RIGHT "

"(YES OR NO)" nag-isip si RICO

" YAP BABY…I'LL KEEP IN TOUCH…ALWAYS…DO TAKE CARE OF YOUSELF "

" THANKS "

" AND BABY………….."

" YES "

" HINAY-HINAY NA SA GIMIK, OKEY "

" YES BOSS, SINABI MO EH "

" OK TARA', LET'S GO......LET'S FIND YOUR SEAT NUMBER NA "

Pag-kaupo ni MARYLLE sa upuan, ay nababanaag niya ang magkahalong saya at lungkot sa mukha nito.

Hindi umimik si MARYLLE, tumayo ulit, inabot ang mukha ni RICO ng dalawang kamay, at hinalikan, hindi na napigil ni RICO ang damdamin, at sila'y nag-eskrimahan.

"UHUM, UHUM..HUMMM…EXCUSE ME….PWEDE BANG MATIGIL MUNA ANG LENGUA TUPADA NINYO AT MAKIKIRAAN LANG "

Sabi ng mamang parang sundalo ang hitsura, natigil ang dalawa sa kanilang halikan.
" PASENSIYA NA BOSING, KISS OF JOY LANG…." sagot ni RICO na umayos sa pagkaka-tayo, umupo na ulit si MARYLLE.

" SIGE BROD ITULOY NIYO NA "   hirit noong mama nang siya'y makadaan

"(ABA GUSTO PANG HUMIRIT)"

Tumango at kumindat lang si RICO sa mama, nakangiti.

" OK BABY I HAVE TO GO NA, INGAT KA PALAGI......OKEY " paalam ni RICO

At hinalikan sa noo si MARYLLE. Umagos luha sa pisngi ni MARYLLE.

" BABY THANKS FOR EVERYTHING……………MAG-AANTAY AKO………"

Yumuko si RICO, at nagyakapan sila ng mahigpit.

" I LOVE YOU RICO "

" I LOVE YOU TOO "

At tumalikod si RICO, diretso tingin sa alleyway, mabigat din ang kalooban niya,
"(O POONG MAYKAPAL, DALANGIN KO PO PALAGI SA IYO, SAAN MAN NAROROON SI RICO AY PAKAINGATAN MO PO SIYA, GAYA NG PAG-IINGAT KO SA PUSO KO PARA SA KANYA AMEN)"

* * *

" OO LUVSKI, PAUWI NA AKO, DITO NA SA BANDANG BALINTAWAK, PAPASOK EDSA, MATRAPIK EH…HOW'S THE KIDS…..OKEY……MISS YOU……MAY SORPRESA AKO PARA SA IYO… SORPRESA NGA EH…..O SIGE NA, NAGDRA-DRIVE AKO…..BUMPER TO BUMPER…PAUSAD-USAD, OKEY….I LOVE YOU TOO…….MUAAAH…..KUSKUSIN MO HA….HE,HE,HE SIGE…BYE "

* * *

* * *

"... UP IN THE SHADOWS
A SOULMATE AWAITS
SO MUCH FOR THIS
A BRIDGE ACROSS FOREVER ... "

* * *

M'onaC

" LOVE "
BY: M'onaC

GENUINE LOVE WILLINGLY WAITS
IT ISN'T PUSHY OR DEMANDING
WHILE IT HAS LIMITS
IT'S BOUNDARIES ARE FAR REACHING
IT NEITHER CLUTCHES NOR CLINGS
REAL LOVE IS NOT SHORTSIGHTED
SELFISH OR INSENSITIVE
IT DETECTS NEEDS
AND DOES WHAT IS BEST
FOR THE OTHER PERSON
WITHOUT BEING TOLD
AND BECAUSE WE DON'T
HAVE ANY GUARANTEE
WE'LL HAVE EACH OTHER
FOREVER
IT'S A GOOD IDEA
TO SAY THESE WORDS
AS OFTEN AS POSSIBLE
I LOVE YOU
THREE SIMPLE SYLLABLE WORDS
YET, THEY CAN'T
BE IMPROVED UPON
NOTHING EVEN COMES CLOSE
FOR TO LOVE AND BE LOVE
IS THE BEDROCK
OF OUR VERY EXISTENCE .....

" PAPAANO LUVSKI, HINDI NA KAMI SASAMA NG MGA BATA PARA MAGHATID, ALAM MO NAMANG MABIGAT SA KALOOBAN KONG NAKIKITA KANG PAALIS "

" OO NAIINTINDIHAN KO, BAKA LALONG HINDI AKO MAKAALIS KAPAG SUMAMA KA, IIYAK KA LANG NG IIYAK, MAHAWA PA AKO " pabirong sagot ni RICO

" ANO BANG AIRLINE SASAKYAN MO "

" NORTHWEST......STOP-OVER MUNA KAMI SA YOKOHAMA...TAPOS NON-STOP FLIGHT TO SAN FRANCISCO, TAPOS CHANGE FLIGHT KAMI ROON PAPUNTANG VANCOUVER NAMAN "

" LUVSKI IYONG MGA BILIN KO HA...BAKA KUNG ANO-ANONG KALOKOHAN GINAGAWA MO ROON, MAGKASAKIT KA PA NG AIDS, HOY MAMA, ISIPIN MONG PAMILYA MO PALAGI "

" TIGNAN MO ITO, HINDI PA NGA NAKAKA-ALIS EH, INA-ADVANCE MO NA EKSENA, WALA, PURO TRABAHO LANG AKO DOON, FOR YOU AND THE TWINS "

At pinuntahan ang mga bata, nilaro-laro, kinantahan ng Everything I do, I do it for you ni Bryan Adams, isa-isang kinarga at hinalikan sa noo.

" RICHARD, HALIKA NA, READY NA SI RICO "

Sigaw ni MARI sa kapatid niya, na siyang magdra-drive at maghahatid sa kanya.

" READY NA, O SIGE MAUNA NA AKO SA LABAS, ILABAS KO NA KOTSE SA GARAHE, DOON NA BA BAGAHE MO " tanong ni RICHARD sa kanya

" OO, OKEY NA, LABAS MO NA LANG, SUSUNOD AKO "

" SO PAPAANO LUVSKI, NEXT YEAR NA ULIT "

" HEY, INGAT KA PALAGI HA…..INGAT KA SA MGA KALAPATING………"

" STOP IT, COME HERE…….."

At yumakap na rin ang asawa habang karga-karga pa ni RICO ang kambal. Nang marinigna pinaandar na ni RICHARD makina ng kotse ay saka bumitaw si MARI, ibinaba ni RICO ang mga bata at tinangan niya ang mga ito palabas, sumusunod ang kanyang asawa.

At nang malapit na sila sa kotse ay kinuha ni MARI sa pagtangan ang mga bata, humalik   kay RICO, sinuklian naman ni RICO ng napakatamis na halik at sabay bumulong.

" EKIS PART 2 NEXT YEAR "

" HEE, TUMIGIL KA.. BABAY NA….BYE..SIGE NA, BAKA MAIWANAN KA PA NG EROPLANO "

"OK…I LOVE YOU…BYE TROY, BYE LEVON….KAPAG BABAE, NICOLE IPANGALAN MO "

"TUMIGIL KA, HIRAP YATA MAGBUNTIS...OO NA...DI PA NGA AKO DINADATNAN...EH "

" LUVSKI KAPAG NAGKATAON..ALAGAAN MONG MABUTI IYAN...TAMA NA TATLO OKEY "

" OO NA, OO NA.....SIGE SAKAY NA...."

" SIGE..........BABAY....I LOVE YOU....MY SWEET MOONCHILD.... "

At sumakay sa kotse si RICO, kumakaway ang mga bata, habang dahan-dahang pinasibad ni RICHARD ang sasakayan, nakita niya ang lungkot sa mata ng asawa.

* * *
" . . . LOVE KNOWS NO BOUNDARIES
HATRED KNOWS BOUNDARIES
WHEN LOVE TURNS HATRED
HATRED BECOMES PASSION . . . "
* * *
M'onaC

Naglalaro isip ni RICO, binabalikan ang mga nangyari sa kanyang buhay nitong nakalipas na mga araw, masaya ba siya sa mga nangyari o mayroon bang pagsisisi sa kanyang sarili, batid niyang malaking kasalanan ang kanyang pinasok na sitwasyon, at sa pakiramdam niya, sa pag-alis niyang iyon, ay para siyang tumatakas sa hamon ng REALIDAD, pagtatakpan ng lilipas na panahon ang kasalanang nagawa, sa kanyang pagkakadapa, sa pagkatupok ng kanyang pananampalataya dahil sa tawag ng pag-ibig na bawal, sa kanyang prinsipyong kaayusan at MORALIDAD, lahat ng ito sa pakiwari niya ay nalusaw ng APOY na kanyang nilaro nitong huling bakasyon niya, sa isip niya ay katanungan, BAKIT?, sadya bang marupok ang tao, madaling bumigay sa pita ng laman, o nagkataon lamang dahil sa hamon ng panahon, minsan lang dumating ang pagkakataon, katuwiran niya, at kapag ito'y pinabayaan ay baka di na maulit ang oportunidad na dumating at sa bandang huli, kapag amoy-lupa ka na ay saka magsisisi, bakit hindi ko ginawa ang mga bagay na iyon noong panahon na dumating sa akin ang pagkakataon?, tanong mo ngayon sa sarili, ngunit wala ka ng magagawa dahil lipas ka na, kinulobot ka na ng panahon, sa wari niya'y magandang katuwiran ang mga bagay na iyon, walang pagsisisi sa bandang huli, ngunit sa puso't isipan niya ay maliwanag ang kautusan ng PANGINOONG DIYOS, HUWAG KANG MAKIAPID, HUWAG SAMANTALAHIN ANG ISANG BABAENG NABIYUDA, maliwanag kay RICO ang kasalanang ginawa, at ngayon sa kanyang pagbabalik tanaw, ay nagising siya sa katotohanan, bakit hindi niya agad sinupil ang NINGAS na iyon, bakit hinayaan niya itong lumaki at maging isang naglalagablab na APOY, at sa isip niya ay huhupa rin ito, unti-unti hihina ang NINGAS ng APOY hanggang sa mawala. KAYA'?

" O BAYAW...MALALIM YATA INIISIP MO.." tanong ni RICHARD

" A....EH....WALA LANG, MEDYO HINDI AKO MAKAPANIWALANG PAALIS NA NAMAN AKO, PARANG KAILAN LANG, ANG BILIS LUMAKAD NG ARAW.........."

" KAILAN ANG BALIK MO NIYAN "

" NOT SURE, DEPENDE SA SITWASYON, KONTRATA KO NGAYON AY 9 MONTHS, NOONG HULING BARKO KO NGA DI BA, INABOT AKO NG 8 MONTHS SA BARKO "

" OO NGA, BAKIT NGA PALA NAGTAGAL KA ROON "

" PAUWI NA KAMI NOON, EXPECT NAMIN PAGDATING SA MAY MIDDLE EAST AY MAKAKABABA NA KAMI SA FUJAIRAH, U.A.E. PAGKAGALING NG IRAN, NGUNIT ANG NANGYARI, INABOT KAMI NG ALMOST 6 MONTHS NA ANKORAHE SA BANDAR IMAM KHOUMEINI   DAHIL NAGKAROON NG PROBLEMA ANG AMING CHARTERER AT PORT AUTHORITIES NG IRAN, SO AYUN' NGA KAYA KAMI NATAGALAN, WALA NAMAN KAMING MAGAWA NOONG MGA KASAMAHANG KONG PAUWI KUNG HINDI AY MAGHINTAY, INIP NA INIP NGA IYONG ASAWA NI CHIEF ENGINEER VILLAR NA SUMAMPA SA CHINA, WRONG TIMING IYONG PAGSAMPA AT PAGBAKASYON NIYA SA BARKO, PARA NGA KAMING PINARUSAHAN, PARANG PRESO SA GITNA NG LAOT, HIRAP NG GANOONG SITWASYON, BUTI NA LANG MARAMING SUPPLY NA PAGKAIN AT NAKAKAPAG-PRODUCE NG FRESHWATER ANG BARKO NAMIN, SO WALANG PROBLEMA DOON, ANG PROBLEMA   AY   DAHIL WALANG IBANG OUTLET, PAULIT-ULIT NA ANG MGA PELIKULANG   PINAPANOOD,   ANG   TELEVISION HINDI MAKASAGAP NG PALABAS, KAIN-TULOG, KAIN-TULOG, KAYA NAGING BUGNUTIN AT MAINITIN ULO NG MGA CREW,   PERO ALAM MO BAYAW, OKEY DIN NANGYARI SA AKIN DOON, DAHIL SA MAHABANG PAGHIHINTAY NA IYON AY NASULAT KO TULOY IYONG NOBELA KO NA "KILIG NG PUSO" ANG TITULO, IYON ANG NAPAGBALINGAN   KO   NA   GAWIN   PARA MADALING LUMIPAS ANG ORAS AT ARAW SA AKIN NOONG MGA PANAHON NA IYON "

" KAILAN MO NGA PALA IPA-PUBLISH IYANG NOBELA MO EH PAALIS KA NA NAMAN "

" PAGBALIK KO NA LANG SIGURO, HANAP TAYO NG MASUWERTENG PUBLISHER NA   PAREHAS SA AKIN ANG PANANAW UKOL SA BUHAY, IMPORTANTE SA AKIN AY MAILATHALA ANG   SINULAT KONG IYON AT KAPULUTAN NG ARAL NG MGA MAMBABASA, IKAW BAYAW, BILI KA HA KAPAG NAI-PUBLISH '

" TAGAL PA NOON EH, AT SAKA BAKIT PA KO BIBILI, HINDI MO BA AKO BIBIGYAN NG KOPYA….ISA PA, WALA AKONG HILIG DIYAN "

" EH YAN NGA ANG PROBLEMA SA IYO, PURO KA LANG TULOG, WALANG KA-ADVEN-TURE-ADVENTURE SA BUHAY MO, MAGSAYA KA NAMAN, LAGYAN MO NG KULAY ANG IYONG BUHAY, EWAN KO LANG KAPAG NABASA MO IYON, SIGURADO HINDI NA KITA MAHAHAGILAP SA BAHAY AT PURO LIGAW NA GAGAWIN MO….HEHEHE " pagbibiro ni RICO

" O BAYAW PWEDE NA DITO, DI BA NORTWEST AIRLINES KA, AYUN ENTRANCE GATE "

" OKEY BAYAW….YAH PWEDE NA……SO PAPAANO, IKAW NG BAHALA SA BAHAY, LARUIN MO SINA KAMBAL HA, PARA LUMAKING BRUSKO KATULAD KO, HAHAHAHA,   AT   HINDI   LAMPA,   O   MAGING GADING….HEHEHE"

" AKONG BAHALA BAYAW, GAGAWIN KO SILANG TURO-RISTA…..HAHAHAHA "

At sila'y nagkamay, pagkababa ng gamit ay hindi na rin nagtagal si RICHARD, umalis na rin.

Hindi muna kaagad nagcheck-in. Pumunta muna sa airport lounge, tiningnan oras, maaga pa naman sa isip niya, umorder ng kape, capuccino, at nang maubos ay tinungo na ang entrance ng airport para mag-check-in at hanapin ang iba pa niyang kasamahan na mag-jo-join sa barko.

* * *

" . . . TIME AND PLACE OF REASONS
THE WORLD IS FULL OF MADNESS
SUNRISE MEANT A SUNNY DAY
WHAT A LIFE BUT CURSED DESTINY
QUEST OF ENDLESS CHANGE
LIVE NOT ACCORDING TO CONSCIENCE
SEARCH FOR ETERNAL HAPPINESS
CONTENTMENT IS THE KEY OF ALL "

* * *

M'onaC

Nang malapit na siya sa entrance ay naalala niyang dapat I-activate niya ang international roaming ng kanyang cellphone, tumigil ito sa paglalakad, pumuwesto sa gilid, at inapuhap kaagad sa bulsa ang kanyang cellphone, at ng makapa ay nakahinga siya ng maluwag, akala niya'y naiwanan sa bahay, laking disgrasya sana, sa isip niya, dinukot ito at inilabas.

0700AM. Oras sa kanyang cellphone ng titigan niya ito, at naisip niya si MARIO, magmula noong maghiwalay sila sa bus station ay hindi na niya ito tinawagan, maliban sa minsan ay tine-text niya ng sweet nothings na kaagad namang sinasagot nito.

"(TAWAGAN KO KAYA SIYA……JUST TO SAY…….GOODBYE……LAST GOODBYE……ONCE AND FOR ALL……GOODBYE TO YOU MY DARLING…..MY YOUTH DARLING)"

Sa isip niya ang mga salitang iyon, matalas na espadang puputol sa ugat.
"(ALAS OTSO FLIGHT KO, THERE IS STILL TIME)"

Ini-scroll.

"(MARIO)"

Natawa at nangisi sa kalokohan…MARIO????.

" CALL "

Pipindutin na sana……ng biglang……

" RICO! "

Luminga sa pinanggalingan ng boses. At nagulat siya sa nakita.Kinilabutan.

"(HUWAG KANG GUMAWA NG SARILI MONG MULTO!)"

" BABY? "

At bigla, para siyang pinagsakloban ng LANGIT AT LUPA!

** E N D * * *

" REVENGE "
BY: M'onaC

QUICKLY BEFORE IT'S TOO LATE
LONELY MOON IS CREEPING IN
AMIDST HORROWING DARKNESS
SOMEONE'S LAUGHING IN ANGER

TEARS COMES IN FURY
A MADDENING THUNDER OF BEAUTY
BEHIND IS A LIGHT OF REVENGE
THE SWEETNESS OF SEEING YOU IN PAIN !

* * * TO BE CONTINUE * * *

" . . . . . NOW ALL HAS BEEN HEARD
HERE IS THE CONCLUSION OF THE MATTER
FEAR GOD AND KEEP HIS COMMANDMENTS,
FOR THIS IS THE WHOLE DUTY OF MAN   . . . . "

* * * ECCLESIASTES 12:13 * * *